TISHIO LA UKOMBOZI

TISHIO LA UKOMBOZI

UBEBERU NA MAPINDUZI ZANZIBAR

AMRIT WILSON

Tafsiri ya Kiswahili: Ahmada Shafi Adam

Daraja Press

Montreal

Kimechapishwa na Daraja Press
www.daraja.net
© Hakimiliki 2016 Amrit Wilson
ISBN: 978-0-9952223-2-8

Haki zote zimehifadhiwa, isipokuwa pale ilipoainishwa vyenginevyo. Hakuna sehemu yoyote ya kitabu hiki inayoweza kunakiliwa au kusambazwa kwa njia yoyote ile, ikiwa kwa mitambo au barua-pepe pamoja na fotokopi au kwa mfumo wowote wa kurekodi, kuhifadhi au kutumia maelezo, bila idhini ya maandishi ya wachapishaji.

Mfasiri: Ahmada Shafi Adam

Mchoraji-jalada: Kate McDonnell

Picha: Babu aliyotolewa kutoka gerezani Aprili 29, 1963 © Corbis

Library and Archives Canada Cataloguing in Publication

Wilson, Amrit, 1941-
[Threat of liberation. Swahili]
Tishio la ukombozi : ubeberu na mapinduzi Zanzibar / Amrit Wilson; tafsiri ya Kiswahili: Ahmada Shafi Adam.

Translation of: The threat of liberation : imperialism and revolution in Zanzibar.
Includes bibliographical references.
ISBN 978-0-9952223-2-8 (paperback)

1. Umma Party (Zanzibar). 2. Babu, Abdul Rahman Mohamed.
3. Imperialism. 4. Revolutions–Tanzania–Zanzibar. 5. Zanzibar–History–Revolution, 1964. 6. Zanzibar–Politics and government–1964-.
7. Zanzibar–Foreign relations. I. Title. II. Title: Threat of liberation. Swahili.

DT449.Z29W55187 2016   967.8'103   C2016-906284-8

Kwa Kumkumbuka Babu
Na Kwa Watu Wa Zanzibar Ambao Mapambano Yao Bado Yanaendela

Contents

	Orodha ya Picha	1
	Shukrani	iii
	Vifupisho	v
	Utangulizi	vii
1.	Siku za Awali za Mapambano Dhidi ya Ukoloni	17
2.	Waingereza Wakabidhi Madaraka kwa Sultani na Washirika Wake	45
3.	Mapinduzi ya Zanzibar na Hofu za Wabeberu	57
4.	Muungano na Tanganyika	75
5.	Utawala wa Kidikteta wa Karume	93
6.	Kesi Katika Mahakama Bandia ya Zanzibar	107
7.	Zanzibar na Bara Katika Kipindi cha Mfumo Huru Mambo Leo	119
8.	Uingiliaji Kati wa Marekani Zanzibar na Bara Hivi Sasa	135
	Nyongeza Ya Kwanza	163
	Nyongeza Ya Pili	175
	Rejea	185

Orodha ya Picha

Babu mara baada ya kurejea kutoka London mwaka 1957, *28*
Wanafunzi wa kike wanachama wa YOU waliopigwa picha na Waingereza waliokuwa na wasiwasi na 'vijana wakakamavu', *30*
Accra, Mkutano wa Nchi zote za Afrika 1958, *38*
Babu akiwasili katika sherehe za kusherehekea kuachiwa kwake kutoka gerezani tarehe 29 April, 1963, *51*
Kundi kubwa la watu likisubiri kwa hamu kumkaribisha Babu mbele ya makao makuu ya Chama cha ZNP, Darajani mkabala na jengo la Bharmal, *52*
Babu akiwa na Karume, *62*
Che Guevara na Babu, wakipumzika baada ya Mkutano wa Kwanza wa Maendeleo ya Kibiashara wa Umoja wa Mataifa (UNCTAD), Geneva, Julai 1964, *65*
Malcolm X na Babu katika Hadhara ya Mkutano wa Umoja wa Wamarekani wenye Asili ya Afrika, New York, Disemba 13 1964
Tarehe 10 Februari 1965, Babu wakati huo akiwa waziri wa biashara na Lin Hai-yun, kaimu waziri wa biashara za nje wa China walitia saini mkataba wa biashara na itifaki kuhusu ubadilishanaji wa bidhaa mali kwa mali kati ya China na Tanzania. Hapa tunawaona wakibadilishana nyaraka walizozisaini wakati huo, *84*
Babu na Makamo wa Rais Kawawa wakiwa na mashujaa wa matembezi marefu, Januari 1965, *85*
Ndani ya Ukumbi Mkuu wa Umma, Beijing, 1965. Mstari wa mbele kutoka kushoto: Mashal Chen Yi, Babu, Rais Liu Shaoqui, Makamo wa Rais wa Tanzania Kawawa, Mwenyekiti Mao Zedong, Silo Swai (Tanzania), Waziri Mkuu Zhou Enlai, George Kahama (Tanzania), *86*
Babu akijaribu kuelezea mtazamo wake wa kiuchumi kwa Nyerere, *87*
Kuachiwa kwa Makomred wa Chama cha Umma bara. Waliosimama mstari wa mbele, kutoka kushoto kwenda kulia: Babu, Martin Ennals kutoka Shirika la Kimataifa la Kutetea Haki za Binadamu (Amnesty International), Ali Mahfoudh, Hashil Seif Hashil; mstari wa pili, kutoka kushoto kwenda kulia, Suleiman Mohamed (Sisi), Salim Saleh, Haji Othman, Shaaban Salim, Tahir Ali; mstari wa tatu, kutoka kushoto kwenda kulia Amour Dugheish, Martin Hill kutoka Shirika la Kimataifa la Kutetea Haki za Binadamu (Amnesty

2 Tishio la Ukombozi

International), Abdulla Juma, Badru Said, Hamed Hilal; nyuma ya mstari wa tatu ni Ahmed Mohamed (Tony), *115*

Babu na Tajudeen Abduraheem, katibu mkuu wa Mkutano Mkuu wa Saba wa Umajumui wa Afrika na vijana wengine wanaharakati wa Vuguvugu la Umajumui wa Afrika, mwezi Machi 1994, *116*

Badawi Qullattein, Hashil Seif Hashil na Khamis Ameir Zanzibar, Juni 28, 2012, *160*

Shukrani

Ingawa ni mimi niliekiandika Kitabu hiki lakini kwa sehemu kubwa sana kinatokana na juhudi za pamoja zilizozaliwa kutokana na fikra na tafkari za pamoja kupitia kwa Makomredi wenzangu, Khamis Ameir, Shaaban Salim na Hamed Hilal, ambao wote walikuwa ni makada wa Chama cha Umma Party. Sio tu walitowa maelezo juu ya harakati zao zilizopita lakini pia walichangia katika kukusanya nyaraka na picha pamoja na kutoa ufafanuzi wa matukio mbalimbali. Kwa hivyo ni kitabu chetu kwa pamoja, ni chao kama kilivyokuwa ni changu. Juu ya hivyo ni mimi peke yangu ninaechukuwa jukumu la makosa yoyote yatakayoweza kujitokeza katika kitabu hiki.

Ningelipenda pia kuchukuwa fursa hii kumkumbuka na kumuenzi Komredi wetu mpenzi Marehemu Qullatein Badawi, aliyetushajiisha na kutusaidia katika juhudi zetu za kukitafiti kitabu hiki. Ninamshukuru Hashil Seif Hashil ambae pia alikuwa ni kada wa Chama cha Umma Party kwa kunipa maelezo kuhusu harakati zake za kisiasa.

Katika kipindi nilichokuwa nikiandika kitabu hiki, Narendra Gajjar ndiye mtu aliekuwa nikiwasiliana nae sana. Kila mara akihakikisha kuwa tayari kunijibu maswali yangu kwa njia ya simu au barua-pepe, na bila ya kusita kunipatia mawasiliano na watu mbali mbali, nyaraka za kuvutia na fikra juu ya njia za kufanya kuweza kupata majibu ya masuala magumu na/au yaliyokuwa na utata.

Miongoni mwa wengine wengi walionisaidia ningelipenda kutowa shukurani zangu kwa Mohamed Saleh na Salma Maoulidii kwa kunipatia maandishi na machapisho yao, Mailys Chauvin kwa kunisaidia katika kuhakiki maelezo mbali mbali wakati alipokuwa Zanzibar pamoja na kuniruhusu kutumia picha yake ya Khamis, Badawi na Hashil iliyochukuliwa katika mwaka 2012. Ninamshukuru pia Firoze Manji kwa kunipa moyo katika kipindi ambacho sikuwa na uhakika kama mswaada wangu ungeliweza siku moja kuchapishwa na kuwa kitabu.

Shukrani zangu pia kwa wachapishaji wa Pluto Press na hususan Anne Beech kwa msaada wake na usahihishaji wake makini na wa kina.

Kwa tafsiri hii ya Kiswahili, shukrani zangu za kipekee za dhati ya moyo wangu ziwaendee Ahmada Shafi Adam aliyefanya kazi nzuri ya kukitafsiri kitabu, na Mohamed Saleh aliekihariri, pamoja na Mansab Abubakar, Firoze Manji, na Ludovick Mwijage waliowezesha uchapishaji wake.

Hatimae, ningelipenda kuishukuru aila yangu kwa kusoma na kudadisi

sura mbali mbali za mswaada zinazofuata – bila ya shauku yao na kunipa moyo kwao kitabu hiki kamwe kisingeliweza kukamilika.
Amrit Wilson

Vifupisho

AAPC All African People's Conference
AFRICOM United States Africa Command
AGA AngloGold Ashanti
AIMP Association for Islamic Mobilisation and Propagation
ANC African National Congress
AOPIG African Oil Policy Initiative Group
ASP Afro-Shirazi Party
ASU Afro-Shirazi Union
ATA Anti-Terrorism Assistance
CCM Chama cha Mapinduzi
CIA (US) Central Intelligence Agency
CMOs Civil Military Operations
CT Counterterrorism
CUF Civic United Front
DCM Deputy Chief of Mission
DfID Department for International Development (UK)
DRC Democratic Republic of Congo
EAC East African Community
EALA East African Legislative Assembly
EPZ Export Processing Zone
FDI Foreign Direct Investment
FPTU Federation of Progressive Trade Unions
FRTU Federation of Revolutionary Trade Unions
GOT Government of Tanzania
ICFTU International Confederation of Free Trade Unions
IMF International Monetary Fund
MIGA Multilateral Investment Guarantee Agency
MOU Memorandum of Understanding
MPLA People's Movement for the Liberation of Angola
NASA National Aeronautics and Space Adminstration (US)
NGO Non-Government Organisation
NPT Non-Proliferation Treaty
OAU Organisation of African Unity
PAC Pan Africanist Congress

PAFMECA Pan African Freedom Movement for East and Central Africa
PLA People's Liberation Army
PNUSS Party for National Unity for the Sultan's Subjects
REDET Research and Education for Democracy in Tanzania
SEZs Special Economic Zones
SWAPO South West Africa People's Organisation
TANU Tanganyika African National Union
TAZARA Tanzania-Zambia Railway
tcf trillion cubic feet
TIC Tanzanian Investment Centre
TPDC Tanzania Petroleum Development Corporation
TPDF Tanzanian People's Defence Force
UNCTAD United Nations Conference on Trade and Development
UNDP United Nations Development Programme
URTZ United Republic of Tanganyika and Zanzibar
YOU Youths Own Union
ZAPU Zimbabwe African People's Union
ZNP Zanzibar Nationalist Party
ZPFL Zanzibar and Pemba Federation of Labour
ZPFTU Zanzibar and Pemba Federation of Trade Unions
ZPPP Zanzibar and Pemba People's Party

Utangulizi

Ni mahali pa 'vituko vilivyoandaliwa vyema', na safari za kuchunguza mazingira, 'ni pepo ambayo jina lake tu huleta dhana ya kula njama; hivi ndivyo Zanzibar inavyoelezwa siku hizi. Kwa kiasi kikubwa, katika kipindi cha mwongo uliopita wa miaka ya 2000, Visiwani, kama visiwa viwili vya Zanzibar (Unguja na Pemba) vinavyoitwa, vimeuzwa ili kuwa kiwanja cha michezo kwa watalii kutoka nchi za magharibi. Hapa ndipo mahali ambapo tunatakiwa tuamini, kuwa panaanza na kumalizika kwa yale tuyaonayo leo, bila ya kuwa na yaliyopita ambayo yalikuwa na umuhimu wowote wa kisiasa au mustakabali wenye tofauti yoyote na yale ya hivi sasa. Hata historia yake inapatikana kama vidonge vya dawa vilivyofungashwa vizuri kwa matumizi ya watalii.

Lakini kama zilivyo 'pepo' nyingi za aina hiyo, kwa watu wanaoishi humo ukweli uko tofauti kabisa. Kwao, mambo kadha ya zamani ambayo bado yamo katika kumbukumbu zao yanaendelea kujitokeza tena hivi sasa. Ndani ya chombo kinachowasafirisha watu baharini kutoka Dar es salaam kwenda Unguja na kurudi, kikundi cha vijana wanabishana kwa jazba juu ya mapinduzi ya Zanzibar ya mwaka 1964 na yaliyotokea baada ya hapo, juu ya athari za muungano wa Zanzibar na Tanganyika uliofuatiwa na kuundwa kwa Tanzania, na michango ya Julius Nyerere, Abdulrahman Mohamed Babu na Abeid Karume. Katika magazeti yanayotolewa kila siku, matukio ya miaka ya 1960 na 1970 yanaendelea kuzusha mijadala mikali. Machungu ya wale waliowapoteza watu wao wanaowapenda na hasa njia za kuendeshea maisha yao katika kipindi kilichoshuhudia mabadiliko hayo na matokeo ya kusikitisha yaliyofuatia mapinduzi hayo yanajitokeza katika maoni mbalimbali, majadiliano, kumbukumbu na mitandao ya kijamii. Na mikahawani, wale wasiopendelea chama chochote, ikiwa Chama cha Mapinduzi (CCM) au Chama cha Wananchi (CUF) hufanya utani juu ya "Serikali ya Umoja wa Kitaifa" iliyoanzishwa kwa shinikizo kutoka nchi za magharibi ambayo hivi sasa ina umri wa miaka minne na tayari imeanza kufanya nyufa. Watu hao husema kuwa, maafa yanarudiwa yakiwa mithili ya kichekesho. Wakati huo huo, kila mtu anaelewa juu ya kuwepo kwa jeshi la Marekani nchini. Wanafungua skuli, wanatoa tunzo na kujiimarisha visiwani, kwasababu, kama zilivyofichua nyaraka za siri zilizotolewa na Wikileaks ambazo zinaeleza kuwa, sasa, kama ilivyokuwa wakati wa mapinduzi ya 1964 na vita baridi, Zanzibar, kwa mara nyengine tena inaonekana kuwa ni kipande muhimu cha mchezo wa dama unaochezwa na Marekani kupitia sera zake za nchi za nje na za kijeshi katika Bara la Afrika.

Uingiliaji wa Marekani katika mambo ya ndani ya Zanzibar baada ya mapinduzi una vitu vingi vinavyofanana na uingiliaji wa hivi karibuni kabisa wa Marekani katika Bara la Afrika. Kusema kweli, mambo mengi ya mtindo uliobuniwa wakati wa vita baridi bado yanaendelea kutumika hadi hivi leo. Kama ilivyokuwa wakati wa machafuko ya Libya, nchini Zanzibar vile vile Marekani ilifanya kila juhudi ili ionekane kama kwamba ni 'matakwa ya Afrika'. Lakini wakati NATO iliingilia kati na kuivamia Libya kupigana na majeshi ya Gaddafi, Visiwani Zanzibar Marekani iliisukuma Uingereza kuingilia kati na kuandaa Mpango wa Utekelezaji wa Zanzibar ambao ungeliwawezesha kuwashawishi kwa kuwatumilia akili wale viongozi inaoweza kuwachezea ili waiombe Uingereza iingilie kati kijeshi.

Kwa nini uingiliaji kati huo haukutokea wakati wa, au mara tu baada ya machafuko ya Zanzibar? Kwa kiwango fulani, ilikuwa ni kwasababu ya kuwepo kwa chama cha kimapinduzi kilichoandaliwa vizuri kabisa, chama cha Umma Party. Ijapokuwa chama hiki sicho kilichoyaanzisha mapinduzi ya Zanzibar, chama cha Umma Party kiliyageuza mapinduzi ya Zanzibar kutoka kuwa maasi ya kihuni na kuwa upinzani wa kimapinduzi, na kuchukua madaraka ya dola na kuyadhibiti mnamo saa chache. Ama kuhusu umbile la mapinduzi yenyewe, kwa kila hali yalikuwa ni ya kwanza ya aina yake katika Afrika ya leo. Wakati nchi za Afrika, isipokuwa Kenya na Algeria, zilipata uhuru kwa njia ya majadiliano (visiwani Zanzibar, Waingereza walimkabisdhi madaraka Sultani) mapinduzi ya Zanzibar yalikuwa ndiyo ya kwanza kuupindua utawala wa serikali ya ukoloni mambo leo. Hapa, kama alivyoandika kiongozi wa Chama cha Umma Party, Abdulrahman Mohamed Babu, watu walikuja juu siyo kwasababu ya "kuipindua serikali iliyofilisika kisiasa na mfalme wa kikaragosi tu bali pia walifanya mapinduzi ili kuubadilisha mfumo wa kijamii ambao uliwakandamiza na kwa mara ya kwanza kuchukua majaaliwa ya historia yao katika mikono yao wenyewe" (Babu, 1989: 3).

Kurasa zinazofuata zinaelezea njia iliyofuatwa na chama cha Umma Party na makada wake, kwa kutumia ushahidi wa picha za kihistoria, mahojiano, na zile zilizokuwa nyaraka za siri za Marekani na Uingereza. Tunachunguza juu ya namna gani chama kiliibuka kutoka katika wimbi la maandalizi ya kupambana na ukoloni ili kukabiliana na watawala waliokabidhiwa madaraka na Uingereza wakati wa uhuru, na namna gani kilipanga mikakati ya kujenga umoja katika Zanzibar iliyokuwa imegawika kikabila (Angalia Sura ya 1 kwa mjadala juu ya ukabila na matabaka Zanzibar).

Kwa kuangalia uzoefu wa makada wa chama cha Umma, wengi wao

wakiwa wamepatiwa mafunzo Cuba na Misri iliyoongozwa na Nasser, tunachunguza nini kilichotokea wakati wa mapinduzi yenyewe, vipi waliyalinda kwa kuziteka asasi za dola, na vipi kule kuwepo kwao (miongoni mwao si kama walikuwemo Waarabu wengi tu bali walikuwemo Waafrika na Wahindi vile vile) kulizuia machafuko dhidi ya Waarabu kuwa ndiyo madhumuni ya`mapinduzi.

"Palikuwepo na machafuko kila mahali," kama anavyokumbuka Hashil Seif Hashil, aliyekuwa mjumbe wa Kamati Kuu ya Umoja wa Vijana wa Chama cha Umma (Umma Youth): 'Watu wengi hawakujua walilokuwa wakilifanya. Jambo moja ambalo Chama cha Umma Party kilifanya lilikuwa ni kuelezea juu ya madhumuni ya mapinduzi – madhumuni yake hayakuwa kuua, kubaka au kuiba bali ni kuibadili nchi. Baadhi ya watu walielewa lakini ni wazi kuwa si kila mtu aliyeelewa' (imenukuliwa kutoka Wilson, 1989: 12).

Kwa mtazamo wa makada wa Chama cha Umma Party, tunakiangalia vile vile kipindi cha baada ya mapinduzi, kuundwa kwa serikali mpya ya kimapinduzi ya ushirikiano kati ya Chama cha Umma Party na Chama cha Afro-Shirazi (ASP), chama kilichokuwa kimezongwa na migogoro, na miezi mitatu iliyofuatia ambayo ilimalizika kwa vitimbi dhidi ya mapinduzi. Katika kipindi hiki, chini kwa chini, Marekani na Uingereza walipanga kuivamia Zanzibar, walikula njama kumwua Babu, na walifanya kila waliloliweza kuleta mgawanyiko ndani ya serikali mpya. Mgogoro uliojitokeza ndani ya serikali ya kimapinduzi ulisababisha kuvunjwa kwa Chama cha Umma Party, lakini makada wake waliendelea kuwa pamoja na kushirikiana katika mambo mengi wakiwa kama ni kundi moja.

Marekani na Uingereza, hatimaye walifanikiwa 'kuidhibiti' Zanzibar na kuivuruga ari yake ya kimaendeleo kwa kuchochea muungano wa Zanzibar na Tanganyika ili kuunda nchi mpya, Tanzania, na raisi wake akiwa ni mtu wanaeweza kumwamini na mfuasi wa nchi za magharibi, Nyerere. Ni muungano uliopatikana kwa njia za hila, bila kufuata taratibu za kisheria zinazokubalika na bila ya kuwashauri wananchi wa nchi yoyote kati ya nchi mbili hizo. Ulianzishwa kwa njama za viongozi wanaopendelea nchi za magharibi wa Tanganyika, Kenya na Uganda.

Hali ya Zanzibar iliporomoka hususan baada ya muungano, na Karume, kiongozi wa ASP alianza kuvitawala visiwa hivyo kama kwamba visiwa hivyo ni mali yake binafsi, akiua, akitesa na kuwafunga gerezani wote wale wasiokubaliana na sera zake na kumpinga. Tunaiangalia miaka hii ya mateso kufuatana na masahibu yaliyowafika baadhi ya makada wa Chama cha Umma Party – wale waliofungwa gerezani na kuteswa Zanzibar na halikadhalika Bara.

Muungano uliandaliwa na kutekelezwa kwa siri lakini kwa kiasi kikubwa mchakato wa kuundwa kwake uliratibiwa kwa makini na Shirika la Ujasusi la Marekani (CIA) na Wizara ya Mambo ya Nje ya Marekani, ambao nyaraka zao zimefichua sio kiasi cha dharau ya Wamarekani kwa viongozi wa Afrika tu bali pia kiwango cha uongo na ufidhuli wao. Si kama walipanga mauaji tu lakini vile vile waliwahonga na kuwajenga watu kama Nyerere ambao waliweza kuwadhibiti. Kwa mfano, mwezi Januari 1964, siku nane tu baada ya mapinduzi, G. Mennen Williams, Naibu Waziri wa Mambo ya Nje wa Marekani anayeshughulikia Afrika ya Mashariki, katika waraka wa siri, alimweleza Waziri wa Mambo ya Nje wa Marekani, 'Kazi yetu kubwa ni kumjenga Nyerere .... Nyerere atahitaji vitu fulani vya mpango mpya ili kuimarisha madaraka yake' (nukuu kutoka kwa Wilson, 1989:27).

Hivyo ndivyo hofu ilivyokuwa imetanda katika Wizara ya Mambo ya Nje ya Marekani kufuatia mapinduzi katika visiwa hivi vidogo, kiasi kwamba mnamo wiki chache tu Marekani ilimpeleka Zanzibar mmoja wa majasusi wake mwenye uzoefu mkubwa kutoka Shirika la Ujasusi la Marekani, Frank Carlucci, ambaye baadae alikuwa Waziri wa Ulinzi katika Serikali ya Ronald Reagan. Aliwasili moja kwa moja kutoka Kongo ambako Shirika la Ujasusi la Marekani lilikuwa limehusika sana katika kumpindua Lumumba. Kwa maneno ya Carlucci mwenyewe, Marekani ilibidi iwadhibiti waumini wa usoshalisti wa Zanzibar kwasababu 'kama usingelikuwepo muungano, Zanzibar ingelikuwa Cuba ya Afrika na kutoka Zanzibar uasi ungelienea Bara zima' (Imenukuliwa kutoka katika Wilson, 1987). Kwa kufuata ile sera iliyokuwepo kabla ya sera ya hivi sasa ya Kikosi cha Marekani katika Afrika (AFRICOM), Marekani ilianza kuandaa ule mkakati ulioitwa 'eneo la udhibiti' ambao ndani yake Afrika ya Kati na Afrika ya Mashariki (pamoja na Zanzibar) zingewekwa chini ya udhibiti wake, ili kuzuia ushawishi wa kisoshalisti kutoka Afrika ya Kaskazini usizifikie nchi za Kusini mwa Afrika na kuhatarisha rasilimali zao zilizowekezwa na nchi za magharibi.

Nyaraka zilizowekwa bayana za mawasiliano ya simu za upepo za Marekani na hati za serikali ya Uingereza kuanzia miaka ya 1960 na zile za miaka michache iliyopita zilizofichuliwa na Wikileaks zinaonyesha namna fulani ya mwendelezo na tofauti zake. Kuna aina ile ile ya mfululizo wa ukusanyaji wa habari za kijasusi (ila vyanzo vya hivi sasa haviishii na wanasiasa tu bali pia vinashirikisha maafisa wa kijeshi wa Tanzania na mashirika yasiyokuwa ya kiserikali); ni wasiwasi ule ule kuhusu vijana, ambao katika miaka ya 1960 wamekuwa 'wakifanya mazoezi na kupata mafunzo kwa kile kinachoweza kuelezwa kuwa mafunzo ya ushujaa wa kijeshi' (HMSO, 1961: 3) na hivi sasa, kwa mujibu wa simu za upepo za Marekani, wanahusika na 'kelele za hasira' 'zinazohitaji kuangaliwa kwa makini' (Ubalozi wa Marekani,

2006b) na hofu ni ile ile ya Zanzibar kuwa sehemu ya mtandao wa maadui wa Marekani. Ila sasa mazimwi ni tofauti; wakati kwanza huko nyuma walikuwa Wakomunisti, sasa ni 'Magaidi wa Kiislamu'.

Hebu linganisha, kwa mfano maelezo ya Carlucci yaliyopo hapo juu na wasiwasi huu wa Ubalozi wa Marekani uliopo Dar es Salaam, uliomo katika waraka wa siri wa kisera wa mwezi Julai 2008.

> Wazanzibari ni miongoni mwa wanachama wa al-Qaeda (sic) waliohusika na mashambulizi ya ubalozi huu mwaka 1998. Kuna vikundi vya wanaowaunga mkono wenye siasa kali katika kanda yote ya utamaduni wa Mswahili (mwambao wa Kenya na Tanzania, Zanzibar na visiwa vya Ngazija vyenye kuzungumza Lugha ya Kiswahili). Kundi la vijana wa Kiislamu wasiokuwa na kazi, waliokata tamaa, wasio na matumaini yoyote, walio na hasira, waliotengwa, ambao magaidi wanaweza kuwaandikisha wawe miongoni mwao ni kubwa zaidi Zanzibar kuliko mahali pengine popote katika eneo la utamaduni wa Mswahili. Mahusiano ya kifamilia na ya kibiashara katika eneo la Waswahili ni ya namna ambayo, matokeo ya jambo lolote katika sehemu moja huwagusa wa sehemu nyengine katika eneo hilo. Kuongezeka kwa watu wenye siasa kali Zanzibar kutawaambukiza watu wa eneo lote. (Ubalozi wa Marekani, 2008a)

Taswira ya vita baridi ilimaanisha kuwa Marekani iliamini kwamba China, au 'Chicoms' kama Wamarekani walivyowaita Wachina, ilihusika na kila mabadiliko ya hali ya hewa.

China ya wakati huo ilikuwa ni nchi tofauti sana na ilivyo hivi sasa. Ilitoa ilhamu na kuwa mfano kwa nchi zilizokuwa zikiendesha mapambano dhidi ya ukoloni katika Afrika na Asia. China, 'kwa juhudi zake yenyewe', kama alivyoandika Babu, na 'dhidi ya matatizo yote, imeibuka kuwa miongoni mwa washindani wa uongozi wa dunia. Ilichochea hisia zote za furaha na matumaini kwa wanaokandamizwa ambao bado walikuwa wakipambana katika hali ya shida kubwa' (Babu, 1996:327).

Uzoefu wa China umebainisha kuwa kuna haja ya kuwepo kwa uzalendo wa kiuchumi na mkakati mkubwa na mpana wa kujenga uchumi wa kujitegemea (fikra ambazo bado zinafaa katika zama hizi za vita vipya vya kikoloni). Walishawishi kuwepo kwa sera ya kuwa na uchumi wa kujitegemea ambayo ilikuwa katika hatua za kutekelezwa Zanzibar pale kundi la wapinga mapinduzi walipoubuni Muungano.

Hata hivyo, China juu ya ushawishi wake, haikuhusika moja kwa moja na machafuko hayo, na kama zile silaha za maangamizi zilizoshindikana kuonekana nchini Iraq, Marekani ilitafuta na kutafuta lakini haikuweza kupata silaha zozote za Kichina. Hata hivyo, waliambiana wenyewe kwa wenyewe katika mawasiliano ya siri kuwa 'Ijapokuwa haukupatikana ushahidi wenye uthibitisho, ushahidi wa kimazingira wa kuhusika kwa Chicom katika machafuko ya Zanzibar ... unadhihirisha waziwazi kushiriki kwa Chicom katika kutoa fedha na kuandaa mipango ya maasi hayo ... bado hakuna ushahidi madhubuti ' (imenukuliwa kutoka Wilson, 1989: 37)

Hofu ya Marekani ya kuuogopa ushawishi wa China haikutoweka. Kusema kweli, imerudi kwa nguvu ikiwa na umbo jipya wakati China na Marekani wanashindania rasilimali za Afrika, hasa mafuta.

Mpaka hivi sasa China imekuwa tayari kupata rasilimali zake kwa njia ya biashara, kwa kutoa bidhaa za viwanda vidogo kwa kubadilishana na malighafi, na ujenzi na uendelezaji wa miundombinu – kama vile njia za reli na madaraja ili kuuwezesha utaratibu huu kuendelea.

Hivi sasa mkakati wa Marekani katika Afrika ni tofauti kabisa. Umekuwa ni pamoja na uvamizi wa kijeshi, kuziondoa serikali madarakani na kuweka au kuimarisha serikali zinazoipendelea Marekani (kama ile ya Tanzania) zinazosaidia unyonyaji wa rasilimali kwenda Marekani na Ulaya. Hata hivyo, jeshi la Marekani katika Afrika linataka lionekane kuwa ni jeshi la 'kirafiki'. Nchini Tanzania kwa mfano, waraka wa siri wa Ubalozi wa Marekani mwezi Juni 2009 umeeleza kuwa, kiasi cha miaka mitatu iliyopita serikali ya Tanzania ilikubali kuanzishwa kwa Kikosi cha Kiraia katika Mwambao wa Waswahili chini ya usimamizi wa Kikosi Kazi cha Pamoja cha Marekani – Pembe ya Afrika. Kikosi hiki cha kiraia ambacho tumekipa jina jingine la Kikosi cha Marekani katika Afrika (AFRICOM) kinaendesha miradi ya kibinaadamu na kusaidia katika kujenga uwezo wa Shughuli za Kijeshi na za Kiraia (CMOs) za Jeshi la Wananchi wa Tanzania.' (Ubalozi wa Marekani; 2009a).

Shughuli za Kijeshi na za Kiraia ni pamoja na jeshi la Marekani kufanya kazi pamoja na serikali na Mashirika yasiyo ya Kiserikali (angalia ukurasa wa 140) kufanya upelelezi, utekaji nyara, utesaji na shughuli mbalimbali za kijeshi za kushughulikia ushindani mkali/unyonyaji wa rasilimali zinazoendelea kupungua na changamoto nyingine zinazoweza kujitokeza dhidi ya Marekani. (Mnadhimu Mkuu wa Jeshi la pamoja la Marekani, 2008).

Kitengo cha Utafiti cha Bunge la Marekani kinatupa habari nyengine za ziada kuhusu 'jina' AFRICOM. Likiwa ni shirika linalounganisha na kuratibu shughuli za jeshi la Marekani barani Afrika, AFRICOM ilianzishwa mwaka 2008 chini ya Utawala wa Bush ili 'kuendeleza madhumuni ya usalama wa kitaifa ya Marekani katika Afrika na bahari zinazolizunguka bara hilo. Hii inadhihirisha wazi mtazamo wa kikoloni katika Afrika, kama ilivyoelezewa katika Mkakati wa Usalama wa Kitaifa wa Bush wa 2002: 'Katika Afrika ahadi na fursa ziko bega kwa bega na maradhi, vita na umasikini wa kukatisha tamaa. Hili ni tishio maradufu kwa tunu za Marekani – yaani kulinda heshima ya binadamu – na kipaumbele chetu cha kimkakati – kupambana na ugaidi wa kimataifa' (Bush, 2002).

Hata hivyo, ijapokuwa imedhamiriwa 'kupambana na ugaidi wa kimataifa', moja ya madhumuni makubwa ya AFRICOM ni kuudhibiti ushawishi wa Wachina, kuizuia China isipate mafuta na rasilimali nyengine, na kuzichukua kwa ajili ya kuzipeleka Marekani. Hilo ndilo walilokuwa wakilifanya Marekani huko Libya (Engdahl, 2011).

Kama alivyoandika Patrick Henningsen:

> Vita vya makampuni ya kimataifa, vya kugombania umiliki na udhibiti wa rasilimali za dunia zilizobaki na utoaji wa nishati.... vitapiganwa kupitia mawakala wengi, na katika medani zilizoenea sehemu mbalimbali duniani lakini hilo halitasemwa na Waziri wa Habari wa Ikulu ya Marekani wala na Wizara ya Mambo ya Nje ya Uingereza. (Henningsen, 2011)

Badala yake, kitakachoelezwa yatakuwa ni maelezo ya taswira za uongo zitakazolazimisha uingiliaji kati wa Marekani kwa 'sababu za kimaadili', kwa mfano 'uingiliaji kati kwasababu za kibinadamu' kama ilivyokuwa kwa uvamizi wa Libya na kabla ya hapo Somalia, kutokomeza silaha za maangamizi ya halaiki na kuleta demokrasia kama ilivyokuwa Iraq na zaidi hivi karibuni Iran, au kuhalalisha vita dhidi ya ugaidi kama ilivyo Afghanistan na Somalia hivi sasa.

Ni kwa mukhtadha huu wa mwisho ndiyo Zanzibar inaonekana kuwa ni sehemu ya kanda ya kimkakati, kuanzia kwenye pembe ya Afrika na Rasi ya Arabuni hadi Ethiopia na visiwa vya Shelisheli kwa kupitia Kenya. Hapa ndipo vita dhidi ya ugaidi vinapoendeshwa kwa miongo michache iliyopita, na kuna kila uwezekano wa vita hivyo kuongezeka. Ni katika eneo hili la nchi zinazopakana na Bahari ya Hindi ndimo vituo vya siri vya ndege zinazoruka bila ya rubani vinamojengwa (Channel 4 News, 2011) ili kuilenga nchi yoyote ya Afrika ya Mashariki ambayo haitairuhusu Marekani kuzipata rasilimali zake. Kutoka hapa ndipo ndege hizi zisizokuwa na rubani zinapoanzia kuruka na kulizunguka bara zima la Afrika ili kuwalenga wananchi wasiokuwa na silaha, zikiua wanaume, wanawake na watoto ambao majina yao husahauliwa hivi hivi na ambao vifo vyao si chochote ila ni vifo vya 'raia tu wakati wa vita': kwa mfano, angalia Press TV (2012).

Takriban kila nchi katika Afrika ya Mashariki ina utajiri wa rasilimali ambazo Marekani inazitafuta. Hivi sasa ni Somalia (ambayo ina vitalu vya mafuta na madini ya urani) ambavyo vinalengwa katika mashambulizi ya awamu ya pili, kesho inaweza kuwa Sudan kwa mara nyengine, katika mzunguko wa pili, na labda baadae siku za mbele inaweza hata ikawa Zanzibar kwa rasilimali zake za mafuta na gesi. Katika miaka ya 1990 yaliyotendeka Somalia yalichukuliwa kuwa yanahusiana na msaada wa kibinadamu kwa waathirika wa njaa, msaada ambao ulikuwa ukizuiliwa na 'wababe wa kivita'. Leo ni kuhusiana na ugaidi unaofanywa na al-Shabaab; kesho itakuwa ni kikundi tofauti cha kigaidi. Vita dhidi ya ugaidi siku zote huweza kuwaona 'magaidi' kila pahala. Wanaweza kuwa ni watu wa kawaida wanaoendelea na shughuli zao ambazo zinazuia wizi wa makampuni ya kimataifa, au yanaweza kuwa ni mashirika yanayomea chini ya mwavuli wa ubeberu – na kusababisha hasira za umma dhidi ya dhulma zake au baadhi ya wakati kushajiishwa na kuanzishwa na ubeberu wenyewe, lakini mara zote katika maeneo yenye utajiri wa rasilimali.

Barak Obama aliweka wazi katika utangulizi wa taarifa yake juu ya punguzo la matumizi ya ulinzi kwamba "njia za upatikanaji" ndicho kile ambacho Marekani inachotaka. 'Wakati tunayaunda upya majeshi yetu tuta endelea kuwekeza katika kuyawezesha yale yaliyo muhimu kwa mafanikio yetu ya siku za usoni, ikiwa ni pamoja na ujasusi, upelelezi, mapambano dhidi ya ugaidi; kupambana dhidi ya silaha za maangamizi ya halaiki, kufanya shughuli dhidi ya mazingira yanayotuzuia' (Wizara ya Ulinzi ya Marekani 2012). Taarifa yake juu ya 'punguzo la matumizi ya kijeshi', inathibitisha vile vile 'ushirikiano wa kimkakati' na majeshi ya Afrika. Hii ina maana kuwa vita katika Afrika vitaendelea kupiganwa kwa kuyatumia majeshi ya nchi kama vile Ethiopia, Kenya na Tanzania, bila ya kuwepo kwa upinzani mkubwa dhidi ya ubeberu, tutayaona zaidi ya haya siku za usoni, na watakuwa Waafrika ndio wanaouliwa na wanajeshi wa Kiafrika wanaoua na kufa ili kulinda rasilimali kwa ajili ya Marekani.

Kuhusu vita dhidi ya ugaidi, vita hivi vimeonyesha kuwa na manufaa kwa Marekani na haviwezi kuachwa. Taarifa ya Obama inaweka wazi kuwa vitaendelea – na kutekelezwa, kwa njia kama tujuavyo za 'kurejesha wahalifu' 'mauaji' na 'mauaji ya kuwalenga watu mahasusi'. Tanzania (kama ilivyo Kenya) imethibitishwa kuwa haya yanafanyika na serikali ya Kikwete ikiwa inahusika kikamilifu kwa zaidi ya mwongo mmoja sasa. Kuanzia mwaka 2003 serikali imekuwa ikifanya vitendo vya utekaji nyara na kurejesha wahalifu kwa amri ya Marekani. Tukio moja la kushtua la mtu aliyetekwa nyara, akasafirishwa kwa ndege kuzunguka dunia nzima mpaka kwenye eneo moja la Shirika la Ujasusi la Marekani lijulikanalo kwa jina la 'maeneo meusi' (Interights, 2011), akateswa na kuachiwa miaka mitatu baadae, bila ya kufunguliwa mashtaka, hivi sasa lipo kwenye Tume ya Afrika ya Haki za Binadamu na Haki za Raia. Pale ambapo vitendo kama hivi vimefichuliwa hadharani, maafisa wa Kimarekani huvihalalisha kwa kutoa sababu za kupambana na ugaidi Afrika ya Mashariki unaohusisha sio kurlipuliwa kwa ubalozi wa Marekani Dar na Nairobi tu (kitendo kinachoaminiwa kuwa ni ulipizaji wa kisasi kwa kuhusika kwa Marekani katika kurudishwa, na tuhuma za kuteswa kwa wanachama wanne wa chama cha Egyptian Islamic Jihad waliokamatwa nchini Albania), lakini pia katika kipindi cha miaka michache iliyopita, kwa vitendo vya al-Shabaab.

Kuundwa kwa Tanzania kulikofanywa na Uingereza na Marekani kumeifanya Zanzibar irudi nyuma nusu karne nzima na katika kipindi hicho kuingizwa katika sehemu ya Tanzania Bara (iliyokuwa nyuma haijaendelea) na serikali yake (kuchangia zaidi katika) kuivunja nguvu kazi yake ya uzalishaji. Tokea kuanzishwa kwa mfumo wa vyama vingi vya siasa nchini Tanzania mwaka 1992, vyama vikubwa viwili vya Zanzibar ambavyo wafuasi wake wanatoka katika kundi hilo hilo la wapiga kura, kama walivyokuwa wanatoka katika pande mbili zilizokuwa zikipingana katika miaka ya 1950 na kusababisha kutokea mapinduzi ya 1964 wameendelea kupingana kama zamani. Hata hivyo, hivi sasa wameungana katika serikali ya umoja wa kitaifa. Lakini serikali kama hiyo ina maana gani katika hali kama hii, na kwa nini Marekani na Ulaya walizibembeleza na kuzitishia pande mbili zinazopingana kuianzisha? Nini sababu ya uingiliaji kati huu wa kisiasa na kidiplomasia wa nchi za Magharibi? Kama nyaraka za Wikileaks zinavyoonyesha, ulifanywa ili kupunguza makali ya tishio dhidi ya udhibiti wa kibeberu lililokuwa likiashiriwa kutokana na hasira za wanaokandamizwa, wasiokuwa na kazi na vijana wasioona hatma yoyote. Kwa maneno mengine, ulianzishwa ili kujenga mazingira tulivu Zanzibar na Tanzania Bara, ambako makampuni ya kimataifa yataweza kufanya shughuli zake na kupora utajiri wa rasilimali za sehemu hii ya Afrika.

Wakati tunakwenda mitamboni, Zanzibar ipo katika kipindi kigumu wakati muundo wa Muungano unajadiliwa siyo na wanasiasa tu, bali hata na watu wa kawaida pia watakuwa na kauli. Vijana na wanaharakati wa Zanzibar walio katika mapambano wanaitaka Zanzibar ya namna gani? Sauti zao zitasikilizwa? Historia ya Zanzibar katika kipindi cha nusu karne iliyopita inaonyesha mambo mawili ya kimsingi. La kwanza ni haja ya kuwa na umoja wa dhati ambao utaondoa shaka baina ya watu zilizoikumba Zanzibar na kwa hivyo kuanza ujenzi wa siasa mpya. La pili ni mwamko wa kisiasa na upinzani dhidi ya ubeberu na vita vyake na uporaji wake usiokuwa na huruma. Katika visiwa hivi, kama ilivyo pengine popote katika Afrika, ubeberu umepingwa hapo kabla. Leo unaweza kupingwa na lazima upingwe tena.

1

Siku za Awali za Mapambano Dhidi ya Ukoloni

Kipindi cha katikati ya miaka 1950 na mwanzoni mwa miaka ya 1960, wakati masimulizi haya yanapoanzia, kilikuwa na mambo mengi yanayofanana na yale ya hivi sasa. Katika bara la Afrika, Marekani na Uingereza walifanya kila juhudi ili kuleta 'mabadiliko ya utawala' na kuziweka madarakani serikali ambazo wangeliweza kuzichezea akili na kuzitumia kwa maslahi yao. Walitumia mbinu za chini kwa chini na itikadi za vitisho na kutia wahaka watu na kuanza kuwatafuta wachawi – lakini wakati huo ilikuwa dhidi ya makomunisti, na si 'magaidi wa kiisilamu'. Katika mpango wao wa kuendelea kuzinyonya nchi za Afrika (wakati huo nyingi zikiwa ndiyo kwanza zimepata uhuru au zinapambana na ukoloni), Zanzibar ilionekana kuwa ni pahala muhimu. Marekani waliiona kuwa ni sehemu ya ukanda wa Afrika ya Kati ambayo kama itadhibitiwa, itailinda sehemu ya Kusini mwa Afrika (pamoja na mali iliyowekezwa na nchi za magharibi) dhidi ya ushawishi wa wapenda maendeleo na masoshalisti wa nchi kama zile za Algeria na Ghana. Kama Zanzibar ingelitoka nje ya mzunguko huu, walikuwa na hofu kuwa na Afrika yote ingeliifuata.

Zanzibar ilikuwa, na bado ni sehemu muhimu mashuhuri. Kituo kikubwa cha biashara kwa miaka elfu mbili ikiziunganisha Afrika na Asia na rasi ya Arabuni. Imekuwa, kama ilivyokuwa hapo zamani, kituo cha mchanganyiko wa watu wa mataifa mbalimbali ya dunia. Mwanahistoria Abdul Sheriff anaelezea kwa hisia mji wa Zanzibar jinsi ulivyokuwa wakati wa utoto wake, mwanzoni mwa miaka ya 1950, alipokuwa akicheza katika barabara nyembamba zenye vichochoro pamoja na watoto wenye asili ya kiswahili, ya kiomani, ya kiajemi, ya kihadhrami au ya kihindi, na jinsi kila upepo wa musimu (monsoon) ulivyoshuhudia kuwasili kwa 'majahazi na mabaharia kutoka Arabuni, Ghuba ya Uajemi, Bara Hindi na Somalia ... bandari vile vile ilijaa majahazi kutoka Lamu na Kilwa. Ulikuwepo mwingiliano mkubwa wa watu' (Sheriff, 2008).

Taswira hii ya mchanganyiko wa utamaduni wa aina mbalimbali ilidhihirisha pia kuwepo kwa mapambano makali dhidi ya ubeberu yaliyotokana na uzoefu uliopatikana wakati wa Vita Vikuu vya Pili vya Dunia na kujenga mwamko wa wananchi kuwa na hisia na nchi yao; na wanamapinduzi wengi wa miaka ya 1950 na 1960. Wakati wa vita, kama alivyoandika Abdulrahman Mohamed Babu:

> Vijana wengi wa Kizanzibari waliandikishwa kwenye majeshi ya Uingereza, kwenda vitani wengi katika Afrika na Asia ... Baada ya vita walirudi kutoka vitani huku wakiujua ukweli juu ya hali halisi na kiwango cha vurugu za wabeberu. Hadithi zao za kukutana na askari kutoka katika makoloni mengine (hasa wale kutoka 'Gold Coast', sasa Ghana, katika uwanja wa mapambano ya Burma) zilitusaidia sisi wa Zanzibar kuwa na mwamko wa kuwepo kwa uwezekano wa mshikamano na mapinduzi. (Babu, 1996)

Zanzibar: Ukabila, Matabaka na Mzuka wa ya Zamani

Vipi mfumo wa kijamii wa visiwa hivi umeumbika? Kuanzia miaka ya 1830 na kuendelea, vilitawalia na koo za Masultani, ambao ijapokuwa asili yao ni Oman, walilowea Zanzibar, wakaoana na wenyeji, wakisema Kiswahili na ilipofika katikati ya karne ya 20 hata hicho Kiarabu hawakukijua tena. Zaidi ya hayo, kwasababu ya pale ilipo, mahali pa aina ya pekee, Zanzibar ilikabiliana na mfululizo wa uvamizi wa wakoloni wa Kireno, wa Oman, Wajarumani na Wafaransa, na hatimaye, mwaka 1890 Waingereza.

Kwa kiwango fulani, ilikuwa ni kwasababu ya matokeo ya matukio hayo ya kikoloni ndiyo maana Zanzibar ikawa ni jamii iliyogawika kwa migogoro, ikiwa na umoja madhubuti wa kiutamaduni kwa upande mmoja, na migawanyiko mikubwa ya kikabila kwa upande mwengine; migawanyiko ambayo mzuka wake bado unavitisha visiwa hivi hadi hivi leo. Historia ya Zanzibar, ikiwa ni kituo kikuu cha biashara, na ukweli kuwa ilikuwa ndiyo njia ya kuingizia na kutolea bidhaa kutoka ndani ya bara la Afrika, iliisababishia kuwa ndiyo njia ya kupatia na kusafirisha watumwa, ijapokuwa idadi ya watumwa hao ilikuwa ni ndogo sana ukilinganisha na ile ya biashara ya watumwa waliokuwa wakisafirishwa kuvuka bahari ya Atlantic[1]. Wakati huo huo, kukua kwa mahitaji ya nchi za kibeberu visiwani katika karne ya 19 kulisadifu kutokea pamoja na kuingizwa kwa zao la karafuu nchini Zanzibar.

---

1. Kiasi cha watumwa 23,000 walikuwa wakisafirishwa kutoka Zanzibar katikati ya miaka ya -1860 - ijapokuwa hii ni chini ya nusu ya wastani wa kila mwaka wa biashara ya utumwa katika Bahari ya Atlantik kwa zaidi ya miaka 200. Angalia Hickman, Sheriff na Alibhai- Brown (2010: 180)

'Maendeleo yaliyofuatia ya kuwepo kwa mfumo wa mashamba makubwa yaliathiri sana mahusiano ya kiuzalishaji visiwani. Watumwa waliokuwa wakichukuliwa kutoka bara hawakuwa tena bidhaa ya biashara ya pekee lakini badala yake wakawa nguvu kazi ya uzalishaji mashambani' (Depelchin, 1991: 14). Wakati huo Zanzibar ilikuwa ni jamii yenye mfumo wa utumwa, na iliendelea kuwa hivyo mpaka utumwa ulipoondolewa Unguja na Pemba mwaka 1897.

Awamu hizi zilizofuatana za historia ya Zanzibar zimekuwa na athari kubwa na ya kudumu visiwani. Historia ya utumwa ilikuwa na maana kuwa kila mmoja alionekana, na wengi walijiweka katika makundi ya ama 'Waarabu' au waliohusiana na 'Waarabu' na waliokuwa wakimiliki watumwa na kwa hivyo Mabwana (mabwana waliokuwa na kila fursa) au Waafrika waliokuwa watumwa waathiriwa wa Mabwana. Hata hivyo, juu ya kuwepo kwa mivutano hii, katika kipindi cha kabla ya ukoloni wa Kiingereza hapajawahi kutokea mgogoro mkubwa wa kikabila.

Migawanyiko hii haikuambatana na hali ya kutokuwepo kwa usawa au matabaka katika jamii ya Kizanzibari, hivi sasa au nusu karne iliyopita. Hapo zamani, kama ilivyo hivi sasa, idadi kubwa ya watu ilikuwa ni ya mchanganyiko wa watu wenye asili ya Kiarabu na Kiafrika na makundi ya Waarabu na Waafrika yalikuwa yamechanganyika kiasi kwamba baina ya mwaka 1924 na 1948 asilimia ya wale waliojiainisha kuwa ni Waarabu iliongezeka kutoka asilimia 8.7 hadi kufikia asilimia 16.9 kwasababu wengi ya wale wasiokuwa Waarabu 'waliamua' 'kuungana' na jamii ya Waarabu' (Lofchie, 1965: 74), bila ya kuulizwa maswali au kuwekewa pingamizi zozote.

Lakini kwa bahati mbaya, hofu na wasiwasi wa historia hiyo ya ukoloni na utumwa zimeendelea kuvisumbua visiwa hivi na zimekuwa zikichochewa mara kwa mara na wanasiasa wasio waadilifu.

Mnamo katikati ya karne ya 20 visiwa hivi havikuwa koloni rasmi bali vilikuwa chini ya himaya ya Uingereza. Lakini nchi zilizokuwa chini ya himaya hazikuwa na tofauti yoyote na zile zilizokuwa makoloni kuhusiana na suala la unyonyaji – Sultani alikuwa mfalme aliye chini ya katiba akilipwa mshahara na Uingereza na wao ndio waliokuwa wakiidhibiti serikali, wakiyadhibiti masoko na njia za kufanyia biashara, na kutia mfukoni faida ya mazao maarufu ya Zanzibar – karafuu na nazi.

Wakati huo, mgawanyiko wa kitabaka na kikabila kwa wakazi wa mashamba wa visiwa hivyo viwili ulikuwa ni tofauti kidogo na bila shaka tofauti na ulivyo hivi sasa. Kisiwani Unguja walikuwepo wamiliki mashamba wadogowadogo wasioishi mashambani bali wakiishi zaidi mjini, wakulima wa kilimo cha kujikimu walioishi katika maeneo yasiyokuwa na rutuba nzuri na wavamizi kwenye mashamba makubwa.

Katika miaka ya 1950 wamiliki mashamba hawa wa Unguja, takriban wote walikuwa Waarabu. Wakulima wa kilimo cha kujikimu wa Unguja, wengi walikuwa ni Washirazi watu waliochanganya damu, kama alivyo kila mtu Zanzibar, lakini wenye asili ya kutoka Shiraz nchini Iran, ambako wahamiaji kutoka huko waliwasili Zanzibar tokea karne ya 10. Wavamizi, wengi walikuwa ni watu ambao walikuja kutoka bara ya Tanganyika wakiwa vibarua wa kufanyakazi kwa mkataba wakati wa msimu wa kuchuma karafuu lakini waliendelea kubaki na kuingiliana na wenyeji kwa kuoana, na kwa vizazi kadha wakajumuika katika jamii ya Zanzibar.

Mji wa Zanzibar ulio katika pembe ya magharibi ya Unguja ulikuwa umeendelea sana na ijapokuwa ulikuwa wa kizamani lakini ulikuwa ni wa kisasa vile vile. Ulikuwa na taa za barabarani za umeme muda mrefu kabla hata London haikuwa na taa kama hizo. Wakazi wake walikuwa wafanya biashara, wachuuzi wauza vitu barabarani, wauza maduka, vibarua, makuli, wasafirishaji na kadhalika.

Hata hivyo, ukabila na matabaka havikuambatana pamoja na wala mfumo wa matabaka haukuwa ni mfumo usiobadilika. Kwa mfano, ijapokuwa Washirazi walikuwa ndio wengi miongoni mwa wakulima wa kilimo cha kujikimu na Waafrika (ambao mara nyingi walikuwa ni wahamiaji kutoka bara) walikuwa ndio wengi miongoni mwa wafanyakazi wa mjini, makabila haya, kama yalivyo makabila mengine, yalikuwa yametawanyika katika mgawanyiko wa matabaka mbalimbali (Kuper, 1970: 366).

Pemba, tofauti na Unguja, takriban yote ilikuwa ni eneo la mashambani katika miaka ya 1950 na haikuwa na maendeleo makubwa ya kiteknolojia. Ardhi yake ilikuwa nzuri na yenye rutuba, na walikuwepo mabwana wakimiliki mashamba wakubwa wachache na idadi kubwa ya Washirazi na Waarabu waliokuwa wakulima matajiri na wa hali ya kati[2].

Namna ambayo ubepari wa kikoloni ulivyoendelea ilikuwa na maana kuwa makabila mengi yalijikuta yakiingizwa, na baadhi ya wakati yakifungika katika kazi maalum na kuwa katika makundi ya kiuchumi ambayo yalikuwa yakikinzana. Kwa mfano, watu wa kutoka Kusini ya Asia waliowasili Zanzibar mapema katika karne ya 1 AD wakiwa wafanya biashara na wachuuzi (Bader, 1991: 170) waliziona shughuli zao za kiuchumi zikipungua mnamo robo ya mwisho wa karne ya 19. Matokeo yake kwa upande mmoja, iliwafanya idadi

---

2. Makala katika gazeti la Al Falaq la tarehe 23 Septemba 1953 yalieleza kuwa' uchaguzi kwa wote ... bila ya kujali maslahi ya kila jamii ... ndicho kitu kinachotakiwa na taifa la Wazanzibari ... yalieleza kuwa bado hatuna sifa ya kuwa na uwakilishi wa kweli —. Upumbavu ulioje!' (Makavazi ya Taifa ya Zanzibar).

kubwa ya watu waliotoka Kusini ya Asia waliokuwa matajiri wakaingia katika shughuli za kukopesha pesa. Wakiwa katika shughuli hiyo, waliwatia katika umasikini Waarabu waliomiliki ardhi ambao walikuwa katika hatari iliyosababishwa na kupanda na kushuka kwa bei ya karafuu na hili lilisababisha mvutano kati ya makundi mawili haya

Kama ilivyokuwa katika makoloni mengine, visiwani Zanzibar sera ya kikoloni ya Uingereza vile vile ilishadidia na kusababisha kushamiri migogoro ya kikabila iliyokuwepo. Kwa mujibu wa itikadi ya kikabila ya wakoloni ambayo iliwaona Waarabu kuwa ni waovu, walafi wa dhahiri wenye watoto wengi (Lofchie. 1965: 108) na wakati huo huo iliwaona Waafrika kuwa si chochote ila ni watu wa chini kabisa; kwa mnasaba huo serikali ya kikoloni ilianzisha vyama vya kikabila ambavyo kila raia alitakiwa ajiunge navyo. Vilikuwepo kiasi ya vyama 23 vya aina hiyo – Chama cha Waafrika (African Association), Chama cha Waarabu, (ambacho kiligawika katika vyama vya Waarabu wa Omani, Hadhramout na Yemen), Chama cha Washirazi (Shirazi Association) na kadhalika. Vyama hivi ambavyo viliongozwa na matabaka ya juu ya kila kikundi vilijenga mgawanyiko wa kikabila na kusababisha uhasama wa kikabila.

Wakati huo huo mfumo wa elimu uliowekwa na Waingereza ulizingatia matabaka na kutokuwepo kwa usawa kati ya makabila kwa kuwa ilitoa elimu iliyolipiwa na serikali kwa watoto wa matabaka ya waliokuwa na uwezo tu, isipokuwa labda kwa wachache ambao hawakuwa wa matabaka hayo (Sheriff, 1991: 87).

Kama zinavyoonyesha taarifa na barua za wakati huo, ukabila wa kikoloni wa Waingereza, kama ilivyokuwa katika makoloni mengine ya Uingereza, ulikuwa na maana kuwa Waingereza waliwatambua watu kwa mujibu wa kabila na dini zao. Walikataa kuamini kuwa makundi mbalimbali na watu binafsi wanaweza kuwa na utambulisho wa aina yoyote ya kisiasa. Jambo pekee lililokuwa tofauti na mawazo haya ni pale watu walipotuhumiwa kuwa 'wakomunisti', na kwa hivyo kutawaliwa na mabwana wa kigeni, Wachina au Warusi na kuthibitisha imani yao kuwa watu hawa walio katika makoloni hawakuwa na uwezo wa kuwa na mawazo yao wenyewe binafsi. Wamarekani, ambao walikuwa wawe na jukumu muhimu katika kuupa mwelekeo mustakbala wa Zanzibar na Tanganyika walikuwa na mtazamo kama huo.

Mapambano Dhidi ya Ukoloni na Chama cha Kwanza cha Wananchi

Kipindi cha mwanzoni mwa miaka ya 1950 kilishuhudia mvuvumko wa hisia za kiuwananchi visiwani Zanzibar. Kabla ya mwaka 1946 wajumbe wa Baraza la Kutunga Sheria la kikoloni walikuwa ni Wazungu, Waarabu na Wahindi, na hata baada ya mwaka 1946 uwakilishi wa Waafrika ulifanywa kuwa mdogo. Waingereza waliweka wazi kabisa kuwa hali hiyo isingelibadilika katika siku za mbele. 'Kuanzishwa kwa mfumo wa bunge wa demokrasia kamili kulionekana kuwa ni mpango wa muda mrefu katika kukua kwa siasa ... Dhana ya kuwa kujitawala wenyewe kwa njia ya kidemokrasia kungeliwezekana tu baada ya vizazi vingi kuelimishwa kwa makini ndiyo ilikuwa mtazamo wa Waingereza katika makoloni mengi' (Lofchie, 1965: 19).

Kutokana na hali ya safu za kikabila katika jamii ya Zanzibar, moja katika njia chache ambazo wananchi wangeliweza kuzifanya sauti zao zisikike ilikuwa ni kwa kupitia kwenye magazeti ya vyama vyao. Kwa mfano, wanachama wakakamavu wa Chama cha Waarabu walianza kulitumia gazeti la chama hicho *Al Falaq* kupinga sera ya uwakilishi wa kikabila katika Baraza la Kutunga Sheria[3].

Kama mwamko dhidi ya ukoloni ulivyokuwa ukikua, moja ya mapambano ya awali dhidi ya ukoloni yalikuwa ni machafuko ya wakulima yaliyotokea baina ya mwaka 1951 na 1954 magharibi ya kisiwa cha Unguja karibu na mjini Zanzibar. Waingereza waliyazima machafuko hayo kinyama.

Machafuko hayo yalisababishwa na mambo mawili ya ghafla. La kwanza ni kwa serikali ya wakoloni kupora sehemu kubwa ya ardhi ambayo ni mali ya kaya za wakulima wa kati – kwa maneno mengine ya familia zilizolima katika ardhi yao wenyewe bila ya kukodi, wao wenyewe kukodiwa kuwa wakulima vibarua – kujenga uwanja wa ndege; na la pili ni kulazimishwa kuwachanja ng'ombe wao dhidi ya kimeta na kulazimishwa kuwakogesha ng'ombe wao kwenye josho dhidi ya Homa ya Mwambao. Mpango wa kulazimishwa kuwakogesha ng'ombe ulianzishwa mwaka 1948: Wakulima si kama walilazimishwa kulipia kukogeshwa huko tu lakini kukogeshwa huko kulisababisha vifo vingi vya ngombe. (Kama serikali ilivyokiri baadae, kumwogesha ng'ombe kungeliweza kumfanya ng'ombe apoteze kinga dhidi ya maradhi, kusababisha apate maambukizi na kufa ikiwa kama hakuendelea kukogeshwa mara kwa mara.)

Ng'ombe walikuwa ni chanzo muhimu cha mapato kwa wakulima, na pale serikali ilipojaribu kuanzisha mtindo wa kuwalazimisha kuwapiga ng'ombe wao sindano wakulima walikataa. Adhabu za kukamatwa na kutozwa faini zilisababisha kugomewa kwa shughuli mbalimbali za serikali. Viongozi wa

---

3. Wakulima wa tabaka la kati, kama wakulima matajiri, ni wakulima ambao ama wanamiliki ardhi yao yote, au sehemu ya ardhi hiyo na nyengine kuikodisha. Hata hivyo, wakulima matajiri wanamiliki ardhi zaidi na zana bora zaidi za kilimo, na wakati wakulima wa tabaka la kati hupata mapato yao hasa kutokana na jasho lao wenyewe na hawawanyonyi wengine, wakulima matajiri hutegemea kwa kiasi fulani au hata kwa jumla katika kuwanyonya wengine, ama kwa kukodi vibarua au kwa kukodisha ardhi.

wakulima kumi na tisa walitiwa hatiani lakini wakati wakipelekwa gerezani, wakulima kutoka maeneo ya karibu ambao walikuwa wamelizunguka jengo la mahakama walilivamia gari lililokuwa limewachukua na kuwafungulia wenziwao kumi na moja. Baadaye walijaribu kulivamia gereza ili kujaribu kuwafungulia wengine. Polisi waliwapiga risasi na kuua watu tisa (Bowles 1991: 95).

Kuzimwa kwa machafuko hayo kulisababisha kuibuka kwa vuguvugu la kwanza la kupigania uhuru na Chama cha Umoja wa Kitaifa cha Raia wa Sultani kilianzishwa na wakulima – na jina hilo lilidhihirisha madhumuni ya chama hicho yaliyokuwa ni kuyaunganisha makundi ya watu wa makabila mbalimbali na wakati huo huo kuwajumuisha siyo tu watu wa Unguja na Pemba bali pia watu wote wanaoongea Kiswahili wa mwambao wa Kenya. Utambulisho wa 'raia wa Sultani' inapasa ueleweke kuwa ni kwasababu Sultan hakuchukuliwa kuwa ni mtawala wa kigeni; tofauti na Waingereza. Kusema kweli, zilikuwepo hadithi zilizotolewa na wakulima wa Zanzibar juu ya namna gani wazazi wao walisafiri hadi Oman ili kuomba msaada wa Sultani dhidi ya Ukoloni wa Kireno (Babu, 1991:223).

Habari za machafuko hayo na namna yalivyokandamizwa zilizagaa kama moto wa mbugani katika sehemu zote za Zanzibar, mashambani na mjini. Serikali ya kikoloni ilishikwa na kiwewe. Ilihofu kuwa ari ya machafuko ya Mau Mau ilikuwa inazagaa siyo miongoni mwa wakulima tu bali pia miongoni mwa makundi mengine ya jamii.

Vile vile, waliuogopa muungano wa Waafrika na Waarabu na kutishia kupitisha sheria ambayo ingelipiga marufuku ushiriki wa watumishi wa serikali katika siasa. Hii iliwazuia watumishi wa serikali Waafrika kuweza kujihusisha na siasa na kuathiri kwa kiwango kikubwa siasa za Chama cha Waafrika. Rais wa Chama cha Waafrika alikuwa ni Daktari mpenda maendeleo na aliyefanya kazi serikalini. Kwa hivyo ilimbidi ajitoe katika siasa na Abeid Karume aliyekuwa baharia na baadae mmiliki wa mashua na kiongozi wa Shirikisho la Wenyekumiliki Mashua akawa raisi wake. Chama cha Waafrika chini ya uongozi wa Karume kilianza kuwa na msimamo wa kimuhafidhina na wa kuwapinga Waarabu. Kilipinga kile ilichokiona kuwa ni uzalendo wa Waarabu na wakati huo huo kilianza kufanya kampeni ya kutaka uwakilishi wa kikabila uendelee hata kama ulikuwa ukiwapunguzia nguvu Waafrika (Lofchie, 1965; 166).

Pale makala yaliyoandikwa katika gazeti la *Al Falaq* yalipoeleza mshikamano wake na machafuko ya wakulima na kulaani ukandamizaji wa wakoloni katika kuyazima machafuko hayo, Waingereza walimshtaki kwa kosa la uchochezi mchapishaji wa gazeti hilo na wajumbe wote wa Halmashauri

Kuu ya Chama cha Waarabu. Miongoni mwa wajumbe hao wa Halmashari Kuu alikuwemo Ali Muhsin ambaye baadae alikuwa miongoni mwa watu muhimu wa vuguvugu la kisiasa la wananchi. Chama cha Waarabu kiligoma na kiliwatoa wawakilishi wake wote kutoka katika Baraza la Kutunga Sheria na kulilaani baraza hilo kuwa ni la kikabila na kutaka kuharakishwa kwa mchakato wa kupatikana uhuru. Mgomo huu ulifanikiwa kikamilifu kwa kipindi cha mwaka mmoja na nusu.

Kesi ya uchochezi ilikuwa na athari kubwa kwa mwamko wa kisiasa wa wananchi katika nchi nzima. Wafanyakazi wa mjini, wachongaji na wajenzi, mabepari uchwara na wasomi walianza kujiunga na Chama cha Umoja wa Kitaifa cha Raia wa Sultani (PNUSS). Wakulima, ambao ndio waliokuwa waasisi wa chama hicho waliwakaribisha kwasababu sasa chama hicho kilihitaji ustadi ambao wakulima wenyewe hawakuwa nao. Baada ya muda mfupi, Chama cha Umoja wa Kitaifa cha Raia wa Sultani (PNUSS) kilianza kuendelea kuwa chama kamili cha wananchi. Kilibadili jina lake na mwaka 1955 kikawa Chama cha Wazalendo cha Zanzibar (*Zanzibar Nationalist Party*- ZNP). Ali Muhsin akawa kiongozi wake

Chama hicho kilianza kufanya kampeni ya uwakilishi usio wa kikabila katika Baraza la Kutunga Sheria, haki ya watu wazima wote kupiga kura na katiba mpya itakayoihakikishia nchi uhuru mapema iwezekanavyo.

Hofu za Waingereza na Kuundwa kwa Chama cha Afro-Shirazi

Waingereza waliingiwa na hofu kubwa kwa jinsi hali ilivyokuwa. Kama nyaraka za wakati huo zinavyoonyesha, kwa siri walielezea hofu yao kwa kuanzishwa kwa chama cha ZNP likiwa ni vuguvugu la ukombozi na kwa mujibu wa fikra za vita baridi, walidhani kuwa chama hicho kimejaa wakomunisti waliokuwa wakilipwa na Umoja wa Kisovieti na China. Hata hivyo, hadharani walionyesha vuguvugu la kupinga ukoloni lililoongozwa na ZNP kuwa ni tukio ambalo watu wa Zanzibar inabidi waliogope.

Kwa wamiliki mashamba wa Kiarabu, walilionyesha vuguvugu hilo kuwa ni tishio la moja kwa moja kwa maslahi yao binafsi na nafasi yao katika uchumi wa nchi. Kwa mabepari uchwara wa Kiafrika na Kishirazi walilionyesha vugu vugu hilo kuwa ni chama cha 'umoja' uliojengwa kwa hila wa Waarabu ili kuwaondoa Waingereza na kuuweka umma wa Waafrika chini ya utawala wa Waarabu (Babu 1991: 225).

Kufuatana na fikra hizi, wanadiplomasia wa Kiingereza walijishughulisha kuleta ushawishi wa kuanzishwa kwa chama cha Waafrika ambacho kitaipinga ZNP na kuwa kitiifu kwa Waingereza. Hili lilikuwa rahisi kwa vile Chama cha Waafrika kilivyokuwa, ambacho kwa namna yoyote ile hakikupinga ukoloni na kiliitaka Tume ya Katiba ya Coutts ya mwaka 1956 iendeleze utaratibu wa uwakilishi wa kikabila katika Baraza la Kutunga Sheria kwa angalau miaka mitano mengine ijayo.

Hata hivyo, mipango ya Uingereza haikufanikiwa kwa muda kwa kuwa Chama cha Waafrika kilikuwa na washiriki wachache. Washirazi wa Pemba, ambao wengi walikuwa wakulima matajiri na kuongozwa na watu kama vile mwalimu wa skuli mstaafu Mohammed Shamte na mmiliki ardhi Ali Shariff, hawakutaka kushirikiana nacho. Sababu walizotoa ni kwamba hawakutaka kuwa sehemu ya kitu ambacho asili yake inaambatana na mtazamo wa kikabila. Lakini kilichojificha nyuma yake kilikuwa hisia za uzalendo finyu wa mrengo wa kulia wa Washirazi uliojengeka chini ya misingi ya chuki dhidi ya Waafrika na Waarabu.

Hata hivyo, msaada wa kuwasaidia Waingereza haukuwa mbali kwasababu wakati huo Julius Nyerere akiwa kiongozi wa chama cha *Tanganyika African National Union* (TANU), aliamua kuingilia kati siyo kuleta umoja kati ya chama cha ZNP na Chama cha Waafrika kama ambavyo ingelitarajiwa, bali ili kujenga umoja dhidi ya kile alichokiona kuwa ni chama cha Waarabu. Aliitembelea Zanzibar mara kadha mnamo mwaka 1956 ili kuwashawishi Waafrika na Washirazi kujenga umoja kama huo dhidi ya Waarabu (Lofchie, 1965: 168). Kwa mbali inaonyesha kuwa labda hizi ni dalili za mwanzo za jukumu ambalo Nyerere angeliliteleza baada ya mapinduzi.

Hatimae, mwezi Februari 1957 muda mfupi kabla ya uchaguzi, umoja ulioitwa *Afro-Shirazi Union* (ASU) ulianzishwa, huku Chama cha Waafrika na Chama cha Washirazi cha Unguja vikikubaliana kushirikiana wakati wa uchaguzi unaokuja (lakini siyo kuunganisha vyama) na Chama cha Washirazi cha Pemba kukataa kufanya hivyo (Sheriff, 1991: 134).

Kuundwa kwa ASU kulikifanya chama cha ZNP kumtuhumu Karume, kiongozi wa ASU kuwa si raia asilia wa Zanzibar na kumpeleka mahakamani. Tuhuma hii ya kipuuzi, na uzalendo finyu ilimfanya Karume aonekane kuwa shujaa. Alishinda kesi hiyo kwa urahisi na kwa hukumu iliyotolewa muda mfupi kabla ya uchaguzi, kura za waliomuhurumia zilimfanya atambulike kuwa 'kiongozi wa kitaifa'.

Katika uchaguzi huu chama cha ZNP kilishindwa vibaya. Hata hivyo chama cha ASU nacho hakikushinda uchaguzi vile vile, kilipata chini ya humusi mbili ya kura zote visiwani na viti vitatu kati ya viti sita vya wajumbe wa kuchaguliwa katika Baraza la Kutunga Sheria. Miezi michache baadae, Washirazi wa Pemba, kwa shingo upande, walikubali kushirikiana na ASU na Chama cha *Afro-Shirazi Party* kiliundwa.

Kaulimbiu ya chama cha Karume wakati wa kampeni ya uchaguzi ...

'Uhuru Zuia' ilionyesha wazi msimamo wa ASP kuwa ni mshiriki wa Uingereza. Karume, juu ya hofu yake na chuki kwa Waarabu aliweza kuwa na tabia za unyonge wa kushangaza. Baada ya kutoa hotuba ambayo alihisi itamkera Sultani, tarehe 26 Julai, 1958, Karume alimwandikia Sultani ifuatavyo:

> Mheshimiwa, mimi ni raia wako pamoja na wanachama wote wa Chama cha ASP ninapenda kuahidi kwako utiifu wangu kamili. Mimi binafsi, Abeid Amani Karume naomba kukueleza ukweli, Mfalme wangu. Wakati wa hotuba yangu hapo Raha Leo, nilidhani nilitumia maneno ya kistaarabu lakini sikuelewa maana ya maneno hayo. Kwa hivyo, nia yangu na nia ya wenzangu, kutoka ndani ya nyoyo zetu, Mfalme wetu mpendwa Maulana, kukuomba na kukufanya uelewe kuwa sisi tupo chini ya miguu yako na chini ya Utawala wako. Sisi ni watiifu, bila ya wasiwasi wowote, kwa kila amri yako. Sote sisi tunaujua wema wako wa dhati na ukarimu wako. Nakuomba unisamehe kosa langu kwa kutumia lugha ambayo sikuielewa, Maulana. Mimi nipo chini ya miguu yako na ninabaki kuwa mtiifu.
> Abeid Amani Karume. (Makavazi ya Taifa, Zanzibar, Julai 1958)

Je, barua hii iliandikwa kwa amri ya Uingereza? Au ni mawazo yake Karume mwenyewe? Inaweza kuwa ni kwa amri ya Uingereza kwasababu Karume alikuwa raia mtiifu na mwenye shukrani kwa Uingereza. Anajulikana kuwa wakati akitoa hoja juu ya kuendelea kuwepo kwa utawala wa Uingereza, alisema kuwa, 'Tutajifunza kutoka kwa Waingereza; Waarabu wapo nyuma kama sisi' (Ayani, 1970: 50). Vyovyote itakavyokuwa inaonyesha sura ya mtu ambaye baada ya muda si mrefu angeliitawala Zanzibar.

Taswira ya kitabaka ya Chama cha ASP wakati huu inabidi kuchukuliwa kuwa ni ya kibepari uchwara. Ilipofikia mwaka 1957, kiongozi wake, Karume hakuwa tena baharia bali ni mmiliki wa mashua, na wafuasi wake 'walikuwa ni miongoni mwa kundi la watu wanaojiweza wa Zanzibar (ukiwatowa mabwana wanaomiliki mashamba)' (Bowles, 1991: 100).

Cheche za mapinduzi katika anga ya Zanzibar

Ilikuwa katika kipindi hiki ndipo Abdulrahman Mohamed Babu aliporudi Zanzibar baada ya kuishi London kwa muda wa miaka sita. Baba yake alitokana na ukoo wa wanazuoni wa Kiisilamu wenye asili ya mchanganyiko wa

Mswahili na Mngazija. Mama yake aliyetokana na familia ya wafanya biashara wa kiarabu, ijapokuwa bibi yake alikuwa Muoromo, alifariki wakati Babu akiwa na umri wa miaka miwili. Alilelewa na shangazi lake mkubwa aliyekuwa na nyumba Mji Mkongwe, hapo Unguja. Alikuwa, kama Babu mara nyingi alivyomkumbuka 'mwanamke madhubuti – mpiganaji' ambaye hakuwahi kumlazimisha kufuata desturi fulani maalum.

Baada ya kumaliza skuli, Babu alifanyakazi ya 'karani mpima mizani' katika Shirika la Ununuzi wa Karafuu *Clove Growers Association* na aliweka pesa akiba ili aende Uingereza kwa masomo ya juu. Katika miaka ya 1950 London ilikuwa imejaa watu wenye siasa kali, wenye kupenda maendeleo na kuwepo kwa vuguvugu la kupinga ukoloni, kwa hivyo ijapokuwa alidhamiria kusomea uhasibu lakini mara alibadili mawazo. Wakati huku akifanyakazi ili kujitafutia riziki, alisoma falsafa na fasihi ya Kiingereza. Kwanza alikuwa na mawazo ya mfumo wa utawala huria na baadae kuwa na mawazo ya Kimarx na kujishirikisha na siasa za kupinga ukoloni. Kwa mfano, alikuwa katibu wa Kamati ya Afrika ya Mashariki na ya Kati ya chama kilichokuwa na ushawishi mkubwa cha Vuguvugu kwa Uhuru wa Makoloni (*Movement for Colonial Freedom*), akishirikiana pamoja na Samir Amin na Frene Jinwallah alikuwa mhariri mwenza wa jarida lililokuwa likichapishwa Paris la *Africa, Latin America Asia – Revolution*.

Kadhalika, alikuwa amejishirikisha sana na siasa za Umajumui wa Afrika. Wakati wa zama hizo za kihistoria za mapambano ya ukombozi na ushindi wa kimapinduzi, kitu kimoja muhimu ambacho kilikuwa na ushawishi mkubwa wa kisiasa kwa Waafrika wa kizazi cha Babu ulikuwa ni ushindi wa Nkrumah huko Ghana. Kama alivyoandika:

> Kutokea kama ulivyotokea, baada ya Mapinduzi ya Uchina, ushindi wa Viet Minh dhidi ya Ufaransa Dien Bien Phu (1954) na mapinduzi ya Algeria ... ushindi wa Ghana umetuonyesha kwa njia iliyo halisi umuhimu na athari za 'chama cha siasa chenye kujumuisha umma wote dhidi ya ukoloni. (Babu, 1996: 325).

Hata hivyo, kama walivyokuwa vijana wengi wa Kiafrika na Kiasia wa kipindi chake, Babu alivutiwa vile vile na mapinduzi ya Uchina. Alijifunza kikamilifu kutokana na mapinduzi hayo na hasa juu ya umuhimu wake kwa Afrika. Mapinduzi ya kisoshalisti ya Uchina, aliandika:

> Yalikuwa ni mwendelezo wa mapambano yake yenyewe ya

ukombozi na matokeo yake ni kuwa ulikuwepo mstari mwembamba sana uliougawa utaifa wake na usoshalisti. Utiifu huu wa pande zote mbili kwa mavuguvugu mawili haya makubwa ya wakati huo, uliwawezesha Wachina kushirikiana kwa karibu zaidi katika hisia na matarajio ya mapambano ya ukombozi ya Afrika na mapambano ya ujenzi wa taifa, yote mawili haya yakiwa ndiyo vipaumbele vya juu vya Afrika.

Babu (1987a; 2002: 166)

Mnamo siku zake za mwisho za kuishi London, uongozi wa Chama cha ZNP ulifanya mpango ili Babu apatiwe mafunzo juu ya uendeshaji wa chama cha siasa na Chama cha Labour cha Uingereza; na mara baada ya kurudi Zanzibar alifanywa kuwa katibu mkuu wa Chama cha ZNP.[4]

Miaka iliyofuatia uchaguzi wa 1957 na ZNP kushindwa vibaya, kwa nguvu zake zote na bila ya kuchoka Babu alianza juhudi za kukiunda na kukijenga upya chama huku akiwa na matumaini mema. Ulijengwa mtandao madhubuti wa matawi nchi nzima na kuanza kuendesha mikutano ya kawaida ya maeneo ya wenyeji kila wiki na mikutano hiyo ilihudhuriwa na wawakilishi wa Halmashauri Kuu ya Taifa. Hii ilikiwezesha chama kuwajumuisha watu na kueleza mahitaji na uzoefu wao wakati kikijenga umoja, huku wakati huo huo kikiwapa viongozi wenyeji wa sehemu husika hisia kubwa za chama kuwa ni chama cha kitaifa chenye madhumuni ya kitaifa, na kupinga ushindani wa kimkoa na kuoneana wivu.

Nia ya Babu ilikuwa ni kukijenga Chama cha ZNP ili kiwe Chama chenye kujumiusha umma wote na kuunganisha nchi nzima katika mapambano dhidi ya ukoloni. Alikusudia kuwaleta pamoja watu wa kutoka katika makundi yote ya kikabila na matabaka kwa msingi wa itikadi ya kupinga ukoloni na wakati huo huo kuonyesha ukweli juu ya tofauti za kitabaka ndani ya makundi ya kikabila na haja ya kuliunganisha tabaka la wafanyakazi na la wakulima masikini.

Ili kulitekeleza hilo, aliunda chama cha kwanza cha vijana cha ZNP, Umoja wa Vijana (YOU) ili kiweze kuwafikia watoto wa skuli za msingi na za sekondari na vijana wa mjini na mashamba, wanaume na wanawake, wa matabaka na makabila yote. Umoja huu ulipendwa sana, na kuleta nguvu mpya ndani ya chama pamoja na kulifanya suali la umoja kuwa ndio lenye umuhimu mkubwa kiitikadi na katika kazi halisi za chama. Ufanisi wake ulikuwa ni

---

4. Mara baada ya kurudi Zanzibar, Babu alikuwa vile vile mwandishi wa Afrika ya Mashariki wa Shirika la Habari la China- Xinhua.

Babu mara baada ya kurejea kutoka London mwaka 1957. Chanzo: Mohamed Amin/ Camerapix

ushahidi wa uwezo wa Babu kutafsiri nadharia kuwa vitendo vya uendeshaji pamoja na kuwatambua walio na uwezo zaidi na kuwashajiisha miongoni mwa wengine. Wenzake wanamkumbuka kuwa ni kiongozi wakimapinduzi wa kupigiwa mfano, asiyekubali kurubuniwa, mwenye kuheshimu utaratibu na si mwenye kung'ang'ania yale anayoyaamini yeye tu, mwenye kipaji na mwenye kujiamini lakini si fidhuli, aliyejitolea na makini, mchangamfu, mwepesi wa kuchangayika na watu na yuko tayari kuviangalia vitu kwa njia ya kufurahika.

Shaaban Salim na Hamed Hilal walikuwa wanafunzi pale walipojihusisha kwa mara ya kwanza na Chama cha ZNP, Hamed mwaka 1958 na Shaaban mwaka 1960. Walipata elimu yao rasmi ya kisiasa kupitia YOU. Shaaban anazikumbuka siku hizo za msisimko. 'Tumekua ndani ya YOU, tukiwa na mihadhara na mijadala. Kwa mara ya kwanza tulijaribu kutafakari juu ya ukoloni na ubeberu na jinsi ya kupambana nao wakati tukiwa na mwamko' (mahojiano na Shaaban Salim, 2009). Kwa mujibu wa maelezo ya Hamed Hilal, ilikuwa ni kuundwa kwa YOU ndiko kulikokigeuza Chama cha ZNP kuwa kundi lenye nguvu kubwa ya kisiasa.

Ilikuwepo mijadala ya kisiasa juu ya masuala mahasusi ili kufafanua maana halisi ya mapambano ya kiitikadi, ilikuwepo michezo ya kuigiza na madarasa ya kisiasa na kampeni kubwa ya kujifundisha kusoma na kuandika katika Zanzibar nzima. Yalikuwepo maandamano ya kudai elimu ya sekondari kwa wote na dhidi ya sera za kikabila, na maandamano ya kuunga mkono ukombozi wa Algeria na Palestina na dhidi ya utawala wa makaburu wa Afrika ya Kusini.

Shughuli hizo zilikuwa kama cheche za kimapinduzi katika anga ya Zanzibar – ziliibadilisha mandhari ya kisiasa, zikanyanyua mwamko wa vijana na kufufua imani yao ya kujiamini, imani ambayo wakoloni walitaka kuibomoa kwa makusudi, na kuwafanya waelewe kuwa mustakbali wao na wa nchi yao umo mikononi mwao.

Nia na kujiamini huko kulianza kuelezwa waziwazi kama vile kwa mfano ilivyoelezwa katika azimio la mkutano wa chama cha wanafunzi wa Zanzibar, *All Zanzibar Students Association* lililoripotiwa katika gazeti la *ZaNews*, gazeti lililoanzishwa na Babu ambalo lilikuwa ni sauti ya wale waliofuata siasa ya mrengo wa kushoto visiwani Zanzibar.' Tuna jukumu kubwa la kutekeleza katika mendeleo yanayotokea hivi sasa katika nchi yetu. Siku zote tumekuwa mstari wa mbele katika mapambano ya wananchi wetu dhidi ya ukoloni na ubeberu' (i, 1963). Wakati huo, gazeti la ZaNews lilikuwa miongoni mwa magazeti machache sana katika Afrika ya Mashariki lililoandika mara kwa mara habari kuhusu mapambano ya kitaifa na ya kimataifa dhidi ya ubeberu na mapambano ya tabaka la wafanyakazi.

Shughuli za Chama cha YOU ziliangaliwa na Waingereza kwa makini

Wanafunzi wa kike wanachama wa YOU waliopigwa picha na Waingereza waliokuwa na wasiwasi na 'vijana wakakamavu'. Chanzo: Ofisi ya Kumbukumbu za Serikali CO 822/1377

na kwa hofu. Waliduhushi kuhusu YOU na hata kukusanya picha za watoto wa skuli wakiwa katika gwaride na wanachama wa umoja huo wakiwa katika mapumziko katika mandar. Huku wakiwa na kiwewe cha ajabu kinacholingana na hali ya leo ya vita dhidi ya ugaidi, walikuwa na wasiwasi na ukakamavu wa waziwazi wa wanachama wa YOU.

Ama kuhusu Babu, wakoloni walizidi kuwa na wasiwasi na kuzidi kupendwa kwake na uwezo wake mkubwa wa kuandaa na kusimamia kile ambacho Balozi Mkazi wa Uingereza, cheo cha juu kabisa cha kikoloni katika himaya hiyo, alichokiita 'udhibiti wake wa vijana wasiokuwa na kazi na kukata tamaa wa Chama cha ZNP' (Ofisi ya Kumbukumbu za Serikali, 1962a).

Kisiasa, Babu hakuwa pekee hata kidogo. Chama cha ZNP kiliwavutia vijana wengine wengi waliokuwa na vipawa – wasoshalisti pamoja na wazalendo waliopenda maendeleo. Walikuwa ni pamoja na Ali Sultan Issa, Khamis Ameir, AbuBakar Qullatein (Badawi), Hamed Hilal, Shaaban Salim, Muhsin Abeid, Abdulrazak Musa Simai, Amar Salim (kuku), Ali Khatib Chwaya, Mohamed Abdalla Baramia, Kadiria Mnyeji na Salim Rashid pamoja na Salim Ahmed Salim, ambao wote wawili, kwa nyakati mbalimbali walikuwa makatibu wakuu wa YOU. Ilikuwa ni kazi ya pamoja, nguvu za ubunifu na utashi wa wote hawa – ambao baadae walikuwa wanachama wa Chama cha

Umma Party – Chama kilichosaidia katika kuirudisha haiba ya Chama cha ZNP katika kipindi hiki.[5]

Baadhi yao, kama vile Babu walikuwa wamerejea kutoka Uingereza katika kipindi cha katikati ya miaka ya 1950. Ali Sultan Issa aliondoka Zanzibar kwa kuzamia ndani ya meli na kuwa baharia melini akiwa na umri wa miaka 18. Alisafiri dunia nzima. Aliwasili London baada ya safari iliyomchukua miezi kadha akipitia Calcutta, Cape Town na Vancouver. Yeye pia alijiunga na kundi la wanasiasa waliokuwa wakipinga ukoloni mjini London na baadae alijiunga na Chama cha Kikomunisti cha Uingereza kabla ya kurudi Zanzibar na kujiunga na Chama cha ZNP na kuwa mwakilishi wake wa kimataifa.

Qullatein Badawi, kiongozi mshupavu wa vyama vya wafanyakazi alijishughulisha katika *Zanzibar Club*, iliyoanzishwa na wahitimu kutoka vyuo vikuu vya Makerere na London, wengi wao wakiwa na uhusiano na Chama cha Kikomunisti cha Uingereza. Baadaye, yeye na Khamis Ameir walikuwa mstari wa mbele katika shughuli za vyama vya wafanyakazi za Chama cha ZNP.

Badawi alipofariki mwezi Novemba 2011, komred na rafiki yake Salim Msoma aliandika makala yaliyojaa hisia kumtukuza (Msoma 2011). Alieleza juu ya namna gani katika miaka ya 1950 na 1960 Wazanzibari waliowasili Uingereza walijiunga na vuguvugu la ukoministi: 'kila mmoja wao alipokelewa na Badawi pale aliporudi Zanzibar. Kila walipowasili, alihakikisha kuwa ama yupo gatini au uwanja wa ndege kuwapokea.'

Khamis Ameir, hivi sasa akiwa katika umri wa miaka 80, bado anaishi Zanzibar. Kama Babu, yeye pia alisoma na kufanyakazi London. Khamis alinieleza kuwa wakati wa safari yake ya kurudi Zanzibar alipitia Nairobi na alikutana na Ali Sultan aliyekuwa akielekea Cairo kufungua ofisi ya chama cha ZNP. Khamis aliniambia:

> Nayakumbuka majadiliano makali tuliyokuwa nayo usiku kucha. Niliporejea Zanzibar nilikuwa na hamu ya kuanza harakati za kisiasa. Nilikutana na Badawi ambaye alifanyakazi ya afisa wa forodha na alijiunga na Shirikisho la Vyama vya Wafanyakazi la "Zanzibar and Pemba Federation of Trade Unions" (ZPFTU) ambalo lilijishirikisha na Chama cha ASP. Badawi alikuwa hakuridhika na ZPFTU kwasababu, kwanza, kama kilivyokuwa Chama cha ASP lilidai kuwa uhuru ucheleweshwe na pili, lilijishirikisha na Shirikisho la Vyama vya

---

5. Baadhi ya wanachama wa Chama cha Umma Party baadae walibadili msimamo wao wa kisiasa na mmoja wao ni Salim Ahmed Salim, aliyejiunga na CCM na kushika nyadhifa mbalimbali za ngazi za juu katika serikali ya Tanzania.

Wafanyakazi la Kimataifa la nchi za magharibi ICFTU. ICFTU lilikuwa ni shirikisho la vyama vya wafanyakazi lililoanzishwa na Marekani wakati wa kipindi cha vita baridi ili kuvidhibiti na kuvituliza vyama vya wafanyakazi vinavyopinga ubeberu katika nchi za Dunia ya Tatu. (Mahojiano na Khamis Ameir, 2009)

Badawi alishauri kuwa Khamis ajiunge na Chama cha ZNP na kujishughulisha na chama chake cha wafanyakazi. Na hivyo ndivyo Khamis alivyofanya. Alijishughulisha na kuwaandaa wafanyakazi wa mashambani na mabaharia ambao wengi walikuwa ni mabaharia katika majahazi katika chama cha *Maritime and Allied Workers Union* chama ambacho yeye alikuwa ni katibu mkuu wake. Aliniambia kuwa, wakati huo chama cha ZNP kilikuwa kikiwaandaa pia wafanyakazi wafua vyuma, wafanyakazi katika viwanda vidogo vilivyokuwa vikitengeneza sabuni na wafanyakazi wengine. Vyama hivyo vya wafanyakazi si kama viliwasaidia wafanyakazi na kuwawakilisha katika kudai mishahara mizuri na hali bora za kazi tu bali kilitoa mafunzo ya siasa vile vile.

Ilipofika mwaka wa 1960 Badawi alijitoa katika chama cha ZPFTU na yeye pamoja na Khamis walijishughulisha katika kuviunganisha vyama viwili vya wafanyakazi vilivyokiunga mkono Chama cha ZNP – Chama cha Wafanyakazi wa Mashambani *the Agriculture and Allied Workers Union* na chama cha Mabaharia *the Maritime and Allied Workers Union* – ili kuunda Shirikisho la Vyama vya Wafanyakazi la Kimaendeleo *Federation of Progressive Trade Unions (FPTU)*. Mnamo mwaka 1960 ilitokea migomo katika viwanda kadha kudai mishahara mizuri na hali bora za kazi na mwaka uliofuata wafanyakazi wa majahazi waligoma kwa siku 84 – mgomo mrefu kuliko mgomo mwengine wowote Zanzibar. Mgomo huu ulikuwa na mafanikio makubwa na kumalizika kwa kukubaliwa kwa madai yote ya wafanyakazi (Hadjivayanis na Ferguson, 1991: 209).

Shirikisho la Vyama vya Wafanyakazi la FPTU lilikuwa na magazeti mawili yaliyokuwa yakitoka kwa kawaida mara kwa mara katika miaka ya 1960, la Kiswahili lilokuwa likitoka kila siku lililoitwa *Kibarua* na la Kiingereza lililoitwa *Worker* lililokuwa likitoka kila wiki. Magazeti haya yote mawili yalitetea maslahi ya wafanyakazi na wakati huo huo yakiweka msimamo wa kupinga ukoloni na dhidi ya ubeberu wa Marekani. Badawi alifanyakazi katika Idara ya Kimataifa ya FPTU akijenga mahusiano na vyama vya wafanyakazi vya nchi za nje vilivyopenda maendeleo (Mahojiano na Khamis Ameir, 2009).

Nje ya vyama vya wafanyakazi, Chama cha ZNP vile vile kilijenga mtandao mpana wa washirika na kuandaa sera iliyo wazi iliyokuwa na mtazamo wa Umajumui wa Afrika na kupinga ubeberu, iliyounga mkono mapambano ya Mau Mau nchini Kenya, TANU nchini Tanganyika, mapambano dhidi ya Shirikisho la Afrika ya Kati, mapinduzi ya Algeria na mapambano ya kupinga utawala wa Makaburu na vita vya ukombozi vya Kusini mwa Afrika. Mtazamo wake wa kupinga ubeberu ulikipelekea vile vile kujenga mahusiano na mapambano ya Wapalestina na kuunga mkono haki ya Wachina ya kuingia katika Umoja wa Mataifa.

Wakati huo huo Marekani ilizidi kuingiwa na wasiwasi kwa vile chama hicho kilivyozidi kupendwa. Walianza kukituhumu kuwa ni 'Chama cha Waarabu' na wakati huo huo wakifuatilia kwa makini maendeleo ya matukio ya Zanzibar. Kuhusu hili, maafisa wa Marekani walijaribu kujenga mahusiano ya karibu na viongozi wa ZNP na wa ASP ambao wangeliweza kuwashawishi, iligharamia ziara za mara kwa mara za jasusi wa CIA anayehusika na vyama vya wafanyakazi, Irving Brown kwa madhumuni ya kuwavutia viongozi wa vyama vya wafanyakazi wa Zanzibar kujiunga na ICFTU na walianzisha kituo cha NASA cha kufuatilia vyombo vya angani *Mercury* juu ya kuwepo kwa upinzani mkubwa kutoka katika Chama cha ZNP.

Kwa kupitia kituo cha Mercury Shirika la Vyombo vya Anga la Marekani (NASA) lingeliweza kupeleleza siyo visiwa vya Zanzibar tu bali eneo lote la magharibi ya Bahari ya Hindi na Afrika ya Mashariki kwa jumla. Kituo hiki kilikuwa ndiyo mtangulizi wa kuwepo kwa Marekani katika Bahari ya Hindi hivi sasa. Zaidi ya hilo, Marekani ilianza kujenga mtandao wa vibaraka na viduhushi ndani ya Zanzibar (Wilson, 1989: 11).

Ama kwa Waingereza, maelezo ya mtumishi wa serikali wa ngazi ya juu P.A.P Robertson yanatoa mwanga juu ya kukata tamaa kwao wakati huo. Katika mahojiano yaliyonaswa katika kinasa sauti mwaka 1971, Robertson alisema kuwa Babu si kama alikuwa 'mwiba' ulioichoma serikali tu bali ni mtu mwovu kuliko wote nchini Zanzibar ... gwiji mwovu' (ilinukuliwa na Smith, 1971).

Wasiwasi wa kikabila: Umoja wa Umajumui wa Afrika waingilia kati

Siku zote zimekuwepo tofauti za kisiasa kati ya wafuasi wa siaza za mrengo wa kulia na wafuasi wa siasa za mrengo wa kushoto ndani ya Chama cha ZNP lakini umoja ulizingatiwa kwa makini sana kufuatia mfumo madhubuti wa kidemokrasia wa chama hicho ambao Babu na wafuasi wengine wa siasa za mrengo wa kushoto walifanya bidii kubwa kuujenga miaka ya mwisho ya

Siku za Awali za Mapambano Dhidi ya Ukoloni   35

1950. Hata hivyo, migogoro ndani ya Chama cha ZNP ilianza kuzidi. Hili halikuwa jambo la kushangaza kufuatia kuwepo kwa utetezi wa maslahi ya matabaka na makundi mbalimbali yaliyojiunga na chama hicho. Sehemu fulani ya wafuasi wa siasa za mrengo wa kulia bado walikuwa watiifu kwa Sultani na walitetea maslahi ya mabwana wamiliki mashamba kwanza, wakati wafuasi wa siasa za mrengo wa kushoto walifanyakazi ya kuwavutia wafanyakazi na wakulima wasiokuwa na ardhi wajiunge na Chama cha ZNP ili kiwakilishe maslahi yao na kukiwezesha chama hicho kuisemea nchi nzima kwa jumla.

    Wakati huo, Chama cha ASP nacho vile vile kilikuwa na watu waliokuwa na maslahi mbalimbali ndani ya chama hicho – wafanyakazi, wakulima, mabwana wamiliki mashamba wachache (ijapokuwa walikuwa wachache kulingana na wale waliokuwemo katika Chama cha ZNP) vile vile wafanya biashara na wawakilishi wa wafanyabiashara wakubwa kutoka katika Chama cha Wahindi cha *Indian National Association* ambao maoni yao yalikuwa na ushawishi mkubwa ndani ya chama hicho. Hata hivyo Chama cha ASP kilikuwa na wasomi wachache sana na kwa hivyo kukifanya kuzidi kutegemea zaidi na zaidi wasomi kutoka kwenye Chama cha TANU katika kufanya uchambuzi wa kisiasa. Hali hii ya kuwa tegemezi kwa Bara kulizidisha mvutano uliokuwepo ndani ya chama hicho kati ya Karume na wale waliomuunga mkono na Washirazi wa Pemba.

    Wakati huohuo Chama cha ASP kilianza kuchochea chuki za kikabila. Miezi tisa ya awali ya mwaka wa 1958 iligubikwa na mvutano wa kikabila. Makada wa Chama cha ASP walianza kuwaandama Waarabu waliokiunga mkono Chama cha ZNP, wakipanga mipango ya kususiwa kwa maduka yao ya mashamba jambo lililosababisha mamia ya wenye maduka Waarabu kufunga biashara zao, na kuwatisha Waarabu waliomiliki mashamba madogo madogo. Mabwana wamiliki mashamba wa Kiarabu walilipiza kisasi kwa kuwafukuza wakulima wasiokuwa na ardhi kutoka katika mashamba yao.

    Hatimae, mwezi Septemba 1958, masuala ya mvutano kati ya Waarabu na Waafrika visiwani Zanzibar na mgogoro kati ya vyama vikubwa viwili yalizungumzwa kwa muktadha wa Umajumui wa Afrika. Chama cha Umajumui wa Afrika cha Kupigania Uhuru katika Afrika ya Mashariki na ya Kati (PAFMECA) kilipokuwa katika mkutano wake wa uzinduzi wa chama hicho Mwanza, Tanganyika, wajumbe kutoka vyama vyote, cha ZNP na cha ASP walihudhuria. Machafuko ya Zanzibar kati ya wafuasi wa vyama viwili hivyo yalikuwa ni miongoni mwa masuala yaliyojadiliwa. Chama cha ZNP kiliwasilisha nia yake ya kujaribu kujenga chama cha mchanganyiko wa watu wa makabila mbalimbali chenye kupinga ukoloni, wakati chama cha ASP kiliwasilisha msimamo wake wa kutaka kucheleweshwa kwa uhuru kwasababu kilihisi kuwa nchi haikuwa tayari. Hatimae, baada ya kipindi kirefu cha majadiliano, PAFMECA ilitoa agizo kuwa, pale ambapo zaidi ya chama kimoja katika nchi ni mwanachama wa PAFMECA, basi vyama hivyo vishirikiane ndani ya Kamati ya Uhuru itakayokuwa na wajumbe walio viongozi kutoka katika vyama vyote viwili. Hili lilionekana kuwa lingelizuia mpasuko wa ndani ambao wakoloni wangeliutumia.

Kuanzishwa kwa Kamati ya Uhuru kulileta kipindi cha masikilizano kati ya Chama cha ZNP na cha ASP ikidhihirisha wazi kuwa hapo awali viongozi wa kisiasa walihusika sana katika kuchochea mvutano wa kikabila. Viongozi wa vyama viwili hivyo waliitembelea nchi pamoja, walilaani vitendo vya uhasama wa kikabila na walizungumzia juu ya umuhimu wa umoja na nia yao ya kuunda 'umoja wa kizalendo kwa Zanzibar' (Lofchie, 1965: 191). Matukio ya ususiaji wa maduka na ufukuzwaji mashambani yalisita na mivutano ya kikabila ilisita takriban mara moja.

Huu ulikuwa ni wakati ambao Chama cha Umoja wa Umajumui wa Afrika kilikuwa kinazidi kuwa na nguvu – kikaanzisha kipindi cha mshikamano na umoja kati ya mapambano mbalimbali dhidi ya ukoloni katika Afrika. Mwezi Disemba 1958 Mkutano wa Kwanza wa Nchi Zote za Afrika (AAPC) ulifanyika Accra, Ghana.

Katika muhtasari wa kumbukumbu ambazo hakupata muda wa kuziandika, Babu anatueleza kwa ufupi juu ya kipindi hicho cha msisimko. Ujumbe wa Wazanzibari, wakati ukielekea Accra, ulisimama kwa muda hapo Leopoldville ambayo wakati huo ilikuwa Kongo ya Ubeligiji. Katika jiji hili lililogubikwa na ukoloni wa Kibelgiji ujumbe wa Wazanzibari ulipata fursa adhimu ya kukutana na Patrice Lumumba. Baada ya kuuliza uliza kwa hadhari kubwa kwa wafanyakazi katika hoteli yao kuhusu vuguvugu la kisiasa katika nchi hiyo, walifanikiwa na kutoka usiku sana mpaka kwenye klabu ya usiku iliyokuwepo katika eneo la Waafrika katika jiji hilo la kikoloni lililokuwa limegawika kwa misingi ya ubaguzi mkubwa wa kikabila. Huko walikutana na Lumumba na makomred wake ambao mpaka wakati huo kwasababu ya mbinu za Wabeligiji walikuwa wametengwa kabisa na harakati zote za vuguvugu la Umoja wa Umajumui wa Afrika. (Babu, [1987b] 2002: 64).

Kuhudhuria Mkutano wa Nchi Zote za Kiafrika (AAPC) lilikuwa ni tukio lisiloweza kusahaulika kwa wafuasi wa siasa za mrengo wa kushoto wa Chama cha ZNP, kama alivyoandika Babu:

> Kukutana na Nkrumah kwa mara ya kwanza lilikuwa ni tukio la msisimko mkubwa ... Hili lilifungua mlango wa kukutana na Sekou Toure, shujaa wa Kiafrika wa wakati huo ambaye

> ndo kwanza amemaliza kupiga kura ya 'hapana' dhidi ya ujeuri na utawala wa Wafaransa katika Afrika ya Magharibi. Frantz Fanon alikuwa katika hali ya juu kabisa ya ukakamavu wake na alifanikiwa katika kuibadili mada ya Mkutano wa Nchi Zote za Kiafrika kutoka mapambano ya kupigania uhuru 'kwa njia ya amani' na kuwa mapambano 'kwa namna yoyote ile'. Dk. Moumie wa Chama cha UPC cha Kamerun alikuwa mwenyekiti jasiri wa Kamati ya Siasa ya Mkutano wa Nchi Zote za Kiafrika iliyotengeneza Mkakati wa Afrika wa ukombozi na umoja miongoni mwa vyama vinavyopigania uhuru. (Babu, 1996: 326)

Kama kawaida yake, katika maelezo haya Babu hakueleza mchango wake yeye mwenyewe. Mwanazuoni mashuhuri na Mwanasheria Bereket Habre Selassie alikuwa na kumbukumbu hii kuhusu Babu wakati wa Mkutano wa Nchi Zote za Kiafrika.

> Kwa vijana Waafrika kama mimi wakati huo, ulikuwa ni wakati wa kujieleza waziwazi na ambao mara moja unaweza kuelewa na kupata msisimko. Babu aliwasili akiwa kiongozi wa ujumbe wa chama cha siasa cha kimaendeleo cha Wazanzibari. Yeye na Lumumba walituvutia sisi tuliokuwa vijana na tusiokuwa na uzoefu, kwa unyenyekevu wao na umakini wao wa kusikiliza mawazo yetu pamoja na namna walivyotoa maoni yao kwa ujasiri na kubadilishana maarifa yao. Ari hii ya unyenyekevu pamoja na moyo wa kujitolea ulimfanya Babu apendwe na kuwavutia vijana wa Kiafrika. (Habre Selassie, 1996: 333)

Wakati wa mkutano huo Kwame Nkrumah na George Padmore waliandaa mkutano mahsusi nyumbani kwa Nkrumah ili kuimarisha umoja kati ya vyama vya ASP na ZNP. Mkutano huo ulihudhuriwa na Ali Muhsin na Karume wakiwakilisha vyama vya ZNP na ASP mutawalia, pia ulihudhuriwa na Babu akiwa katibu wa Kamati ya Ukombozi na Kanyama Chiume wa Chama cha Congress Party cha Malawi akiwa mwakilishi rasmi wa Umoja wa Umajumui wa Afrika kwa Uhuru wa Afrika ya Mashariki na ya Kati – PAFMECA.

Wakati wa mkutano huu, Karume alielezea wasiwasi wake juu ya uwezekano wa kutokea mgawanyiko katika chama chake kwasababu tawi la Pemba lililoongozwa na Mohamed Shamte lilikwishaeleza juu ya chuki yao dhidi ya kufanya kazi na Chama cha ZNP. Mwisho wa mkutano, Ali

Muhsin na Karume walitia saini kile kilichoitwa Makubaliano ya Accra. Ndani ya makubaliano hayo walikubaliana kuunga mkono umoja wa ASP/ZNP na kutounga mkono kikundi chochote kitakachojitenga kutoka katika chama chochote kati ya vyama viwili hivyo – pindipo kujitenga huko kutatokea ikiwa ni matokeo ya utekelezaji wa makubaliano hayo ya Kamati ya Uhuru

Muungano wa Tamaa wa Wafuasi wa Siasa za Mrengo wa Kulia

Hata hivyo, kabla haukutimia hata mwaka mmoja baada ya kutia saini Makubaliano ya Accra, vikundi vya Chama cha ASP vilikaidi kuendelea kushiriki katika Kamati ya Uhuru.

Katikati ya mwezi wa Aprili, Umoja wa Umajumui wa Afrika kwa Uhuru wa Afrika ya Mashariki na ya Kati ulifanya mkutano Zanzibar na katika mkutano huo viongozi wa Umoja huo wa Afrika walisihi sana kuwepo kwa umoja. Katika mkutano huo, Nyerere ambaye miaka michache tu iliyopita alisaidia katika kuanzishwa Chama cha ASP kikiwa chama cha upinzani kwa Chama cha ZNP, sasa aliwakosoa Wazanzibari kwa kutokuwa na umoja katika kupigania uhuru. Aliuambia mkutano huo kuwa 'mazingira ya mabwana na watwana bado yangalipo Zanzibar ...

Accra, Mkutano wa Nchi zote za Afrika 1958. Kutoka kushoto kwenda kulia, Kanyama Chiume, Malawi; Joshua Nkomo, Zimbabwe; Hasting Banda, Malawi; Kenneth Kaunda, Zambia; Abdulrahman Mohamed Babu, Zanzibar.

Kisiasa vyama vyote vinakubaliana juu ya lengo moja lakini vinapingana kwasababu ya ukabila' (Lofchie, 1965; 191). Mabadiliko haya ya mawazo yanadhihirisha wazi juu ya jinsi Nyerere alivyotanabahi kuwa Chama cha ASP (kilichokuwa kikitawaliwa na TANU) kisingeliweza kuiongoza Zanzibar hadi kupatikana kwa uhuru peke yake na kwa hivyo, lazima ishajiishwe uwepo umoja na Chama cha ZNP. Juu ya maelezo haya, wale waliokuwemo ndani ya Chama cha ASP ambao walipinga ushirikiano na ZNP hawakubadili mtazamo wao.

Mwezi Juni 1959, lilikuwepo jaribio jingine la kuwashawishi wapinzani hawa. Kama inavyofichua ripoti ya kijasusi ya Uingereza ya mwezi June 1959, Karume aliitisha mkutano wa siri Zanzibar na Rashidi Kawawa, wakati huo akiwa mjumbe wa Kamati Kuu ya TANU alihudhuria. Siku tatu za mwanzo, ni maendeleo machache tu yaliyopatikana ambapo wajumbe wa kutoka Pemba Othman Sharif, Mohamed Shamte, Ali Shariff na wengine wakiwa na wasiwasi na haja ya kuwepo ushirikiano na Chama cha ZNP. (Ofisi ya Kumbukumbu za Serikali, 1959: 6). Halafu tena, tarehe 28 Juni, nyaraka hizi za Uingereza zinazidi kuelezea:

Abeid Karume alitoa waraka katika mkutano huo uliotiwa saini na Julius Nyerere na kudai kuwa ni taarifa juu ya sera ya TANU. Inasemekana kuwa ilikubaliwa na wajumbe wa PAFMECA wa Kenya, Uganda na Shirikisho la Afrika ya Kati ... Waraka huo ulieleza:

a) Kuwa jumuiya ya Afro-Shirazi haina haja ya kuogopa matokeo yatakayotokana na ushirikiano na Chama cha Nationalist katika harakati za kupatikana kwa uhuru, kwasababu wote wanatambua kwamba Afro-Shirazi ndio wamiliki halali wa Zanzibar;

b) Kuwa jumuiya ya Afro-Shirazi haina haja ya kuogopa matokeo ya upatikanaji wa uhuru mapema kwa misingi ya hali ya kielimu kwasababu Chama cha TANU kitahakikisha kuwa Waafrika wasomi kutoka Zanzibar wanaofanya kazi katika Idara za Serikali za Tanganyika wanarudi kukitumikia Chama cha Afro-Shirazi pale uhuru utakapopatikana;

c) Kuwa hatimaye, baada ya kupatikana uhuru wa Tanganyika na Zanzibar, nchi mbili hizo zitaunganishwa pamoja na kuwa nchi moja ya Jamhuri ya Afriki;

d) Kuwa Chama cha Afro-Shirazi lazima kitambue kuwa jumuiya nyingine za Wazanzibari zina haki za kisiasa;

Waraka huo ulihitimishwa kwa kuwataka Abeid Karume na

Othman Shariff kutia saini zao, ikiwa sera hiyo imekubalika, na wote walitia saini zao.

Hali hii ya kuhakikishiwa na TANU iliondoa kabisa kila hofu iliyokuwepo kuhusu matarajio ya kisiasa ya jumuiya ya Afro-Shirazi na ilikubaliwa kuwa ... majadiliano ya siku chache zilizopita, pamoja na waraka wa TANU yatakuwa ni siri kubwa.

(Ofisi ya kumbukumbu za Serikali, 1959: 6-7)

Waraka huo ulipata mafanikio yaliyotarajiwa. Wajumbe wote wa kamati ya utendaji ya ASP, ikiwa pamoja na Othman Shariff na Mohamed Shamte, walikula kiapo kuwa hawatauvuruga umoja wa Chama cha ASP.

Ingawa wajumbe kutoka Pemba walikwenda kinyume na kiapo chao mara tu baada ya tukio hilo, hata hivyo mkutano huo umeonekana kuwa ni mmoja kati ya mikutano iliyokuwa na umuhimu mkubwa. Ulipata muhuri wa uthibitisho wa Nyerere kwa dhana ya kuwa Chama cha Afro-Shirazi (na si kikundi kingine chochote) ndio wamiliki halali wa Zanzibar na kuthibitisha ushirikiano wake katika kufikia lengo – kuwa baada ya kupatikana uhuru wa Tanganyika na Zanzibar nchi mbili hizo zitaunganishwa pamoja ili kuwa nchi moja ya Jamhuri ya Afrika. Inaonekana kuwa Uingereza ilihusika na mchakato wote huu.

Ilipofika mwaka 1959 wafuasi wa Chama cha ASP walianza tena kuwashambulia Waarabu, na wakati huo huo wafuasi wa siasa za mrengo wa kulia wa Chama cha ZNP ambao siku zote walikuwa wakiipinga Kamati ya Uhuru, walianza kuchochea chokochoko za kikabila. Katika duru ya pili ya machafuko ya kikabila, mabwanashamba wengi ndani ya Chama cha ZNP walianza kuwafukuza wakulima wasiokuwa na ardhi kutoka katika mashamba yao.

Katika kipindi cha miezi michache tu, mwezi Disemba 1959, ule mgawanyiko ambao Karume aliogopa kutokea, ulitokea. Kundi la Pemba la chama, likidhibitiwa na Washirazi waliokuwa na ushawishi mkubwa – wakulima matajiri, wafanyabiashara, wenye maduka na wamiliki wa magari ya abiria, wakiongozwa na Mohamed Shamte ambaye alikuwa ni mmoja miongoni mwa wale waliokuwa wakipinga kwa nguvu zote ushirikiano na Waarabu, walikiacha Chama cha ASP na kuanzisha chama kipya; chama cha *Zanzibar and Pemba People's Party (ZPPP)*

Wakati huo huo, wafuasi wa siasa za mrengo wa kulia ndani ya Chama cha ZNP walionyesha hali yao halisi, waliyavunja Makubaliano ya Accra na kushirikiana kwa hamu kubwa na ZPPP ili kujenga umoja. Shamte, bila ya kujali, aliuacha msimamo wake wa awali na kulikubali shauri hilo.

Mgawanyiko ndani ya Chama cha ASP ulitokea wakati mbaya sana kwa wafuasi wa siasa za mrengo wa kushoto. Kamati ya Uhuru ilikuwa katika mapumziko na Babu, katibu wake alikuwa safarini Cairo kufanya mazungumzo ya kufungua ofisi ya ZNP. Alipanga kwenda China vile vile kwa ziara rasmi ya kuonana na uongozi wa juu kabisa wa Chama cha Kikomunisti cha China, safari ambayo hakuweza kuivunja. Kama alivyoandika hapo baadae, Babu alishtushwa na unafiki wa uongozi wa ZNP:

> Kazi yetu ngumu ya kujenga umoja wa watu wa Zanzibar ghafla ilivurugika. Kama kwamba hali hii haikuwa mbaya vya kutosha, habari za kushtua zaidi zilikuja kutoka katika chama changu mimi mwenyewe, kuwa Chama cha ZNP kimeukaribisha mgawanyiko huo na kuwa viongozi wetu wanashirikiana kikamilifu na viongozi wa ZPPP katika kukipinga Chama cha ASP.... Tulikuwa tunashuhudia mwisho wa umoja wetu tulioulea kwa hadhari kubwa kati ya vyama vyetu. Ulikuwa ni ushindi kwa wapinga maendeleo wa kutoka katika vyama vyote viwili na kumalizika kwa utulivu wa kisiasa wa Zanzibar. (Babu, 1995: 5)

Kipindi hiki muhimu katika historia ya Zanzibar kilikumbwa na mambo mengi, lakini kubwa katika yote ni mabadiliko ya wanachama katika vyama. Wakati nchi ikikaribia uchaguzi na kufuatiwa na mamlaka ya serikali ya ndani, idadi ya wanachama wa vyama vyote viwili na hasa Chama cha ZNP ilizidi kuongezeka. Wanachama wapya wa ZNP mara nyingi walikuwa ni watumishi wa serikalini ambao sasa waliona mustakbali wao mpya katika siasa ni amali yao. Kujiingiza kwao kuliwaimarisha kwa kiwango kikubwa wafuasi wa siasa za mrengo wa kulia ndani ya chama na kuwafanya kuwa wapinzani wakubwa wa siasa za ukomunisti. Baada ya utumishi wa muda mrefu katika serikali ya kikoloni, na wakiwa na wasiwasi na ushawishi wa Bara kuwa labda utawapokonya kazi walizokuwa wakizitarajia, waliuona ushirikiano na Chama cha ZPPP kuwa ndiyo fursa yao ya kushinda uchaguzi utakaowapelekea kupata nafasi muhimu serikalini.

Ama kwa Chama cha ZPPP, viongozi wake wengi walikuwa wakulima matajiri na wasomi kutoka Pemba (ambao walihisi wametengwa kwasababu ya ushawishi wa wasomi kutoka bara ndani ya ASP). Sasa Zanzibar ikashuhudia vichekesho vya viongozi wa zamani wa ASP waliokuwa na chuki na hofu dhidi ya Waarabu wakijiunga kwa hamu na wale waliokuwa wakiwaepuka, kwasababu za maslahi ya kibinafsi.

Kuondoka kwa wasomi kutoka Pemba kulikiwacha chama cha ASP kikawa hakina kabisa wasomi Wazanzibari, na inawezekana kuwa kwasababu hiyo uongozi wa chama hicho ulizidi kuitegemea TANU na Chama cha Wahindi (hasa Wahindi wafanyabiashara matajiri kutoka Pemba ambao walikuwa na ushawishi mkubwa ndani ya chama) kwa misaada na ushauri

Mikakati ya Wafuasi wa Siasa za Mrengo wa Kushoto Katika Mazingira ya Kupinga Maendeleo

Katika kipindi hiki cha kutoelewana na kuzuka kwa vitendo vya uhasama vya mara kwa mara kutoka kwa wafuasi wa siasa za mrengo wa kulia wa chama na serikali ya kikoloni, wafuasi wa siasa za mrengo wa kushoto walifikiria mikakati mbalimbali iliyoyumkinika. Kutokana na mtazamo wao wa kuwa ukoloni ndiyo mgogoro wao mkubwa, hawakuyaona mapambano dhidi ya Chama cha ASP kuwa ndiyo muhimu, hasa kwa kuwa chama hicho wakati huo kilikubali kushiriki kikamilifu katika mapambano ya kupigania uhuru. Hii iliwafanya baadhi yao kufikiri kuwa ingelikuwa vyema kama wao wote kwa ujumla wao wangelijiunga na Chama cha ASP. Lakini wengi wao waliamini kuwa ni muhimu kubaki katika Chama cha ZNP, chama ambacho wao wenyewe walifanyakazi kwa bidii kukianzisha, na kupambana sana ili kukirudisha katika mkondo wa kimapinduzi.

Mapambano ya kiitikadi katika kipindi hiki yalifuata mfumo wa uchambuzi wa Kimarx uliojengwa juu ya muundo wa matabaka, lakini uchambuzi huu haukuwa wa kutoka kwenye vitabu. Ulikuwa ni matokeo ya mahusiano ya kimigogoro yaliyojengeka kati ya nadharia na uzoefu wa vitendo. Kwa mfano, kuhusiana na tatizo la kuwaandaa wafanyakazi wa mjini ambao walikuwa na uhusiano mkubwa na Bara, Babu alieleza kuwa mshikamano wao wa kitabaka na wafanyakazi wengine haukuwa na uhakika na ulikuwa na shida ya kuweza kuendelea. Kwa mfano walikuwa ni kikwazo katika mapambano kati ya wafanyakazi wenyeji na waajiri. 'Kuunga mkono kwao Chama cha ASP kwanza kulikuwa na nia ya kujilinda; na uzalendo wao ulikuwa ni wa kikabila zaidi kuliko wa kisiasa. Utiifu wao kwanza ulikuwa kwa Chama cha TANU na kwa nadra tu kwa Chama cha ASP' (Babu, 1991: 234). Wafuasi wa siasa za mrengo wa kushoto, wakiwa hawakujihusisha nao moja kwa moja, ilibidi wawaonyeshe mshabihiano uliokuwepo kati ya mapambano ya tabaka la wafanyakazi wa Zanzibar na wa Bara na kuwa tofauti zake zinatokana na mazingira tofauti tu visiwani Zanzibar. Kwa maneno mengine, ilibidi wawaelimishe juu ya nadharia na harakati za mapambano ya kitabaka.

Ama kwa wafanyakazi wazawa, wakiwa wamekabiliwa na tishio la kupoteza ajira na nafasi zao kuchukuliwa na wafanyakazi kutoka Bara,

Siku za Awali za Mapambano Dhidi ya Ukoloni

walijenga uhasama mkubwa dhidi ya wabara; na kwa mantiki hiyo kuwa hatarini na kuathiriwa na propaganda za wafuasi wa siasa za mrengo wa kulia wa ZNP na ZPPP dhidi ya wabara. Hii ingelizidisha mripuko wa uadui wa kikabila ambao tayari ulikwishakuwepo na kutumiwa na wakoloni.

Walikuwepo vile vile wakulima waliokuwa wanachama wa Chama cha ZNP ambao ndio walioweka msingi wa chama hicho. Sio wote walioelewa juu ya mgogoro ndani ya chama na wafuasi wa siasa za mrengo wa kushoto walikuwa katika mtihani mkubwa. Kuuzungumzia mgogoro huo rasmi hadharani kungelikidhoofisha chama na jambo hilo lingelitumiwa na wakoloni. Kwa upande mwengine, wakati mapambano ya kimapinduzi yakipamba moto ilikuwa ni muhimu kuwa wanachama hawajikuti katika hali ya kushitukizwa.

Haya ndiyo mapambano ya kiitikadi ambayo wafuasi wa siasa za mrengo wa kushoto walikuwa wakipambana nayo. Je, wangelibidi wajitoe kutoka katika Chama cha ZNP na kuanzisha chama kingine wakati huu? Je, ilikuwa ni kosa kuendelea kuwemo ndani ya Chama cha ZNP katika kipindi hiki?

Wakati mtu angelishawishika kufikiri hivyo, na kudhani kuwa chama cha Umma Party kama kingelikuwa kimeanzishwa wakati huo, basi kingelikuwa na muda wa kujiimarisha angalau kwa miezi michache zaidi kabla ya uhuru, na siasa za Zanzibar zingelichukua mkondo tofauti kabisa, lakini hali halisi ya kisiasa ya wakati huo haikuonyesha ishara yoyote kuwa hilo lingeliwezekana.

Chini ya utawala wa kikoloni, hasa wakati wa vita baridi kiwango cha ukandamizaji dhidi ya wafuasi wa siasa za mrengo wa kushoto kililifanya hilo kuwa ni la taabu sana na isingeliwezekana kwa chama cha mrengo wa kushoto kuwepo. Wanasiasa binafsi waliokuwa waumini wa siasa za mrengo wa kushoto ilibidi waendeshe harakati zao ndani ya chama cha kizalendo kinachopinga ukoloni na kudhihirisha kwa tabia zao, uaminifu na moyo wa kujitolea, sifa za wazi za uongozi kama huo. Hili ndilo lililoweka msingi wa ujenzi wa uongozi wa Kimarx wa baadae. Hii ndiyo maana kujitoa katika Chama cha ZNP na kuanzisha chama cha Umma Party haukuwa uamuzi rahisi, na ndiyo maana wafuasi wa siasa za mrengo wa kushoto hawakuchukua hatua hiyo katika kipindi hiki. Babu alieleza juu ya baadhi ya masuala yanayohusiana na uamuzi huo katika barua aliyomwandikia Karim Essak (angalia Babu, [1982a] 2002).

Vile vile, shughuli za wafuasi wa siasa za mrengo wa kushoto zilizidi kuwa ngumu kwasababu ya kupungua kwa kasi kubwa, ule utulivu mdogo wa wasiwasi wa kikabila uliokuwepo. Mara baada ya mgawanyiko ndani ya Chama cha ASP, kampeni nyengine ya kikabila dhidi ya Waarabu ilianza. Wafuasi wa siasa za mrengo wa kulia wa Chama cha ZNP, ambacho wakati huo kilikuwa na sauti kubwa, walijibu kwa kutoa hotuba dhidi ya Waafrika, wakati chama cha ZPPP kilianza kupiga propaganda dhidi ya wabara.

2

Waingereza Wakabidhi Madaraka kwa Sultani na Washirika Wake

Waingereza, Umoja wa ZNP na ZPPP, na Michezo Michafu

Viongozi wa vyama vya umoja mpya wa ZNP na ZPPP sasa walielemea zaidi upande wa mkono wa kulia na kuwa karibu zaidi na Sultani kuliko Chama cha ZNP kilivyowahi kufanya wakati kikiwa peke yake. Uchaguzi mwengine ulifanyika mwezi Januari 1961 na kipindi cha kabla ya uchaguzi huo kilikumbwa na kampeni kubwa za kikabila zilizoendeshwa na vyama vyote viwili vikubwa Chama cha ASP na Umoja wa ZNP na ZPPP.

Matokeo ya uchaguzi hayakuweza kutoa uamuzi wowote wa maana, wawakilishi 22 waliochaguliwa waligawika nusu kwa nusu kati ya wagombea wa kambi mbili. Kwa kuwa hakuna upande wowote uliokuwa na wingi katika Baraza la Kutunga Sheria, iliundwa serikali ya muda na uchaguzi mwengine ulifanyika mwezi Juni mwaka huo huo. Waingereza, wakiwa na shauku ya kutaka muungano wa wafuasi wa siasa za mrengo wa kulia wa ZNP na ZPPP ushinde waliunda jimbo jipya la uchaguzi la Pemba Kusini ilikuepuka uwezekano wowote wa kutokea mlingano, na matokeo yake uchaguzi uliofuata wa mwezi Juni 1961 ulitoa ushindi walioutaka. Hata hivyo, uchaguzi huo ulifuatiwa na machafuko mjini na mashamba Zanzibar, machafuko ambayo serikali ilishindwa kuyadhibiti. Kiasi cha watu 60 hadi 100 wengi wao wakiwa kutoka katika familia za Waarabu wenye kumiliki maduka ikiwa ni pamoja na wanawake wengi na watoto, walipoteza maisha na takriban 400 walijeruhiwa. Waingereza walitangaza Hali ya Hatari na kuleta majeshi kuendesha doria visiwani kwa muda wa miezi 20 iliyofuata (Lofchie, 1965: 212).

Hata hivyo, hata katika kipindi hicho, vyama havikukubaliana. Chama cha ASP kilitaka kwanza, serikali ya ndani icheleweshwe, na pili, katika kipindi hiki uchaguzi mwengine ufanyike kabla ya kutokea mabadiliko yoyote. Ilionekana kuwepo hali ya kukwama kabisa.

Hamed Hilal anakikumbuka kipindi hicho. Kipindi ambacho alikuwa anakwenda Uingereza kusoma na kwa vile hakuwa na pesa za kutosha kulipia

45

nauli ya meli, alisafiri kwa njia ya nchi kavu. Alisafiri kupitia barani kwa kupitia Dar es Salaam, Mombasa, Nairobi, Kampala, Juba, Sudan ya Kusini, Asyut, Misri na baadae Kairo. Hapa, safari yake ya kwenda Uingereza ilikwama kwasababu Ali Sultan ambaye alikuwa akifanyakazi katika ofisi ya Chama cha ZNP Cairo alimtaka Hamed akae nyumbani kwake ili amsaidie kazi. 'Baadaye makomred wengine waliwasili, aliniambia 'Shaaban Salim, Ahmada Shafi na Abdalla Juma, wote walipitia njia ya mbugani. Baada ya uchaguzi wa Januari 1961 baadhi yetu tulipata mafunzo ya kijeshi kwa muda wa mwezi mmoja – hususan katika nyanja za mbinu za kufanya uharibifu.'

Shaaban aliielezea hali ya kisiasa nchini Misri wakati huo. Mapambano yaliyokuwa yakiendeshwa na Nasser yalikuwa yakiendelea na mambo mengi yalikuwa yakibadilika. Miaka michache tu kabla ya hapo (mwaka 1956) Nasser aliitaifisha Kampuni ya Mfereji wa Suez na mapambano ya kupinga ubeberu yalikuwa yakiendelea nchi nzima. Serikali ya Misri ilikuwa ikigawa upya ardhi na kuandaa mipango ya ujenzi wa viwanda.

Baada ya muda mfupi wa mafunzo ya kijeshi, Shaaban anakumbuka jinsi Ali Sultan alivyowaambia. "Badala ya kwenda Ulaya kuna masomo mengine muhimu zaidi huko Zanzibar!" na walirudi visiwani.

> Kulikuwa na michezo michafu mingi iliyokuwa ikiendelea baada ya uchaguzi wa mwaka 1961. Kwa mfano, ijapokuwa ilikubaliwa kuwa baada ya uchaguzi ilikuwa turudi Misri ili kumaliza mafunzo yetu, Ali Muhsin alipinga. Aliwapeleka watu wake mwenyewe waliokubaliana na siasa zake za mrengo wa kulia na ambao aliwadhibiti. Baadae Ali Sultani aliwasiliana na Wacuba na walikubali kutupatia mafunzo nchini Cuba. Tulikwenda Cuba lakini wakati tukiwa huko, Babu alikamatwa kwa kufanya uchochezi, alihukumiwa kwenda jela kwa muda wa miezi 18 na kupigwa faini ya pesa nyingi sana. Baadhi yetu, vijana makada, pia tulishtakiwa kwa 'kuleta makala za uchochezi' na kadhalika. Ali Muhsin alijaribu kutuzuia tusifanye kampeni ya kudai Babu aachiliwe. Alisema kuwa hakujakuwa na haja ya kufanya hivyo. Lakini tulifanya kampeni kubwa. (Mahojiano na Shaaban, 2009)

Kukamatwa kwa Babu mapema mwezi Januari 1962 zilikuwa ni juhudi za dhahiri za kuudhoofisha mrengo wa kushoto kama kundi lililojiandaa. Vijana wa ZNP ambao walikamatwa pamoja na Babu, baadae waliachiwa lakini Babu alibakia ndani.

Waingereza na muungano wa ZNP na ZPPP walikula njama za

kuwadhalilisha na kuwashambulia wafuasi wa siasa za mrengo wa kushoto. Ali Sultani ambaye aliwakosoa waziwazi Ali Muhsin na Shamte, alifukuzwa kutoka katika Chama cha ZNP, na Shamte alijaribu bila ya mafanikio kutaka afukuzwe pia kutoka katika FPTU. Kama Khamis anavyokumbuka, ulikuwa ni wakati wa kila aina ya michezo michafu. Katika tukio moja muhimu ambalo lilielezwa na Ali Sultan (Burgess, 2009: 79), furushi la makaratasi lilirushwa kwenye kitanda chake kwa kupitia kwenye dirisha la nyumba yake lililokuwa wazi. Zilikuwa ni barua ambazo eti zilitiwa saini na yeye na zilizokuwa zipelekwe kwa mtoto wa Sultani, kwa Ali Muhsin, kwa Shamte na kwa Karume akiwa kiongozi wa upinzani. Barua hizo zilieleza kuwa Ali Sultani na kundi lake la Makomred watawaua.

Ali Sultan, kwa haraka alikimbilia kwenye ofisi ya FPTU na kuwaonyesha barua hizo Badawi na Khamis waliokuwa wakifanyakazi hapo. Walimwambia azichome moto haraka. Hata wakati barua hizo zikiwa jivu, zilipatikana habari kuwa polisi wameizunguka nyumba yake na wamo katika harakati za kutaka kuipekua.

Kipi Kinachomfanya Mtu awe na Kosa la Kufanya Uchochezi?

Kesi ya Babu iliyopelekea afungwe miezi 18 ni wazi kabisa kuwa ilikuwa ni kesi kubwa katika mahakama na ilisababisha kuwepo kwa rundo la maandiko na simu za siri za upepo za Waingereza.

Kiserikali, shitaka la uchochezi lilifunguliwa kwasababu zilizokuwa dhaifu sana. Kwa maneno ya waraka mmoja wa Waingereza (Ofisi ya Nyaraka za Serikali 1962b) *juu ya kesi ya uchochezi ya Babu* : ' Abdulrahman Mohamed Babu anashtakiwa kwa uchochezi kufuatia maelezo yaliyotokea katika *ZaNews* siku ya tarehe 29 Desemba kuwa machafuko yaliandaliwa kabla na kupangwa na Chama cha ASP kwa ruhusa ya serikali ya "kikoloni" '. Kwa kuwa maelezo haya yasingeliweza kuchukuliwa kuwa ni tishio kwa serikali, sababu hasa za kukamatwa kwake ni tofauti kabisa. Vyombo vya ujasusi vya Uingereza vimekuwa vikimmurika tokea siku za nyuma wakati alipokuwa Uingereza. Kwa mfano, Wizara ya Mambo ya Nje ya Uingereza, ilieleza tarehe 23 Februari, 1962:

> Muhusika ana historia ndefu ya harakati za kikomunisti kuanzia mwaka 1951 …inaaminiwa kuwa ni mwanachama wa Chama cha Kikomunisti cha Uingereza na … Amekuwa akitoa mihadhara katika chuo chao huko Hastings juu ya 'Matatizo ya Ubeberu' … Kwa haraka amejenga mahusiano na WFTU na vyama vyengine vya Kikomunisti … Amekuwa mwandishi mkuu wa Afrika ya Mashariki

wa Shirika la Habari la China, mhariri wa ZaNews, gazeti la uchochezi lililopendelea Ukomunisti kwa nguvu zote na muhimu zaidi Katibu Mkuu wa Chama cha ZNP ... Amekuwa mstari wa mbele katika kuianzisha ofisi ya Kairo ya Chama cha ZNP ikiwa ndiyo kituo cha kupitia wanafunzi wanaosafiri kwenda kwenye nchi zilizo nyuma ya pazia la chuma ... muhusika alihudhuria mkutano wa kupinga bomu la atomic nchini Japan mwezi Julai 1961, na kuunga mkono kwa nguvu zake zote azimio lililotaka kuwa hapana nchi yoyote katika nchi zilizohudhuria mkutano huo itakayoruhusu kuwepo balozi za Marekani au vituo vyake vya kijeshi katika nchi zao. Mara baada ya kurejea lilifanywa jaribio lisilofanikiwa la kuchoma moto ubalozi wa Marekani wa Zanzibar. (Ofisi ya Nyaraka za Serikali, 1962b)

(Jaribio hilo lisilofanikiwa' lilikuwa ni tendo la hujuma isiyofanikiwa ya kufanya uharibifu la baadhi ya vijana wa Chama cha ZNP ambao walihusika vile vile na kikundi kidogo kilichojitegemea au pia kikundi cha muda tu cha kundi linalopinga ubeberu lililoitwa Kikundi cha Wanaharakati cha Zanzibar.)

Waraka huo huo pia umeeleza kuwa: 'Muhusika ana wafuasi wengi miongoni mwa vijana wa chama cha ZNP na Shirikisho la Vyama vya Wafanyakazi la *Federation of Progressive Trade Unions* linalokiunga mkono Chama cha ZNP na inajulikana kuwa na uhusiano wa siri na Shirikisho la Vyama vya Wafanyakazi la *Zanzibar and Pemba Federation of Labour* linalokiunga mkono Chama cha ASP.

Babu alifanya mpango na mwanasheria mwenye siasa kali Ralph Milner ili amtetee lakini Waingereza walimzuia Milner asiingie Zanzibar. Waziri wa Nchi Mwenye kushughulikia Makoloni alieleza katika simu ya upepo aliyomtumia Kaimu Balozi wa Uingereza, 'habari za kuaminika zilizopatikana hapa zinaonyesha kuwa bado Milner ni mwanachama aliye katika harakati za Chama cha Kikomunisti' (Ofisi ya Nyaraka za Serikali, 1962b).

Kanti Kotecha aliyekuwa mwendesha mashitaka wa serikali katika Mahakama ya Rufaa, aliniambia katika mahojiano mwezi Novemba 2010 kuwa kesi ya Babu kwanza iliendeshwa katika Mahakama Kuu ya Zanzibar ambapo hapakuwepo na jopo la watu waliochaguliwa kusikiliza kesi na kutoa ushauri kwa hakim bila ya kupendelea Mahakamani. Aliendelea:

Hapa ndipo Babu alipoonekana kuwa ana hatia na kuhukumiwa kwenda jela kwa miezi tisa. Baadaye kesi hiyo ilikatiwa rufaa katika Mahakama ya Rufaa ya Afrika ya Mashariki. Babu alimwajiri mwanasheria mashuhuri, O'Donovan kutoka London [ambaye labda alikuwa ni mbadala wa Milner] ili amwakilishe katika rufaa yake. Niliiwakilisha serial. ... Sikuwa na shaka yoyote akilini mwangu kuwa alikuwa na hatia kwa mujibu wa sheria. Bila shaka, sheria za uchochezi za zama hizo ziliipendelea sana serikali. Nadhani mambo yamebaki hivyo hivyo chini ya serikali huru. Majaji wote watatu katika Mahakama ya Rufaa walikuwa Waingereza. Wote walikuwa na kauli moja katika uamuzi wao. Hapajakuwepo na maoni tofauti.

Akielezea mtazamo wake mwenyewe, Kotecha aliongeza:

Kosa ambalo watafiti wengi wanalifanya ni kushughulika na Babu tu na kushindwa kuelewa umuhimu wa jumla wa kujipenyeza kwa ukomunisti na mafunzo waliokuwa wakipatiwa Wazanzibari katika itikadi ya kikomunisti huko Cuba, Ujarumani ya Mashariki, Nchi ya Umoja wa Kisovieti na China. Baada ya kurudi, makomred hawa walisababisha harakati za amani na zisizokuwa za kimapinduzi katika mchakato wa kisiasa pamoja na utawala bora zisiwezekane. Badala ya kujaribu kuwashtaki mmoja mmoja, bora serikali ingelitangaza hali ya hatari na kuwatenga kwa kipindi cha miaka fulani wote wale ambao hawakuwa tayari kuendelea na kufuata njia ya amani na ya kidemokrasia kuelekea uhuru kamili. Hata hivyo, kufikia hapo Waingereza (hasa Waziri aliyehusika na makoloni [Ian] Macleod) walitaka kunawa mikono yao, wawape Wazanzibari uhuru, na waondoke.

Mkutano wa Katiba katika Nyumba ya Lancaster

Mwisho wa mwezi Machi 1962 uliandaliwa Mkutano wa Katiba katika Nyumba ya Lancaster. Babu aliruhusiwa kuhudhuria mkutano huo kwa dhamana akiwa msikilizaji tu. Wakati wa mkutano huo Babu alipata habari kuwa Waingereza waliuambia uongozi wa wafuasi wa siasa za mrengo wa kulia wa vyama vya ZNP na ZPPP kuwa vyama hivyo havitakabidhiwa madaraka kama hawataepukana na wafuasi wa siasa za mrengo wa kushoto na kuwa Muhsin na Shamte walikubali kushirikiana na wakoloni juu ya hilo.

Wakiwa na shauku ya kukabidhi madaraka ya serikali na labda wakiwa na hakika ya kuwepo kwa serikali ambayo haitakuwa na wafuasi wa siasa za mrengo wa kushoto ndani yake, Waingereza walipendekeza kuwepo kwa serikali ya mseto. Hata hivyo, muungano wa Vyama vya ZNP na ZPPP haukuwa tayari kukipa Chama cha ASP zaidi ya nafasi tatu za uwaziri kati ya nafasi tisa wakati Chama cha ASP kilitaka uwepo uwakilishi ulio sawa na kiliendelea kudai kuwepo kwa uchaguzi kabla ya uhuru.

Palikuwepo vile vile tofauti muhimu kadha kuhusu sera ya serikali kati ya pande mbili hizo kuhusu suala kama vile mgawanyo wa ardhi na mgawanyo wa nafasi za kazi serikalini kati ya makabila. Hotuba ya Othman Sharif kwa niaba ya Chama cha ASP siku ya kwanza ya mkutano ilieleza kuhusu tofauti hizi.

> Kiuchumi, kijamii na kisiasa mgawanyo hauna uwiano na idadi ya watu ilivyo. ... asilimia 80% ya ardhi yenye rutuba na sehemu kubwa ya biashara na viwanda vimo mikononi mwa watu wachache na takriban nafasi zote muhimu za kazi za kiutawala wanazishikilia wao. Hali hii inahitaji kurekebishwa na kufanyiwa mabadiliko. (Imenukuliwa kutoka kwa Lofchie, 1965: 215)

Alidai kwa nguvu zake zote kuwepo kwa mpango madhubuti wa marekebisho ya umiliki wa ardhi miongoni mwa mabadiliko mengine. Msimamo huu wa kutaka marekebisho ya umiliki wa ardhi ndio msimamo ambao kwa muda mrefu ulikigawa Chama cha ASP, huku wa mrengo wa kulia wakiongozwa na Karume wakipinga marekebisho hayo – labda hii ikionyesha nafasi yake ya kitabaka zaidi kuliko kitu chengine chochote kile. Ama kwa Chama cha ZNP, wanaopenda maendeleo ndani ya chama hicho walipendelea kuwepo kwa marekebisho hayo lakini hawakuweza kuchukua msimamo wowote kuhusu hili. Matokeo yake ni kuwa muungano wa ZNP na ZPPP ulijitokeza waziwazi kupinga marekebisho ya umiliki wa ardhi.

Khamis alikikumbuka kipindi hicho:

> Palikuwepo na mgawanyiko uliokuwa wazi kati ya mawazo yetu na mawazo ya viongozi wa Chama cha ZNP juu ya suala la marekebisho ya umiliki wa ardhi, lakini haikuwezekana kwa wakati huo kuchukua msimamo. Mgawanyo mpya wa ardhi ni sehemu ya usoshalisti na kwa hivyo sisi tuliutaka, lakini tulijua kuwa tungeliupendekeza wakati huo, tusingelifanikiwa kwasababu wakati huo chama kilitawaliwa na mabwanashamba. Mwanzoni [siku za awali za ZNP] mabwanashamba walikuwa wachache ndani ya chama lakini wakati huu Ali Muhsin alikuwa akiwaingiza mabwana shamba wengi na watu wengine kwasababu za kikabila tu, Waarabu waliohusiana nae na kadhalika. (Mahojiano na Khamis Ameir, 2009)

Mkutano ndani ya Nyumba ya Lancaster ulikwama. Hatimaye, mwezi Machi

Babu akiwasili katika sherehe za kusherehekea kuachiwa kwake kutoka gerezani tarehe 29 April, 1963. Qullatein Badawi yupo mkono wa kulia mkabala na kamera. Chanzo: Mohamed Amin/ Camerapix

1963, Duncan Sandys, Waziri wa Nchi wa Uingereza anayeshughulikia Makoloni, aliitembelea Zanzibar na kushurutisha kuwepo kwa mpango wa usuluhishi ambapo uhuru wa ndani ungelitolewa mwisho wa mwezi Juni na baada ya wiki mbili kufuatiwa na uchaguzi mkuu.

Chama cha Kimapinduzi chaanzishwa

Kuachiwa kwa Babu na kushangiriwa kwake kwa makaribisho makubwa tarehe 29 April, 1963 kulichochea upya hamasa za wanachama wa YOU pamoja na watu wengine waliokuwa wakitaka maendeleo visiwani Zanzibar. Wafuasi wa siasa za mrengo wa kushoto walianza kukabiliana na wafuasi wa siasa za mrengo wa kulia wa Chama cha ZNP kwa nguvu zaidi kuhusu masuala mbalimbali. Wakati wa kuelekea kwenye uchaguzi wa Julai 1963, walidai

Kundi kubwa la watu likisubiri kwa hamu kumkaribisha Babu mbele ya makao makuu ya Chama cha ZNP, Darajani mkabala na jengo la Bharmal. © Bettmann/CORBIS

kuwa chama kirudi katika msimamo wake wa awali wa kupinga ubeberu. Halikadhalika, ijapokuwa ulikuwepo ushirikiano wa kiuchaguzi na Chama cha ZPPP, Chama cha ZNP kijitenge na msimamo wa kisiasa wa Chama cha ZPPP wenye kuunga mkono ubeberu na kuwapinga Wabara na kitoe ilani yake ya uchaguzi itakayoweka wazi msimamo wake juu ya suala la ardhi, jukumu la tabaka la wafanyakazi na vipaumbele vya kiuchumi vya serikali mpya. Na la mwisho, lakini si la mwisho kwa umuhimu wake, ili kuonyesha kuwa Chama kimerudi katika msimamo wake wa awali, chama kiteue wagombea wenye kutaka maendeleo ili kugombea katika majimbo yaliyo salama badala ya kutumia ukabila kuwa ni kigezo cha kupendekeza wagombea (kwa kusimamisha wagombea Waarabu katika majimbo yenye Waarabu wengi na wagombea Waafrika katika majimbo yenye Waafrika wengi). Walidai kuwa ukabila usiwe ndiyo kigezo cha kutoa maamuzi juu ya nani agombee wapi na ni kwa kusimamisha wagombea wenye kutaka maendeleo ambao watakuwa ni wa makabila tofauti na watu wa majimbo wanayogombea tu ndipo Chama cha ZNP kitakapoweza kujiita kuwa ni chama cha mchanganyiko wa watu wa makabila mbalimbali. Wafuasi wa siasa za mrengo wa kulia ndani ya Chama cha ZNP walizikataa hoja hizi. Maoni yao yalikuwa ni kwamba umoja kati ya vyama vya ZNP na ZPPP unapaswa kufurahiwa, na serikali ya muungano ya vyama viwili hivyo itakuwa na 'Wazanzibari halisi wote' na kusababisha kuporomoka kwa Chama cha ASP.

Hatimaye, mnamo mwezi Juni, katika mkutano mkuu wa chama wa kabla ya uchaguzi ambao viongozi walikuwa wapate idhini ya kushiriki katika Mkutano ufuatao wa Katiba katika Jengo la Lancaster, wafuasi wa siasa za mrengo wa kushoto walijiuzulu kwa wingi. Siku ya pili tu chama kipya cha kimapinduzi, Chama cha Umma Party, kilianzishwa.

Matokeo yake yalikuwa ya kuvutia. Vijana, hasa wa kutoka katika matabaka ya wafanyakazi na wakulima na wa kutoka katika vyama vyote vya kisiasa na makabila mbalimbali waliingia katika harakati. Mkutano wa hadhara wa kwanza wa chama hicho uliofanyika siku ya pili baada ya chama hicho kuundwa ulivutia maelfu ya watu. Athari yake ya kisiasa ilikuwa kubwa na katika kipindi cha chini ya wiki moja kiliwavutia mamia ya wanachama wapya kutoka katika matabaka na makabila yote. Kwa upande mmoja kiliwazindua watu kuhusu ukweli wa mambo yalivyo siku chache kabla ya uhuru – kuwa makundi ambayo hapo awali yalishirikiana na wakoloni sasa yamekuwa ndani ya vyama vikuu vya siasa yakijaribu kuuteka nyara uhuru na kuirudisha nchi nyuma katika ukoloni mambo leo. Kwa upande mwengine kilileta matumaini na mtazamo mpya kwa kuwafanya watu waelewe kuwa siku za usoni zinaweza kuwa ni tofauti – kuwa kwa ushiriki wao Zanzibar inaweza kuzuiliwa isifuate njia ya ukoloni mambo leo na badala yake kuwa taifa huru la kisoshalisti.

Katika miezi michache iliyofuata, Chama cha Umma Party kilianza kupanua wigo wake. Programu yake ilikiweka chama hicho katika hali ya uongozi wenye uelewa wa watu wenye kukandamizwa wa Zanzibar. Aydhan kikiwakilisha maslahi mapana ya Waafrika waliokuwa wanakandamizwa kiuchumi kutokana na ukoloni wa kigeni na mamwinyi wa ndani ya nchi na kupambana na ukandamizaji wa mabeberu kwa madhumuni ya kuleta usoshalisti Zanzibar (angalia kiambatisho 1). Madhumuni yake yalikuwa ni pamoja na kuleta 'umoja wa watu wote wa Zanzibar na umoja wa watu wa Afrika ya Mashariki na wa Afrika nzima kwa misingi ya Umajumui wa Afrika.

Chama hicho kiliwavutia wanachama wa FPTU, wengi wao wakiwa wamekiacha Chama cha ZNP na kujiunga na Chama cha Umma, huku wakiiacha serikali ya muungano wa vyama vya ZNP na ZPPP bila ya vyama vya wafanyakazi vyenye kuiunga mkono. Kilijenga pia uhusiano wa karibu na

Shirikisho la Vyama vya Wafanyakazi la ZPFL lililojiunga na Chama cha ASP. Kama Lofchie alivyoeleza:

> Wanachama na viongozi wa ZPFL wengi wao walikuwa ni Waafrika kutoka Bara na kisiasa walikiunga mkono moja kwa moja Chama cha ASP. Shirikisho la Vyama vya Wafanyakazi la FPTU …… hapo awali lilionyesha msimamo wa kuwa na chuki na Waafrika kutoka Bara kama kilivyokuwa Chama cha ZNP lakini baada ya kuondolewa kikwazo hiki mtazamo wa kiitikadi wa namna moja ulianza kuyaleta pamoja mashirikisho mawili haya. (Lofchie, 1965: 261)

Khamis, Katibu Mkuu wa Shirikisho la FPTU alithibitisha hili. "Chama cha Umma Party kilikuwa ni chama kidogo lakini kiliungwa mkono na vyama vya wafanyakazi, siyo na FPTU tu lakini pia na wafanyakazi kutoka Shirikisho jengine la vyama vya wafanyakazi la ZPFL ijapokuwa shirikisho hili lilikiunga mkono Chama cha ASP." (Mahojiano na Khamis Ameir, 2009)

Wakati akiendelea kuuita muungano wa vyama vya ZNP na ZPPP kuwa ni wa 'siasa za wastani', Lofchie alivutiwa, hata bila ya yeye mwenyewe kupenda, na Chama cha Umma Party ambacho alisema, kilijumuisha katika shughuli zake Wazanzibari kadha waliokuwa na uwezo mkubwa wa kuongoza na kilikuwa na nidhamu ya 'hali ya juu na kilisukwa vizuri. Kilifuata itikadi unganishi madhubuti ya Kimarx na kupata utiifu mkubwa kwa wafuasi wengi' (Lofchie, 1965: 262). Ijapokuwa inaonekana kuwa alisahau kumtaja Babu katika kurasa 258 za kwanza za kitabu chake cha kurasa 281, baadae Lofchie alieleza kuwa:

> Babu…. Alitambuliwa dunia nzima kuwa ni kiongozi gwiji wa siasa za Zanzibar, na katika kipindi kifupi alikiweka chama cha Umma mbele ya takriban makundi yote ya upinzani yaliyokuwa katika mapambano…. na kuwa na uhusiano madhubuti wa kufanyakazi pamoja na vyama vikubwa vya wafanyakazi, vyombo vya habari na hata na wanachama wengi waliokuwa na ushawishi wa ASP. (Lofchie, 1965: 258)

Hatimaye, tarehe 10, Disemba 1963 Uingereza iliipa rasmi Zanzibar uhuru. Sultani alikuwa ndiye Mkuu wa Nchi akiwa na madaraka ya kumteua mrithi wake, huu ukiwa ndiyo mfumo walioutaka ili waweze kuendelea kuvidhibiti Visiwa vya Zanzibar.

Sasa, ukandamizaji ulizidi kwa kiwango kikubwa. Safari za kwenda Bara au Ulaya zilizuiliwa, upekuzi wa majumba na ukamataji wa watu yalikuwa ni mambo ya kawaida, na Ali Muhsin, Waziri wa Mambo ya Ndani, alijipa madaraka makubwa ya ukandamizaji. Miswada miwili ya sheria ilitangazwa, miswada ambayo ingeliipa uwezo serikali kukipiga marufuku chama chochote cha siasa na kulipiga marufuku gazeti lolote ambalo ingeliona kuwa ni la hatari.

Chama cha Umma Party, kikielewa kuwa ndicho kitakacholengwa na sheria hizi, kiliunda umoja wa kimkakati na ASP, chama rasmi cha upinzani na wakati huo huo kikaunda chama cha Wanahabari, The Zanzibar Journalist Organisation ambacho kiliyaunganisha magazeti ya upinzani – siyo *ZaNews* na *Sauti ya Umma* tu lakini pia *Afrika Kwetu*, gazeti lililokuwa likikiunga mkono chama cha ASP, *Jamhuri* ambalo lilikuwa likitolewa na kiongozi wa zamani wa ZPPP ambaye alijiunga na ASP, na majarida na magazeti mengine kadha. Kwa kupitia magazeti haya Chama cha Umma kiliwaandaa wananchi nje ya Baraza la Kutunga Sheria na kufanya kampeni dhidi ya sheria mpya zinazopendekezwa.

Hata hivyo, juu ya upinzani mkali, serikali ilifanikiwa kuzipitisha sheria hizo. Wakati huo huo iliamua kulifanyia mabadiliko jeshi la polisi kwasababu tu idadi kubwa ya askari wa jeshi hilo walikuwa kutoka Bara na kwa hivyo watawala wa ZNP-ZPPP kuwaona kuwa 'hawaaminiki'. Maafisa wa vyeo vya juu wa polisi, na askari polisi wa kawaida ambao waliajiriwa na Waingereza kutoka Tanganyika, Kenya na Nyasaland (Malawi), wote walipoteza kazi zao bila ya fidia. Haikuwa jambo la kushangaza kuwa walishikwa na hasira na uchungu. Wengi wao waliachishwa kazi bila ya kurudishwa makwao, na kundi hili, ambalo lilipata mafunzo ya kutumia silaha lilibaki Zanzibar.

Haki na demokrasia ambayo watu waliipigania wakati wa mapambano dhidi ya ukoloni ilipotea. Tarehe 6 Januari 1964 chama cha Umma Party kilipigwa marufuku kama ilivyotegemewa, gazeti lake la kila siku nalo lilipigwa marufuku na mali zake kuchukuliwa. Mara baada ya hapo, polisi walizivamia nyumba za viongozi wake. Nyumbani kwa Babu, baada ya kushindwa kupata kitu chochote cha hatari walifukua bastola ya zamani isiyoweza kutumika, labda ukumbusho wa afisa wa zamani wa kikoloni alieishi ndani humo zamani. Upatikanaji huu wa bastola uliandikwa na polisi kama idhibati yao.

Siku ya pili, washabiki wa Chama cha Umma Party waliokuwemo katika jeshi la polisi walimuonya Babu kuwa angelishtakiwa kwa kosa la uhaini – kosa ambalo adhabu yake ni kifo – na walimtaka aondoke Zanzibar. Babu aliamua kutorokea Dar es Salaam, ilikuepuka kukamatwa na kujaribu kutafuta mwanasheria ambaye angelimtetea kama angelishtakiwa. Ilikuwa ni safari ya kihistoria iliyofanyika kwa ngarawa na ambayo imekuwa ni hekaya ya Zanzibar— ikielezewa katika daraja tofauti na ufasaha. Safari hii iliwezekana kwasababu Badawi aliweza kuipata ngarawa kwa msaada wa Saleh Sadallah na Abdulaziz Twala, wanachama wapenda maendeleo wa ASP.

Baadaye, yeye na Babu walisafiri hadi Fumba, kijiji cha wavuvi kusini-magharibi ya Zanzibar ambako ngarawa ilikuwa ikisubiri na kutoka hapo Babu akifuatana na Ali Mahfoudh walisafiri na kuvuka bahari hadi Dar es Salaam.

Palikuwa na wasiwasi mkubwa na minong'ono ilianza kusambaa kuwa baadhi ya wanachama wa Umoja wa Vijana wa ASP na wahuni fulani walipanga kuuchoma moto mji wa Zanzibar mnamo siku chache zijazo. Mapinduzi ya Zanzibar yalikuwa yakinukia.

3

Mapinduzi ya Zanzibar na Hofu za Wabeberu

Ijapokuwa wanachama wa Chama cha Umma Party walikuwa mara kwa mara wakizungumza juu ya mbinu za mapinduzi lakini wao wenyewe hawakupanga wala hawakujua chochote cha maana juu ya mapinduzi ya Zanzibar. Babu alikuwa bado yupo Dar es Salaam yalipotokea mapinduzi tarehe 12 Januari, 1964.

Usiku wa siku ya Jumamosi tarehe 11 Januari, Karume na Aboud Jumbe ambaye wakati huo alikuwa ndiye kiongozi wa wajumbe wa ASP katika Baraza la Kutunga Sheria, waliliarifu Tawi Mahasusi la makachero kuwa walikuwa na taarifa kuwa zingelitokea vurugu za namna Fulani usiku wa siku hiyo na kwamba wao wala ASP hawahusiki (Shivji, 2008: 47) Ni wazi kuwa Karume alikuwa na wasiwasi kuwa kama mapinduzi yasingelifanikiwa angelilaumiwa, na alikuwa akichukua hadhari ya kujitenganisha na tukio hilo. Kutokana na taarifa hizi J.M.Sulivan, kamishna wa polisi, alipeleka walinzi wachache kwenye nyumba ya Ali Muhsin na kwenye kasri ya Sultani.

'Machafuko' ambayo Karume alimuonya kamishna yalitokea saa 8 za usiku na alfajiri ya Jumapili, kwa mashambulizi yaliyofanyika pale bomani Ziwani na kutekwa chumba chake cha silaha. Baadae yalifuata mashambulizi katika kambi ya Mtoni.

Hatua ya kwanza iliyochukuliwa na serikali ya Uingereza kufuatia mashambulizi, mapema tarehe 12 Januari ilikuwa ni kutilia nguvu wito wa serikali ya Zanzibar kwa Nyerere na Kenyatta wa kuongezwa nguvu za vikosi vya polisi na kuitaka Wizara ya Mambo ya Nje ya Marekani kufanya hivyo hivyo. Wasiwasi mkubwa wakati huo ulikuwa juu ya maisha ya Waingereza na mali zao, na siyo kuisaidia serikali ya Zanzibar (ambayo ilionekana kuwa imenywea). Saa chache baadae, Balozi wa Uingereza alituma simu ya upepo iliyoonyesha wasiwasi mkubwa kwenye Ofisi ya vita ya Uingereza akiomba vitumwe vikosi vya jeshi la Uingereza.

Waziri Mkuu ameniomba vipelekwe vikosi vya Uingereza haraka iwezekanavyo kwa minajili ya kuwa maisha na mali za Waingereza

> vimo au karibu vitakuwa hatarini. Ninaelewa shida ya kikatiba ya kupeleka vikosi vya Uingereza katika nchi iliyo huru, lakini kuna uwezekano wa hali kuwa mbaya zaidi mpaka hapo vikosi vya kuongeza nguvu vitakapofika Zanzibar kwa haraka kutoka Kenya na Tanganyika, nchi ambazo pia serikali ya Zanzibar imeziomba kufanya hivyo. Kama mnahisi kuwa hamuwezi kuitikia wito huu kwa haraka basi kwa uchache fanyeni mpango wa kuwepo kwa usafiri wa ndege hapo Dar es Salaam. (Imenukuliwa kutoka Wilson, 1989: 13)

Usiku ule ule Wizara ya Mambo ya Nje ya Marekani ilipata habari kuwa vikosi vya Kenya vinaruka kuelekea Zanzibar, kuwa kituo cha NASA hakikuguswa na kuwa kikosi cha pamoja cha majeshi ya Kenya, Tanganyika na Uganda kitapelekwa 'kurudisha utulivu Zanzibar'. Hata hivyo, juu ya haya, Mkuu wa Majeshi wa Marekani aliagiza manowari *USS Manley,* iliyokuwepo Mombasa, kwenda Zanzibar. Saa nne baadae *USS Manley* iliamriwa kurudi, na saa nne tena baadae iliamriwa kurudi tena Zanzibar. Kusema kweli, hakuna Mzungu aliyedhuriwa na hakuna mali iliyomilikiwa na Wazungu iliyoharibiwa wakati wa mapinduzi (Shivji, 2008: 49).

'Waasi' kama Waingereza walivyoamua kuwaita, wengi wao walikuwa ni wanachama wa Umoja wa Vijana wa Chama cha ASP, pamoja na idadi kubwa ya vijana wahuni wenye hasira wasiokuwa na ajira, wakisaidiwa na maafisa wa polisi wa zamani waliokuwa na uchungu. Walipata fursa ya awali ya kupambana na polisi wapya ambao walikuwa ndo kwanza wameajiriwa, lakini baada ya muda, wakitumia mbinu za kushitukizia, polisi walianza kuwapiga risasi na kuwaua vijana "waasi" wasiokuwa na uzoefu. Hapo ndipo vijana wa Chama cha Umma Party walipoingia katika medani ya mapambano. Walichukua uongozi, wakiwaonyesha vijana wasiokuwa na uzoefu mbinu na mikakati ya vita vya mjini. Hashil Seif, mjumbe wa Kamati Kuu ya Umoja wa Vijana wa Chama cha Umma Party, ambaye awali alikuwa mwanachama wa Chama cha ZNP na kupata mafunzo ya kijeshi na mafunzo mengine nchini Cuba anakumbuka matukio haya katika mahojiano ya mwaka 1988.

> Usiku huo wa awali palikuwa na rabsha kila mahali. Watu wengi hata hawakujua nini walilokuwa wakilifanya. Moja ya mambo ambayo Chama cha Umma Party iliyafanya ilikuwa ni kufahamisha madhumuni ya mapinduzi – haikuwa kuua, kubaka au kuiba lakini kuibadilisha nchi. Baadhi ya watu walisikiliza lakini ni dhahiri kuwa si kila mtu alifanya hivyo.

> Vijana wa Chama cha Umma walipangiwa majukumu na Chama cha ASP, majukumu ambayo wao wenyewe hawakujua namna ya kuyatekeleza. Sisi watatu tuliopata mafunzo Cuba tulipelekwa kwenda kuliteka gereza. Ilikuwa ni shughuli ngumu sana, wale waliojaribu kufanya hivyo kabla yetu waliuliwa lakini sisi tulifanikiwa. Halafu walitwambia tukakiteke kituo cha polisi cha Malindi. Hapa pia watu waliuliwa. Kituo hicho kilikuwa katika eneo la wazi karibu na Mji Mkongwe, karibu na eneo la bandari, kwa hivyo tuliamua kukivamia usiku. Huu ulikuwa ni usiku wa tarehe 12 Januari. Shambulio hilo liliongozwa na kijana mwengine wa chama cha Umma Party, Amour Dugheish. (Imenukuliwa katika Wilson, 1989: 12)

Hashil alikwenda makao makuu ya kampuni ya simu ya Cable and Wireless, stesheni ya mawasiliano yote na nchi za nje. Ilikuwa katika Mji Mkongwe, eneo la chama cha ZNP kama Hashil anavyokumbuka:

> Nilikuwa na watu kumi na mbili chini yangu. Tulijigawa katika makundi mawili na tukaisogelea stesheni tukiwa tumejibadili ... Vyovyote vile, tulifanikiwa. Aliyekuwa muhusika mkuu hapo kwenye makao makuu ya kampuni ya simu alikuwa Muingereza. Hatukutaka kumtisha. Alikuwa amevaa nguo za ndani. Tulimwacha achukue suruali yake basi. (Imenukuliwa katika Wilson, 1989: 12)

Tukirudi nyuma hadi wakati huo, ni wazi kuwa Chama cha Umma Party kilikuwa na majukumu matatu muhimu. Mosi, kiliyanusuru mapinduzi – mapinduzi yangelishindwa bila ya chama hicho. Pili, kama Babu alivyoandika, kilisaidia kuyabadili machafuko ya 'wahuni ambayo kwa kila namna hayakuwa na lengo la kisiasa na kuyafanya yawe machafuko ya umma, mapinduzi yenye kupinga ubeberu ... uingiliaji kati wa nguvu za kisoshalisti ulijenga mazingira mazuri zaidi kwa mustakbal wa mategemeo mema ya kimapinduzi na ya kisoshalisti katika kanda yote (Babu, 1991: 245). Na tatu, kwasababu Chama cha Umma Party kiliwajumuisha Waarabu na Wahindi, kilipunguza kiwango cha mgawanyiko wa kikabila na kuzuia mashambulizi dhidi ya Waarabu kuwa ndiyo lengo kuu la machafuko hayo.

Kama Mahmood Mamdani anavyoeleza:

> Chama cha Umma Party na kushiriki kwake kikamilifu katika mapinduzi ilikuwa ni hatua ya kwanza katika kuyaelekeza Mapinduzi ya Zanzibar ya 1964 katika njia iliyokuwa tofauti na ile

ya 'Mapinduzi ya Kijamii' ya Rwanda ya mwaka 1959: pale ambapo mgawanyiko kati ya wanamapinduzi na wanaopinga mapinduzi, ulipojidhihirisha katika sura ya mgawanyiko kati ya Wahutu na Watusi katika Rwanda ya 1959, hali ya mambo ilikuwa kidogo tofauti katika Zanzibar ya 1964. Ni kwasababu ya Babu na Chama cha Umma Party ndiyo maana Waarabu Zanzibar, tofauti na Watusi Rwanda, walikuwa ni kundi lililojiandaa, siyo upande wa waliokuwa nacho tu bali pia upande wa mapinduzi. (Mamdani, 1996)

Hata hivyo, juu ya juhudi zao, wanaharakati wa chama cha Umma hawakufanikiwa kikamilifu katika kuzuia ukatili dhidi ya Waarabu uliotokea kufuatia parapaganda ya kikabila ya miaka mingi ya Chama cha ASP. Bila ya kuingia katika mjadala kuhusu idadi, ni wazi kuwa mauaji yalisambaa pamoja na ubakaji na utekaji nyara wa wanawake wa Kiarabu na wa Kihindi. Haya yalikuwa, na yalionekana kuwa, ni mashambulizi dhidi ya jamii yote ya Waarabu, ambao wengi wao hawakuwa wakandamizaji wala hawakuwa matajiri.

Palikuwa na pazia lililoficha matukio ya mashambulizi dhidi ya wanawake, labda kwasababu nchini Zanzibar, kama ilivyo katika nchi nyingi zenye mfumo dume wa kimwinyi, ubakaji huonekana kuwa ni fedheha ya familia yote. Mwanamke akibakwa familia yote hujiona kuwa imefedheheshwa na kudhalilishwa. Kaka, baba na waume hujiona kuwa wameshindwa (Napoli na Saleh, 2005). Wakati huo huo mfumo dume unatambua kuwa wanaume wa kundi fulani huwamiliki wanawake 'wao', na miili ya wanawake hao huwa huru na chini ya satwa ya wanaume hao na si kwa wengine. Hili ndilo lililokuwa jambo kubwa muhimu katika ukatili uliokuwa umewakabili wanawake Zanzibar.

'Wiki ya Aibu ya Kusikitisha kwa Taifa'

Alfajiri ya tarehe 12 Januari, wakati moshi na vurugu ya mapinduzi bado umetanda hewani, Babu alirudi Zanzibar kutoka Da er Salaam. Alifuatana na Karume, ambaye aliyakimbia machafuko usiku wa manane wa siku ya Jumapili. Baada ya siku mbili majina ya wajumbe wa Baraza la Mapinduzi na wa Baraza la Mawaziri yalipitishwa. Kwenye vyombo vyote hivyo wajumbe wa ASP walikuwa ndio wengi. Kusema kweli, Baraza la Mapinduzi lilikuwa na wajumbe wawili tu kutoka katika Chama cha Umma Party, Babu na Khamis Ameir. Wajumbe wa Baraza jipya la Mawaziri walikuwa ni pamoja na Karume, aliyekuwa Rais; Abdallah Hanga, Makamo wa Rais; Babu, Waziri wa Mambo ya Nje na Biashara; Othman Shariff, Waziri wa Elimu na Utamaduni; Aboud

Jumbe, Waziri wa Afya na Ustawi wa Jamii; Idrisa Wakil, Waziri wa Kazi na Mawasiliano; Saleh Saadalla, Waziri wa Kilimo; na Abdulazizi Ali Twala na Hassan Nassor Moyo wakiwa Mawaziri Wadogo.

Pemba ilikuwa haikuhusika katika mapinduzi na ilikuwa baada ya wiki moja ndipo mapinduzi yalipojiimarisha huko. Ijapokuwa Ali Sultan Issa alikuwa ndiye msimamizi wa utawala Pemba, ni wazi kuwa hata huko madaraka yalikuwa mikononi mwa Chama cha ASP.

Juu ya nyadhifa chache walizokuwa nazo wanachama wa Chama cha Umma Party, Waingereza na Marekani waliyaona matukio ya Zanzibar kama 'madaraka yaliyochukuliwa na wakomunisti' jambo lililowatia wasiwasi mkubwa. Waingereza vile vile hawakufurahi kwasababu, kama alivyokumbuka J.K. Hickman, mwanadiplomasia aliyefanyakazi katika ofisi ya uhusiano ya Jumuiya ya Madola, Idara ya Afrika ya Mashariki:

> Waziri wa Mambo ya Nje, Duncan Sands, alikataa katakata kuitambua serikali hii ya mapinduzi kwa namna yoyote ile. Yeye mwenyewe alijiona kuwa na utiifu mkubwa kwa Sultani kwasababu hivi karibuni alitiliana nae saini na hakutaka kufanya jambo lolote ambalo lingelikinzana na mkataba huo, kwa hivyo tulikuwa katika hali ya utata kwa muda mrefu. (Hickman, 1995)

Siku chache zilizofuata zilishuhudia wimbi la mabadilishano ya mawasiliano ya siri baina ya serikali za Uingereza na Marekani na Balozi za Marekani katika Afrika ya Mashariki na mipango iliyoweka wazi kuwa Nyerere amejitokeza kuwa ni rafiki mkubwa wa nchi za Magharibi. Kwa mfano, tarehe 15 Januari Dean Rusk, Waziri wa Mambo ya Nje wa Marekani alituma simu za upepo kwa balozi za Marekani za Afrika ya Mashariki zikieleza kuwa wakati Kenya na Uganda zimeitambua serikali ya mapinduzi, Tanganyika haikufanya hivyo. Na labda serikali za Kenya na Uganda zinaweza kushawishiwa na Rais Nyerere kumuunga mkono katika kuipeleka mbele sera hii kuhusu serikali mpya.

Hata hivyo, matukio ya kusisimua yalikuwa yakibisha hodi, mambo ambayo yangelidhihirisha udhaifu wa Nyerere ndani ya nchi na kuzidi kwa utegemezi wake kwa Uingereza na Marekani

Matukio hayo yalianza tarehe 19 Januari pale wanajeshi katika kambi ya Colito, Dar es Salaam, wakiwa wamekasirika kwasababu ya mishahara yao midogo na kubakishwa kwa maafisa wa Kizungu katika vyeo vya juu walipoasi. Uasi huu ulifuatiwa na uasi wa askari polisi na mgomo wa makuli, na kuwepo kwa uwezekano wa vyama vyengine vya wafanyakazi kujiunga na mgomo huo na kupelekea kuwepo kwa mgomo wa nchi nzima. Upinzani wote huu

Babu akiwa na Karume: Chanzo: Mohamed Amin/Camerapix

ulidhihirisha hasira waliyokuwanayo Watanganyika wengi juu ya uendelezwaji wa miundo ya kikoloni katika nchi iliyo huru.

Kufuatia upinzani huu, Nyerere alibaki amejifungia Ikulu. Baadaye, usiku wa tarehe 24 Januari alipeleka maombi kwa maandishi kwa serikali ya Uingereza akiomba msaada wa kijeshi dhidi ya wananchi wake mwenyewe wa Tanganyika. Siku ya pili kikosi cha Uingereza kilitua na kuipiga mabomu kambi hiyo na kuushinda uasi. Hatimaye, tarehe 26 Januari, Nyerere alilihutubia Taifa. Hotuba yake, ijapokuwa ilikuwa kwa sauti iliyojaa busara na ya kiualimu, ikihalalisha kwa hasira hatua aliyochukua, ilikuwa inakaribia kukiri udhaifu wake na utegemezi wake kwa nchi za magharibi katika hali ambayo kwa kweli ilikuwa nje ya udhibiti wake:

> Nasikia kuna maneno ya kijinga kuwa eti Waingereza wamerudi kuja kuitawala tena Tanganyika. Huu ni upuuzi mtupu … Nchi huru yoyote ile inaweza kuomba msaada kutoka nchi huru nyengine. Kuomba msaada kwa namna hii si kitu cha kujivunia. Sitaki mtu yeyote adhani kuwa nilifurahi kufanya jambo hili. Wiki hii nzima ilikuwa ni wiki ya aibu ya kusikitisha kwa Taifa letu. (Imenukuliwa kutoka Wilson, 1989: 30)

Marekani Inaandaa Mikakati Mipya kwa Afrika

Wakati huo huo, Marekani ikiwa imejawa na wasiwasi kuwa kuna uwezekano kwamba hali ya Zanzibar ina uhusiano na uasi wa Tanganyika, uasi ambao ungeliweza kusambaa Afrika ya Mashariki nzima, iliandaa waraka wa sera mpya kuhusiana na hali ya kutia wasiwasi katika nchi tatu za Afrika ya Mashariki hali ambayo itailazimisha nchi hiyo kuchukua hatua za haraka na kuandaa mpango wa dharura.

Waraka huo ulianisha vipengele kadha vya kuchukuliwa hatua miongoni mwao ikiwa ni kukilinda kituo cha kufuatilia vyombo vya sayari cha Mercury na kumuimarisha Nyerere, kwasababu 'Lengo letu kuu ni kuimarisha nafasi ya Nyerere … Nyerere anaweza kuhitaji namna fulani ya mpango mpya ili kuimarisha madaraka yake.' (Imenukuliwa kutoka Wilson, 1989: 26)

Ili kupata suluhisho kwa tishio hili Wizara ya Mambo ya Nje ya Marekani ilitayarisha mkakati wenye ncha mbili. Kwanza, uliisukuma Uingereza kupeleka jeshi ili kuvivamia visiwa vya Zanzibar (ule ulioitwa Mpango wa Utekelezaji wa Zanzibar), mpango ambao ilidhaniwa kuwa Karume angeliuunga mkono. Pili ulijaribu kumfanyia hila Karume na wengine wakubali kuwepo kwa muungano chini ya uongozi wa Nyerere mfuasi wa siasa ya 'wastani'. Zaidi ya hayo, Dean Rusk aliwatumia simu mabalozi wa Marekani waliopo nchini Tanganyika, Uganda na Kenya tarehe 5 Machi akiwaelekeza kuwa wawatake Nyerere, Obote na Kenyatta kumweleza Karume juu ya hatari iliyopo kwa Chama cha ASP kumtegemea Babu, na kupendekeza kuundwa kwa Shirikisho la Zanzibar na Tanganyika.

Tatizo kubwa hapa ni kuwa Karume mwenyewe anamwamini sana na kumtegemea Babu... na Nyerere alisema kuwa Karume anamuhitaji Babu ambaye juu ya usuli wake ni lazima afanye naye kazi... *Je itakuwa na maana yoyote kuongea na Nyerere, ambaye hapo awali alikwishakataa na, kumletea wazo la Shirikisho la Zanzibar na Tanganyika ikiwa ni njia mojawapo ya kumuimarisha Karume na kupunguza ushawishi wa Babu? Hatua kama hiyo itamsaidia na Nyerere vile vile katika nafasi yake.* (Imenukuliwa katika Wilson, 1989: 48, hati za mlalo zimeengezewa)

Wiki chache kabla ya hapo, ayari mkubwa wa Kimarekani na mchafuzi wa serikali zenye kupenda maendeleo, Frank Carlucci, alifika Zanzibar. Aliwasili moja kwa moja kutokea Congo ambako Shirika la Kijasusi la Marekani lilishiriki kikamilifu katika kumpindua Lumumba, na hii inaonyesha wazi uzito gani Wizara ya Mambo ya Nchi za Nje ya Marekani ulivyoyapa mapinduzi ya Zanzibar. Congo, kwa wakati huo lilikuwa ndiyo tukio la mwisho katika idadi ya vurugu za Carlucci likiwa limetanguliwa na Brazil na Ureno. Sasa, madhumuni yake, kwa mujibu wa maneno yake mwenyewe yalikuwa ni kuizuia Zanzibar isiwe 'Cuba ya Afrika ambayo uasi wake ungelisambaa bara zima' (imenukuliwa katika Wilson, 1987: 41). Yeye na watumishi wengine wa Marekani walijaribu kuiimarisha nafasi ya Karume, wakijaribu kuleta mgawanyiko kati yake na viongozi wengine wa Serikali ya Mapinduzi na kujaribu kujenga uhusiano wa karibu zaidi na Nyerere.

Siku za Awali za Jamhuri ya Watu wa Zanzibar

Juu ya njama zilizokuwa zikifanyika nyuma ya migongo yao, njama ambazo tayari walikuwa na shaka kuwa zilikuwepo lakini hawakuwa na habari kamili, na ukweli kuwa walikuwa na wanachama wao wachache tu ndani ya serikali, Chama cha Umma Party kilifanikiwa kuleta mabadiliko kadha ya kimaendeleo hapo Zanzibar mnamo siku za awali za Jamhuri ya Watu wa Zanzibar. La muhimu zaidi lilikuwa ni mkakati mpya wa kiuchumi ambao ulikuwa ni muhimu sana kwa mustakbal waliouandaa kwa ajili ya Zanzibar. Kwa hilo, Babu alipanga na kuanza kuandaa mfumo wa kuzitumia bidhaa za kusafirisha nchi za nje ili kuleta mabadiliko ya mfumo wa kiuchumi na kuendeleza soko la ndani. Tutaiangalia mipango hii katika sehemu ya mwisho ya sura hii.

Mapinduzi ya Zanzibar na Hofu za Wabeberu 65

Che Guevara na Babu, wakipumzika baada ya Mkutano wa Kwanza wa Maendeleo ya Kibiashara wa Umoja wa Mataifa (UNCTAD), Geneva, Julai 1964. (Mpiga picha hajulikani)

Wakati huo huo sera mpya ya mambo ya nje iliandaliwa ikisisitiza uhusiano wa kidugu na nchi za kisoshalisti na kuwa na hadhari kubwa kuhusiana na mtazamo wa nchi juu ya kambi ya wabeberu. Ujumbe wa Zanzibar ulichukua jukumu la kuongoza kampeni ya kuiunga mkono Cuba katika Mkutano wa kwanza wa Biashara na Maendeleo wa Umoja wa Mataifa uliofanyika Geneva mwezi Februari 1964 na ulihusika sana katika uundwaji wa 'Kundi la 77'.[1] ilikuwa katika mkutano huu ndipo yalipoanzishwa kwa mara ya kwanza mahusiano na Che Guevara na viongozi wengine wa Cuba. Mahusiano hayo yalikuwa ndiyo mwanzo wa mahusiano ya kudumu ya muda mrefu kati ya Zanzibar na Cuba.

Yalikuwepo vile vile mabadiliko muhimu ndani ya nchi ambayo yalikuwa ni pamoja na kuundwa upya kwa jeshi la polisi kwa kushirikiana na serikali ya Tanganyika, kuanzishwa kwa Jeshi la Ukombozi la Wananchi na kuondoa marupurupu yote yaliyoigharimu serikali 'bila ya kujali cheo cha mtu yeyote hata angelikuwa mkubwa namna gani na hata Karume, Rais alikuwa akiendesha gari lake yeye mwenyewe, bila ya kuwa na msafara wa magari mengine, bila ya bendera au mbwembwe za aina yoyote ya msafara ambazo ni mashuhuri katika nchi zinazotawaliwa na ukoloni mambo leo' (Babu, 1991).

Hata hivyo, hali hii haikudumu kwa muda mrefu. Wasiwasi uliokuwemo ndani ya chama cha ASP kati ya watu kama Othman Shariff na Karume ulizidi na Karume alianza kujichimbia mizizi na kujiimarisha katika nafasi yake kwa msaada wa kikundi kidogo cha ndani ya chama cha wafuasi wa siasa za mrengo wa kulia kilichoitwa Kamati ya Watu Kumi na Nne. Hali hii iliathiri pia uhusiano kati ya ASP na Chama cha Umma Party, ijapokuwa makada wa Chama cha Umma, hasa Babu, walijaribu kuingilia kati ili kuzuia kuongezeka kwa migogoro ndani ya ASP.

Katika hali hiyo, makada wa Chama cha Umma Party walijikuta wakizuiliwa kutekeleza sera zao. Kwa mfano, Khamis aliniambia kuwa:

> Shirikisho letu la vyama vya wafanyakazi, FRTU liliiomba serikali kuongeza kima cha chini cha mshahara kutoka shilingi 15 hadi shilingi 20 kwa siku, kiwango ambacho kilikuwa ni afadhali kwa wakati ule. Rais Karume aliniita mimi nikiwa katibu mkuu wa Shirikisho hilo na Mohamed Mfaume akiwa Mwenyekiti wa FRTU na kutupa onyo kali akitutaka kwa hasira kutangaza mbele ya Baraza la Mapinduzi kuwa hatuna imani na serikali. (Tulijua kuwa kama tungelifanya hivyo angelilitumilia hilo dhidi yetu.) Wenzetu wengine walitushauri tukamwone Ikulu wakati wa usiku na kumfahamisha tena kuwa ongezeko la kima cha chini litalijenga

---

1. Kundi la nchi 77 ndiyo chama kikubwa cha kiserikali cha nchi za Kusini mwa dunia katika Umoja wa Mataifa. Kinaziwezesha nchi za Kusini kuelezea na kuendeleza maslahi yao ya pamoja ya kiuchumi na kuimarisha uwezo wao wa kujadili kwa umoja masuali yote ya kiuchumi ya kimataifa ndani ya mfumo wa Umoja wa Mataifa, na kuendeleza ushirikiano miongoni mwa nchi za kusini kwa ajili ya maendeleo yao.

Baraza la Mapinduzi na kutoa mvuto zaidi wa kuungwa mkono na wafanyakazi. Tulimkuta Karume akiwa katika hali ya furaha. Alitwambia kuwa yeye alikuwa akiongoza serikali ya wafanyakazi na mambo mengi mazuri yatakuja. Lakini mishahara haikuongezwa na huo ulikuwa ndiyo mwanzo wa kusambaratishwa kwa vyama vya wafanyakazi Zanzibar. (Mahojiano na Khamis Ameir, 2009)

Karume alivipiga marufuku kabisa vyama vya wafanyakazi, Jumuiya za Vijana na Wanawake mwezi Mei 1965. Khamis alitaka kujiuzulu kutoka katika Baraza la Mapinduzi lakini Saleh Sadalla alimshauri asifanye hivyo.

Ilipofika mwezi Machi 1964, Karume alikuwa karibu zaidi na Marekani, ijapokuwa Zanzibar ilikuwa vile vile ikipata msaada kutoka China, Umoja wa Kisovieti na Ujerumani ya Mashariki (nchi ambayo Karume mwenyewe binafsi aliipenda sana). Uhusiano wake na Marekani unaonekana katika tukio jengine kama inavyoelezwa na Khamis.

Tulipotoa tamko kwa niaba ya Shirikisho la Kimapinduzi la Vyama vya Wafanyakazi (FRTU) kupinga ubeberu wa Kimarekani nchini Vietnam, balozi mdogo wa Marekani Petterson alikwenda kwa Karume na kumtishia. Alimwambia kuwa serikali ya Marekani inataka kuisaidia Serikali ya Mapinduzi ya Zanzibar lakini vyama vyetu vya wafanyakazi vinaishambulia Marekani na kwa hivyo itakuwa shida kupata msaada ikiwa 'matusi' kama hayo yataendelea. (Mahojiano na Khamis Ameir, 2009)

Karume alishikwa na hofu na kuwaita tena Khamis na Mfaume na 'kuwaonya' kwa hasira. Ni wazi kuwa mtazamo wake ulibadilika sana tokea katikati ya mwezi Januari wakati yeye binafsi alipohusika na kumfukuza balozi mdogo wa Marekani Fredrick Picard kwa kuingilia mambo ya ndani ya Zanzibar.

'Mkakati wa Kikabila Watekelezwa Kwenye Miili ya Wanawake'

Udhalilishaji wa kijinsia wa wanawake vijana wa Kiarabu, wa Kishirazi na wa Kihindi uliofanywa na wanasiasa wa ASP ulikuwa ni wa kawaida katika miezi iliyofuatia mapinduzi na ulitekelezwa katika mfumo wa ndoa za kulazimishwa kupitia matumizi mabaya ya makusudi ya sheria mpya.

Ukweli kuwa juu ya tafiti mbalimbali za kihistoria zilizofanywa kuhusu mapinduzi na matokeo yake yaliyofuatia, na kuwa wanataaluma wachache sana waliogusia kwa kina juu ya mada hii inaonyesha, labda namna gani mambo yanayowahusu wanawake yalivyoachwa kwa makusudi. Kazi ya Salma

Maoulidi si ya kawaida. Yeye anazungumzia juu ya upotoshaji na matumizi mabaya ya Sheria ya Usawa, Upatanishi wa Wananchi wa Zanzibar Na. 6 ya 1964 iliyopitishwa baada ya mapinduzi, akieleza kuwa:

> Sheria hii inadai kujaribu kuondoa vipingamizi vya kikabila na kitabaka 'kwa kuwaruhusu wale wapendanao ambao wamekuwa wakikabiliana na upinzani usiokuwa na msingi kutoka kwa familia zao kuweza kuoana kiserikali bila ya idhini ya walezi halali [... Kusema kweli, ilianzisha] mkakati mkubwa wa kikabila uliotekelezwa kwenye miili ya wanawake.... [na kutumiwa kuwa ni njia ambayo wanaume wazee, wengi wao wakiwa wameshaoa, kuwawinda vigori 'bikra' ili kutosheleza njaa yao ya ngono au kulipiza kisasi kwa yaliyopita. Wajumbe wa Baraza la Mapinduzi ndio walioongoza kwa kutoa mfano, wengi wao wakiwaoa kwa nguvu wanawake ambao huko nyuma wasingeliweza kuwapata, hasa wasichana wa Kiarabu na wa Kihindi na baadhi ya wanawake kutoka katika familia mashuhuri za Washirazi. (Maoulidi, 2011)

Katika kpindi chote hiki Nyerere hakujitokeza hadharani na kusema lolote kuhusiana na mada hii. Visiwani Zanzibar, sera hizi bado zikitukuzwa hadharani mpaka hivi karibuni yaani mwezi April 2010 na Hassan Nassor Moyo ambaye alikuwa Mweyekiti wa kwanza wa Umoja wa Vijana wa ASP na baadae waziri wa nchi (Naluyaga, 2010).

Vurugu zilizofuata baada ya mapinduzi zimeacha kovu kubwa. Ukabila ulikuwa ndiyo kitu muhimu katika maisha ya kila siku ya siasa za Zanzibar. Serikalini, katika miezi iliyofuatia mapinduzi, kama Khamis alivyonambia:

> Zilikuwepo sera za kikabila katika kila ngazi ...Waarabu wengi waliondoka na kwenda Oman au Kenya – wale waliobaki hawakuwa na hali nzuri ya kiuchumi, kwa hivyo usingeliweza kuwanyoshea kidole ukasema kuwa walikuwa wakiwanyonya Waafrika ... Mpaka hivi leo unaweza kuuhisi ukabila huo, ijapokuwa umepungua kidogo. Mpaka hivi sasa, hakuna Mwarabu au Muhindi hata mmoja jeshini. Serikalini wapo Wahindi wachache sana. Walijaribu kuufanya utumishi serikalini kuwa ni wa Waafrika pekee na hii ilileta matatizo. Palikuwa na ufisadi na idara za serikali zilijaa watoto wa viongozi ambao hawakuwa na ujuzi na hawakuwa na nidhamu, hawakuwa wakenda kazini kwa wakati. Na utumishi kimsingi uliporomoka. Wahindi wachache matajiri walibaki na wao

walikuwa wafuasi wakubwa wa ASP. (Mahojiano na Khamis Ameir, 2009)

Kufa kwa Mfumo wa Sheria

Kama palikuwepo na utata wa kiasilia katika sheria mpya inayoathiri ndoa ambayo ingeliweza kutumiwa vibaya, basi hilo ni kweli vile vile kwa namna nyingi kwa baadhi ya sheria nyengine zilizopitishwa na serikali mpya ambazo zilionyesha mgongano kati ya wanachama wengi wa ASP na wanachama wachache wa Chama cha Umma Party

Nyingi ya sheria hizi ziliandikwa na Thomas Franck, mwanasheria aliyekuwa mshauri wa ASP wakati wa mkutano wa Jumba la Lancaster na aliekuwa karibu na serikali ya kikoloni. Franck mara nyingi amekuwa akifanyakazi kwa kushirikiana na Jumba la Lancaster katika kutengeneza mifumo ya sheria kwa nchi kama Zimbabwe na Sierra Leone na alikuwa mshauri wa sheria wa Kenya, Mauritius na Chad. Nchi hizi ziliibuka kutoka katika ukoloni huku zikizishikilia sheria kandamizi walizozirithi kutoka katika serikali za kikoloni. Alikuwa karibu sana na Marekani kiasi kwamba George Ball alieleza kwa kumsifu katika simu ya upepo ya siri kuwa Franck 'amekataa kwa mafanikio kuandika sheria na kuingiza Jamhuri ya Watu katika jina la Serikali' (imenukuliwa na Wilson, 1989: 46)

Sheria mpya za Zanzibar zilionekana kuanzisha serikali ya kidemokrasia iliyoendeshwa kwa misingi ya utawala wa sheria, ikiwa na mahakama iliyo huru na kutangaza kuwa Baraza la Katiba la Watu wa Zanzibar lingeliitishwa ifikapo Januari 1965 kutangaza rasmi Katiba ya Zanzibar. Lakini sheria zilizopitishwa kati ya mwezi Januari 1964 na Machi 1964 hazikuwa za kidemokrasia kabisa. Kwa mfano, Sheria ya Mahakama Kuu, kama alivyoandika Shivji.

> Imeanzisha Mahakama Kuu kuwa ndiyo 'mahakama ya juu kabisa ya kumbukumbu, na ila kama itaelekezwa vyengine na Rais, itakuwa na madaraka yote ya mahakama kama hiyo'......[hii] kusema kweli ... imeanzisha mfumo wa sheria kwa mtindo wa sheria zisizoandikwa. Lakini lilikuwemo jambo moja la pekee. Rais angeliweza kuamua vinginevyo, na baadae .... Mfumo wa sheria ulipunguziwa madaraka yake kwa uamuzi wa Rais. (Shivji, 2008: 59)

Takriban sheria zote zilizopitishwa kati ya Januari 31 na Machi 25 zilithibitisha madaraka kamili ya Rais. Sheria ya Kuweka Kizuizini ilimpa madaraka ya kumfunga jela mtu yeyote kwa muda wowote aliopenda, kama alidhani kuwa mtu huyo anatenda au alikuwa na uwezekano wa kutenda kwa namna ambayo inahatarisha amani na utaratibu mzuri wa usalama wa serikali. Sheria nyengine zilimpa madaraka Rais kuyaamuru majeshi na kuteua mawaziri kama alivyoona inafaa, kufilisi na kuchukua mali 'kwa maslahi ya taifa' bila ya fidia kama akidhani kuwa kufanya hivyo hakutomsababishia shida asiyostahili mwenye mali hiyo (Shivji, 2008: 60).

Kufutwa kwa Chama cha Umma Party

Kwa Chama cha Umma, kupitishwa kwa sheria hizi, uzuiaji wa mara kwa mara wa hatua za kuleta maendeleo, tofauti za wazi kati ya uongozi wa ASP na wanachama wa Chama cha Umma waliokuwemo serikalini na kuzidi kwa madaraka ya watu waliokuwa wamemzunguka Karume (kamati ya kinyama na ya kikatili iliyoitwa Kamati ya Watu Kumi na Nne ambayo wajumbe wake walikuwa wanachama wa Umoja wa Vijana wa ASP) zilikuwa ni dalili mbaya. Wanachama wa Chama cha Umma Party walijua kuwa vyama vyengine vyote vya siasa vilipigwa marufuku na kama migogoro ya wazi ingelijitokeza Chama Cha Umma Party nacho kingeliweza kupigwa marufuku vile vile. Walijua pia kuwa kama chama chao kingelipigwa marufuku tena hawakuwa na namna yoyote ya kufanyakazi chini kwa chini.

Katika barua aliyomwandikia Karim Essack mwaka 1982, Babu aliyaeleza zaidi matatizo haya kwa ujumla wake:

> Ili kufanyakazi chini kwa chini katika hali ya nchi zetu unahitaji: (a) vituo vikubwa vya sehemu za mijini vinavyoungwa mkono na wananchi, (b) kuungwa mkono na wakulima wengi ambao kwa kiasi fulani wanauamini uongozi wa wafanyakazi na (c) chama kilichokuwa tayari na miundombinu ya mijini na mashambani ... kufanyakazi chini kwa chini bila ya kuwa katika mazingira haya ... ni kuyafanya mapambano hayo kuwa na jukumu hasi la 'magenge yenye kutangatanga huku na kule'. (Babu, [1982a] 2002: 278)

Katika hali hii, akiwa ametingwa baina ya machaguo mawili haya magumu, Babu, akiwa si mtu mwenye 'kuendekeza dunia ya njozi' ilimbidi afanye uamuzi makini. Chama cha Umma Party kilifutwa tarehe 8 Machi 1964. Hii ilionekana kuwa ndiyo njia pekee kwa wafuasi wa sera za mrengo wa kushoto kuweza kuendelea kufanyakazi na kutekeleza madhumuni yao Zanzibar. Ijapokuwa chama hicho kilifutwa rasmi, wanachama wa Chama cha Umma Party waliendelea kufanyakazi wakiwa ni kundi la kisiasa, lakini siyo chama cha siasa. Ikiwa kwa upande mmoja kufutwa kwa chama hicho kulimpa Karume udhibiti mkubwa zaidi wa kiserikali juu ya wanachama hao, kwa upande mwengine kuliwapa vile vile wale waliokuwa wanachama wa chama cha Umma Party nafasi kubwa ya kufanya shughuli ndani ya vyama vya wafanyakazi na jumuiya nyengine za wananchi ambazo zilikuwa hazikupigwa marufuku kwa zaidi ya mwaka mmoja baadae. Chase (1976: 17) anaeleza kuwa kufutwa kwa Chama cha Umma Party vile vile kulikuwa na faida za wazi kwa wafuasi wa siasa za mrengo wa kushoto kwa kuwa kuliwafungulia milango ya kuweza kufanyakazi kwa ushirikiano wa karibu zaidi 'kati ya wale waliokuwa wanachama wa Chama cha Umma Party na wafuasi wa sera za mrengo wa kushoto wa Chama cha ASP'. Matokeo yake ya muda mrefu hayakulikhalisi kundi la Karume ndani ya ASP na 'huu ni ukweli ambao Karume aliyekuwa mwerevu aliutambua, kwa hivyo muda mfupi baada ya hilo 'aliwahimiza' kwa bidii viongozi wakuu wa Chama cha Umma kuondoka Zanzibar' (Chase, 1976: 17).

Zanzibar Ambayo Ingelikuwa

Hata katika hali hii ya wasiwasi, wanachama wa Chama cha Umma waliendelea kujaribu kuendeleza ajenda yao waliyokuwa wakiipigania. Mfano mkubwa ulikuwa ni katika medani ya kiuchumi. Katika medani hii, Babu akiwa waziri wa mambo ya nje na biashara alichukua hatua za awali zilizokuwa muhimu sana katika kuitekeleza dira yake ya Zanzibar iliyokuwa huru kiuchumi.

Hoja zake zilikuwa, mosi kuwa Zanzibar ilikuwa na fursa ya kuweza kuachana moja kwa moja na ukoloni, na pili, ni kuwa wakati huo visiwa hivyo vilikuwa na rasilmali nyingi – watu waliokuwa na ujuzi na ustaarabu pamoja na raslimali ya ndani ya nchi. Ikiwa na raslimali hizi muhimu, sekta mbili za uchumi za kuzalisha 'utajiri mpya' – kilimo na viwanda- zingeliweza kuhuishwa. Vitu vyengine vyote- shughuli za kibenki, bima, biashara, utalii, huduma za jamii, soko la ndani vilizitegema sekta mbili hizi muhimu.

Katika mipango ya uchumi mpya, Babu alianzisha mahusiano na China – nchi ambayo si kama iliweza kukabiliana na hali ya kutoendelea na unyonyaji wa kibeberu tu bali kwa wakati huo ilikuwa nchi pekee ya dunia ya tatu iliyojenga uchumi ulioimarika bila ya kutegemea raslimali kutoka nje. Katika mahojiano ya 1988 Babu alieleza:

> Wachina walitoa ripoti ya kuvutia iliyokuwa na madhumuni ya kuujenga upya uchumi wa Zanzibar. Walitwambia msitaifishe kiholela, shughulikieni mambo makubwa tu. Serikali lazima idhibiti usafirishaji nje wa karafuu na mbata kwasababu hizi ndizo bidhaa kuu za kusafirisha nchi za nje na idhibiti uagizaji wa sukari na mchele kwasababu hayo ndiyo mazao makuu ya kutoka nje. Vyengine

> waachieni wafanyabiashara binafsi na wafanyabiashara wadogo wadogo. Walituonya kuhusu utaifishaji usiokuwa na msingi. (Baadaye tuliyaona hayo kuwa ni kweli, kwasababu kwa majaribio ya utaifishaji, Tanzania ilijikuta katika janga la kiuchumi.) ... Wachina walishauri ujenzi wa uchumi uliofungamana ndani na kujengwa upya hatua kwa hatua ili taratibu kuacha kuwa tegemezi kwa karafuu na mazao mengine ya kilimo na kuzalisha chakula zaidi ... walishauri vile vile ujenzi wa viwanda vya hapa nchini. Zanzibar tayari ilikuwa na viwanda vichache vilivyokuwa na tija – kwa mfano tulitengeneza sabuni – sasa tulianza kufikiria kutengeneza vitambaa kwa kutumia pamba kutoka bara. (Imenukuliwa kutoka kwa Wilson, 1989: 59)

Mpango huo ulikuwa uanzwe kutekelezwa haraka. Mnamo wiki za kwanza za mwezi April, Babu alikwenda Indonesia, wakati huo nchi hiyo ikiwa ndiyo mwagizaji mkuu wa karafuu kutoka Zanzibar. Ulikubaliwa mpango wa pande tatu wa biashara na viwanda na serikali ya Indonesia. Kwa mujibu wa mpango huo Zanzibar ingeliipatia Indonesia karafuu za thamani fulani itakayokubaliwa, Indonesia ingeliipatia Ujarumani (Jamhuri ya Kidemokrasi ya Ujarumani) mali ghafi ya thamani hiyo hiyo, na Ujarumani ingeliipatia Zanzibar mitambo ili kuanzisha viwanda mbalimbali – vya vitambaa, nyumba na ujenzi, mafuta ya kupikia, usagishaji, mashine za viwanda na mashine nyengine ili kuendeleza na kuufanya usindikaji wa karafuu uwe wa kisasa. Mabadilishano hayo yalikuwa yawe kwa thamani sawa na bei yenye kulingana na bei ya soko la dunia kwa bidhaa ambazo nchi hizo zingelibadilishana. Kwa namna hii ujuzi uliokuwepo ungelitumiwa na maelfu ya ajira zingelizalishwa na wakati huo huo ikiendelezwa teknolojia ya kisasa na kuisaidia Zanzibar kuwa na kilimo cha kisasa. Hayo yote hayakuwa, kama Babu alivyoandika baadae:

> Wakati tukisherehekea habari njema tulizokuwa tuzipeleke nyumbani kuhusu mustkbali wa kimaendeleo ambao tungeliuanzisha – afan aleyk! kama muujiza zilitufikia habari za kuundwa kwa Muungano kati ya Zanzibar na Tanganyika. Tulipofika nyumbani hali ilikuwa kama vile yametokea makupuzi ya serikali; hali ilikuwa ya wasiwasi na takriban kila kitu kilikuwa kimebadilika; palienea hali ya kuwepo kwa hisia za waliowashindi na walioshindwa katika nyuso za kila mmoja. Kwa kifupi kila kitu kilikuwa kinyumenyume na wazi kabisa kutoka kwenye mapinduzi na kuingia katika hali ya kupinga mapinduzi. Haikuwa na maana

ya kuzungumza juu ya habari njema kutoka Indonesia kwasababu ilionekana wazi kuwa hapajakuwepo na uwezekano wa mpango huo kuweza kutekelezwa kama ilivyopangwa. Kwanza, kwasababu kuundwa kwa muungano kulitunyang'anya mamlaka yetu ya kujitawala ya kuingia katika makubaliano kama hayo yanayotufunga; pili, vipaumbele vilivyosababishwa na hali hiyo mpya vilikuwa ni tofauti kabisa; na tatu kwasababu watumishi, katika ngazi za kisiasa na kiutawala, waliparaganywa na hawakuweza tena kudhibiti mwendelezo uliokuwa muhimu kwa shughuli kama hiyo. Matumaini yote yalififia; fursa kubwa ya kihistoria ilipotezwa. (Babu, 1994: 31)

4

Muungano na Tanganyika

Matukio ya wiki mbili kabla ya Muungano ni ya kuvutia, kwasababu kama tutakavyoona, nyaraka zilizowekwa wazi za Shirika la Ujasusi la Marekani na Wizara ya Mambo ya Nchi za Nje ya Marekani zinavyotudokozea njia zilizotumiwa na Marekani, nyingi katika hizo zikiwa bado zinatumika hivi sasa. Simu hizi za upepo zinaonyesha vile vile ni namna gani Tanganyika na Zanzibar zilivyokuwa zimewekwa katika dira ya wabeberu ya Afrika ya Mashariki.

Wamarekani na Waingereza walikuwa wakifikiria mipango na mikakati tofauti ya namna mbalimbali. Kwa mfano, ulikuwepo uwezekano wa kuziunganisha serikali zenye kufuata sera za 'wastani' za Kenya, Uganda na Tanganyika na kuunda Shirikisho la Afrika ya Mashariki na kuijumuisha Zanzibar ili kuidhibiti. Hili lilikuwa bado likifikiriwa hadi ilipofika katikati ya mwezi April 1964, lakini lilionekana kutowezekana.

Vile vile, ulikuwepo uwezekano wa uvamizi wa kijeshi wa Uingereza, uliojadiliwa katika waraka wa Ofisi ya Ujasusi na Utafiti.

> Katika kipindi cha miezi sita Zanzibar inaweza kuwa nchi ya kwanza katika Afrika yenye kufungamana na Ukomunisti kikwelikweli na siyo kwa jina tu. Hatua hiyo ya dharura inaweza kushitukizwa na kikosi cha Uingereza na kumwondoa Babu na nafasi yake kushikwa na watu ambao kwa dhati ni wafuasi wa siasa za wastani watakaokubalika na Chama cha Afro-Shirazi cha Zanzibar. Hata hivyo, haitoyumkinika ... kwa Rais Karume kuomba ufanyike uvamizi ... na ukimwacha Karume, hakuna mtu aliye mfuasi wa siasa za wastani ambaye angeliweza kupatikana ili kuchukua nafasi ya Babu na kikundi chake cha wafuasi wa siasa za mrengo wa kushoto ambao wanaungwa mkono na wananchi weusi wa Zanzibar, na wakati huo huo kuepukana na fedheha ya upinzani wa mapinduzi. (Imenukuliwa katika Wilson, 1989: 65).

Halafu palikuwepo na uwezekano, kama alivyoripoti William Leonhart, balozi wa Marekani nchini Tanganyika kwenye Wizara ya Mambo ya nje ya Marekani siku chache baadae, kuwa 'kwa mujibu wa minong'ono ya huko London ... Babu hataruhusiwa kurudi Zanzibar' (imenukuliwa katika Wilson, 1989: 73).

Vile vile lilikuwepo wazo la 'kumwangamiza' Babu, wazo ambalo lilizungumzwa na William Attwood, balozi wa Marekani nchini Kenya na Colin Legum, mwanahabari wa gazeti la *Observer* ambaye Marekani wakishauriana naye mara kwa mara. Attwood aliripoti Washington kuwa Legum alimwambia kuwa 'kumwangamiza Babu ndiyo suluhisho la pekee' (imenukuliwa katika Wilson, 1989: 71).

Hata hivyo, tarehe 19 April Leonhart aliripoti kuwa mambo yamekwenda haraka kwa namna ambayo haikueleweka. Ilitolewa amri ya kukodi ndege ili kuwaondoa kutoka Zanzibar polisi waliokuwepo huko kwa msaada wa Serikali ya Tanganyika na kuwapeleka Dar es Salaam. Hili lilifuatiwa na msafara wa Karume kwenda Dar es Salaam, kwa ziara ya siri, kwa kuwa vyombo vya habari vilikuwa havikuarifiwa. Baada ya muda mfupi amri ya kukodi ndege ilifutwa. Ni jambo la kushangaza kuwa alikuwa Colin Legum aliyeweza kufafanua sababu hasa ya haya yaliyokuwa yakiendelea katika makala yake kwenye gazeti la *Observer* mjini London: Uingiliaji kati wa kwanza wa [Nyerere] ulikuwa pale ... katika juhudi za kumwamsha Karume ili aelewe juu ya yaliyokuwa yakijiri, alitishia kuondoa polisi 300 wa kutoka Tanganyika ... Karume alitaharaki kwa onyo hilo. Kwa hiari yake, alikubali kufanya mazungumzo na Nyerere (imenukuliwa kutoka Wilson; 1989: 74).

Nyerere Mpenda Maendeleo

Kwa kuwa Nyerere alionekana dhahiri kwamba alikabiliwa na chagizo la Wamarekani na Waingereza ili asaidie katika kuidhibiti Zanzibar, na kuwa na hisia za kuwa na wajibu wa kulipa fadhila kwa nchi za magharibi kwa kumnusuru na uasi uliotokea Colito, ilikuwa ni vigumu sana kuweza kuonekana kama mhusika huru juu ya suala la Zanzibar.

Hili linathibitishwa mara kadha katika nyaraka za Marekani. Kwa mfano, balozi wa Marekani Tanganyika, Leonhart, katika simu ya upepo kwa Wizara ya Mambo ya Nje tarehe 27 April, alieleza, 'nadhani kuwa ni muhimu kuwa Nyerere apewe msaada mkubwa wa kimyakimya tokea mwanzoni pamoja na tarehe 29 April:

> Kukubali kwa Nyerere kutawezekana kulibeba tatizo lote la Zanzibar na kutajenga imani juu ya nia ya usalama wa Tanganyika

na uwezo wa nchi za Magharibi ...Pendekezo langu la kwanza ni kwamba tumpatie Nyerere kauli thabiti ya kumuunga mkono kabla ya mwisho wa wiki kuhusu mambo aliyoyazungumza leo. Ili iwepo athari kubwa itabidi iwe ... kumhakikishia kuwa Dunia Huru itaipatia Jamhuri ya Muungano wa Tanganyika na Zanzibar, kwa ajili ya maendeleo ya Zanzibar hadi Dola milioni 2 ili kugharamia miradi tuliyokubaliana [pesa hizi kamwe hazikutolewa]. Michango kutoka kwa wafadhili wengine, hasa Uingereza na Shirikisho la Jamhuri ya Ujarumani ni muhimu kwa ajili ya upatikanaji wa fedha na kuepuka mwonekano wa kuwepo kwa uvamizi wa Marekani. (Imenukuliwa katika Wilson, 1989: 81)

Kuuelezea muungano kati ya Zanzibar na Tanganyika kuwa ni wazo la Nyerere la kujenga Umoja wa Umajumui wa Afrika, kama baadhi ya waandishi walivyofanya ni jambo la kipuuzi. Wakati huo vita baridi, kama vilivyo vita dhidi ya ugaidi hivi sasa, vilisababisha uingiliaji kati wa mara kwa mara wa Marekani ili kujaribu kuwashawishi na kuwachezea viongozi wa nchi za Afrika, na pale ambapo hawakuweza kufanya hivyo, waliandaa 'mageuzi ya serikali'. Nyerere alinusurika na hilo na siku zote amekuwa mtu mwenye mawazo ya kiliberali. Kama alivyonieleza Gora Ebrahim, mpigania uhuru wa Afrika ya Kusini na kiongozi wa Chama cha *Pan Africanist Congress*, ambaye ameishi Tanzania kwa miaka mingi, katika mahojiano yetu ya 1988:

> Nyerere alibaini kuwa ili aendelee kubaki madarakani akitilia maanani mazingira ya matukio yaliyomzunguka wakati ule—kwa mfano, kupinduliwa kwa Nkrumah- ilimbidi ajiimarishe madarakani na wakati huo huo, akibakia kuwa tegemezi kwa nchi za Magharibi, na asionekane kuwa ni kibaraka wa nchi yoyote ya kigeni.

Katika hali hii, Nyerere vile vile alikuwa ni tofauti na Kenyatta, ambaye kabla ya uhuru alikuwa maarufu zaidi na mpiganaji madhubuti wa haki ambaye baada ya uhuru alisalim amri moja kwa moja. Nyerere hakuwa maarufu sana kama Kenyatta lakini alijijengea taswira ya kuwa mpenda maendeleo.

Nyerere alikuwa ni kiongozi mwenye siasa za wastani wa TANU, chama ambacho kilijadiliana bia ya kupigana juu ya upatikanaji wa uhuru kutoka kwa Waingereza. Baadaye alikuwa rais wa Tanganyika aliyependelea nchi za magharibi na akiwa Rais wa Muungano wa Tanganyika na Zanzibar alikuwa na deni kubwa zaidi la kulipa kwa nchi hizo za Magharibi. Kwa historia kama hii angeliwezaje kuioanisha hali hii na jukumu lake jipya la kuwa kiongozi mzalendo wa Afrika ya Mashariki na rais wa nchi huru, inayojitawala? Uasi wa

Colito ulimsaidia Nyerere kuelewa kuwa ni lazima aache kuwa kiongozi mpya wa serikali iliyo chini ya utawala wa ukoloni mambo leo. Ni katika mukhtadha huu ndipo umoja wa Umajumui wa Afrika ulipokuwa muhimu. Hii ilifungua njia ya kuujenga upya wasifu wa Nyerere. Hii inawezekana kuwa ndiyo sababu ambayo ilimfanya Nyerere akubali vile vile kusaidia mapambano ya ukombozi na kutoa kauli kali za kisiasa na baadhi ya wakati hata kuchukua msimamo wa siasa kali lakini bila ya kuathiri uhusiano wake na nchi za Mgharibi.

Hata wakati wa migogoro, kwa mfano tarehe 15 Januari 1965 baada ya Kamati ya Ukombozi ya Umoja wa Nchi Huru za Afrika kufichua siri kuwa Carlucci na rafiki yake mwanadiplomasia wa Kimarekani Robert Gordon wanahusika na njama za chini kwa chini nchini Tanzania na Nyerere kulazimika kuwafukuza, aliweza kuendelea kuwa na uhusiano wa 'kirafiki' na Marekani. Ili kulipiza kisasi kwa kufukuzwa Carlucci na Gordons serikali ya Marekani si kama ilimfukuza balozi mdogo wa Tanzania nchini Marekani tu bali pia ilitishia kufuta misaada kwa miradi mbalimbali. Hata hivyo, kama ilivyoeleza simu moja ya upepo ya ubalozi wa Marekani wiki chache baadae, ni jambo la ' kushangaza kuona kuwa ushirikiano wa kila siku kati ya wawakilishi wa Shirika la Ujasusi la Marekani wa hapa nchini na wenzao wa Serikali ya Jamhuri ya Muungano wa Tanzania umekuwa ukiendelea kama kawaida' (imenukuliwa katika Wilson, 1989: 107).

Karume Aitoa Sadaka Jamhuri ya Watu wa Zanzibar

Habari za kina juu ya nani alijua au nani hakujua kuhusu mipango ya Muungano, au nani alithibitisha au nani hakuthibitisha ni kitendawili kigumu kukitegua hivi leo kwasababu ya kutokuwepo ushahidi madhubuti wa nyaraka na hili ndilo tatizo la baadhi ya masimulizi yanayotaka kufanywa hivi sasa kuhusiana na wakati huo. Hapa, nimetumia mahojiano ambapo watu wanaelezea mawazo yao na hatua zao walizochukua lakini nimeepuka kutumia maelezo yale ambayo wenye kuhojiwa wanajaribu kukumbuka siyo nini watu wengine walisema lakini nini wao hivi sasa wanadhani watu wengine walifikiri.

Tunachokijua ni kuwa muungano ulikubaliwa wakati Babu akiwa hayupo nchini, kuwa ulipangwa na mambo yake kuandaliwa wakati akiwa hayupo, na kuwa hayo yalifanywa kwa makusudi. Tunajua vile vile kuwa alishtushwa na kukasirishwa na hali iliyojitokeza na isiyozuilika ambayo ilimkabili aliporudi kutoka Indonesia (angalia ukurasa wa 72). Alijua kuwa hakuwa na njia nyengine ila kuukubali Muungano. Hata hivyo, katika kutafuta cheche za matumaini, alitafuta njia chanya za kuikabili hali hii ya kukatisha tamaa na kuwaambia baadhi ya wenzake kuwa muungano na Tanganyika utapanua wigo wa mapambano yao ya kujenga usoshalisti (mawasiliano binafsi na Babu, Disemba 1989).

Tarehe 22 April Mkataba wa Muungano ulitiwa saini kati ya Nyerere na Karume. Walikubaliana kujenga mahusiano ya ukoloni mdogo kati ya Zanzibar na Tanganyika. Zanzibar ilipewa kiasi fulani cha uhuru wa eneo lake kuhusiana na kilimo, polisi na mahakama lakini mamlaka kamili kuhusu mambo ya nje, ulinzi, vyama vya wafanyakazi, udhibiti wa fedha za kigeni na kadhalika – yalikuwa chini ya serikali kuu iliyokuwepo Tanganyika.

Lakini lililo muhimu ni kuwa Mkataba huu ulioidhinisha udhibiti wa Serikali ya Muungano kwa Visiwa vya Zanzibar, haukuridhiwa na Baraza la Mapinduzi la Zanzibar. Karume alipouwasilisha kwenye Baraza la Mapinduzi, Khamis alisema kuwa 'kwasababu ya umuhimu wake, suala hili ni lazima wananchi waachiwe kuamua kwa kupitia kura ya maoni'. Khamis aliniambia kuwa Karume alijibu kwamba, "ikiwa hamuutaki basi nitaurudisha kwake [Nyerere]." Hakuna mwengine aliyesema jambo lolote zaidi' (mahojiano na Khamis Ameir, 2009).

Ikiwa Karume alielewa vilivyo kuhusu matokeo na athari za Muungano ni jambo lisiloeleweka. Nyaraka za Kimarekani zinaeleza kuwa hakuelewa. Kuhusu uhalali wa utaratibu huo, Shivji anaandika:

> Ushahidi wote unaonyesha dhahiri kuwa hiyo inayodaiwa kuwa ni Sheria ya Zanzibar ambayo iliridhia Mkataba wa Muungano ilitengenezwa na kuandikwa na maafisa wa sheria wa Tanganyika nchini Tanganyika ...Baraza la Mapinduzi kwa ujumla wake halikuukubali Muungano. Hakuna shaka kuwa Muungano 'uliburuzwa' ... maafisa wa sheria wa kigeni wa Serikali ya Tanganyika (ambao katika suala hili walitokezea kuwa ni marafiki wa Nyerere) walitumia hila za kisheria kuchapisha katika gazeti la serikali la Jamhuri ya Muungano Sheria ya Muungano wa Tanganyika na Zanzibar ya mwaka 1964 ambayo waliitengeneza wenyewe na kuwa ni taarifa iliyotiwa saini na Fifoot [mmoja wa maafisa wa sheria wa kigeni]. (Shivji, 2008: 93)

Wakati huo huo, Leonhart alituma simu Washington akipeleka ombi la Nyerere kuwa 'kwa kiasi chochote kile iwezekanavyo' liepukwe tamko lolote lile la wazi la Marekani kuhusu serikali ya muungano wa Tanganyika- Zanzibar ... alipendekeza kwa nguvu zote kuwa msimamo wa tamko lolote la wazi uwe ... Kuwa mradi huo ni kwa watu wa Tanganyika na Zanzibar wenyewe kuamua' (ilinukuliwa kutoka Wilson, 1989: 77). Attwood, balozi wa Marekani nchini Kenya, aliongeza kuwa katibu wa Nyerere alimwambia kuwa 'madaraka makubwa yatakuwa ni ya serikali kuu. Sheria za Tanganyika ndizo zitakazotawala kote ... *Aliliona hili kuwa ni muhimu sana kwa kuwa Sheria ya Kuweka Watu Kizuizini ingeliweza kutumika kuwakamata wale wenye siasa kali wa Zanizibar* (msisitizo wangu) (imenukuliwa katika Wilson, 1989: 78).

Siku za awali za Tanzania-Bara

Washauri wa Nyerere 'Tahadhari na' wafuasi wa Siasa za Mrengo wa Kushoto

Wakati nyaraka za kisheria zilipotayarishwa na kutiwa saini na maafisa wa Kiingereza, mgawanyo wa nyadhifa katika serikali mpya tarehe 27 April vile vile uliidhinishwa na maafisa wa Kimarekani. Kama alivyoeleza Leonhart tarehe 29 April:

> Jamhuri ya Muungano ya Nyerere imetupa mfumo wa awali wa kisiasa ambao tunaweza kufanya nao kazi. Madaraka muhimu ya mambo ya nje, fedha, jeshi na polisi yote yapo Dar es Salaam na watu madhubuti kabisa wa Nyerere ndio wanaoshikilia kila moja ya nafasi hizo ... [Wazanzibari] wanashikilia nyadhifa ndogo ndogo na wanadhibitiwa na Watanganyika katika wizara zinazohusiana kwa karibu na nyadhifa wanazozishikilia. (Imenukuliwa katika Wilson, 1989: 83)

Ushirikishwaji wa wafanyakazi wa kigeni wa Kiingereza na maafisa wa Kimarekani ulikuwa ni onyo la mapema kuwa mtindo wa kuomba kibali mara kwa mara na kutaka ushauri kutoka nchi za Magharibi ungelikuwa ndiyo utaratibu wa kawaida katika miaka ifuatayo mbele.

Katika baraza la kwanza la mawaziri la Tanzania Karume alikuwa makamu wa kwanza wa rais na Rashidi Kawawa makamu wa pili wa rais. Wazanzibari walikuwa ni pamoja na Aboud Jumbe, waziri wa nchi katika ofisi ya Makamu wa kwanza wa Rais; Abdulla Hanga, waziri wa viwanda, migodi na nishati; Babu, waziri wa nchi katika Ofisi ya Rais na Kurugenzi ya Mipango; Hassan Nassor Moyo, waziri wa sheria na Idrisa Abdul Wakil, waziri wa habari na utalii.

Kama alivyoeleza Babu katika mahojiano ya 1988:

> Nyerere aliutumia uteuzi huo kudhoofisha kambi ya wapenda maendeleo. Kwa msaada wa Marekani ... tulipelekwa katika wizara zisizokuwa na umuhimu wowote – kwa mfano, mimi mwenyewe,

nilipewa Wizara ya Mipango ya Uchumi. Lakini sikuwa na madaraka. Walikuwepo mawaziri wa nchi watatu. Sote watatu tulikuwa chini ya Rais. Hakuna lolote ambalo tungeliweza kufanya. Sikuweza kuandaa sera au kuzitekeleza sera hizo. Sikujua hata huo mpango ulihusu nini —nilichokishuhudia ni yale yaliyokuwa yakifanywa na watu wengine. Alikuwepo mkurugenzi wa mipango Mfaransa. Yeye ndiye aliyekuwa na madaraka ya mipango. Athari ya baraza kama hili la mawaziri ilikuwa ni kutudhoofisha. Tulipewa majumba makubwa na magari lakini hatukuwa na shughuli yoyote Zanzibar wala hatukuwa na shughuli yoyote Bara [Babu binafsi alizikataa fursa hizi na aliishi maisha ya kawaida kama namna aliyokuwa akiishi kabla na kuendesha gari yake mwenyewe.]

Udhibiti mkubwa wa kila aliyedhaniwa kuwa ni muumini wa sera za mrengo wa kushoto ulithibitishwa kwa masimulizi ya siku hizo ya Al Noor Kassam. Kassam, mtu wa Nyerere wa karibu alieleza juu ya namna gani Hanga 'alidhibitiwa'.

Waziri wangu alikuwa Abdulla Hanga kutoka Zanzibar ... Kabla ya kubadilishwa wizara, Mwalimu Nyerere aliniita na kunieleza kuwa nilikuwa na jukumu mahasusi la kulitekeleza katika Wizara. 'Hapo unahitajiwa ili kumdhibiti Hanga', alisema. Baada ya muda mfupi ilionekana wazi kuwa Mwalimu alikuwa sahihi katika kuwa na hadhari. Waziri ilimbidi awasilishe bajeti yake katika Bunge na baada ya kuandika hotuba yake ya bajeti aliileta kwangu ili nitoe maoni yangu. Baada ya kuisoma, nilijikuta nipo njia panda kwa kuwa ilijaa mawazo ya kimsimamo wa siasa kali. Kwa hivyo nilikwenda kwa Mwalimu na kumweleza juu ya hali ilivyo. 'Naweza kuibadilisha kwa kiasi fulani lakini nadhani itakuwa shida sana. Kwa kweli inahitaji kuandikwa upya,' nilimwambia. Hapo Mwalimu alipendekeza suluhisho: 'Kwanini humwambii Bwana Hanga kuwa kwasababu hii ni mara ya kwanza kuwasilisha bajeti hii, Rais mwenyewe angelipenda kuiona hotuba yako ya bajeti ...' Kwa hivyo mimi na Hanga tulikwenda Ikulu na kukaa na Mwalimu. Baada ya kuisoma hotuba hiyo, alimwambia Hanga. ' Hii ni hotuba nzuri sana lakini inahitaji marekebisho kidogo ...' (Kassam, 2007: 45)

Baada ya marekebisho hayo kufanywa, alieleza Al Noor Kassam, 'ilikuwa ni hotuba nyengine kabisa.'

Juu ya hali hii, Babu aliendelea kutaka iwepo mikakati ambayo aliamini kuwa ingelisaidia katika kuleta maendeleo ya Tanzania. Ukiacha mambo machache tu (angalia hapo chini) yote hayo yalipingwa. Alipewa uhamisho wa mfululizo kutoka wizara moja hadi wizara nyengine huku sera za maendeleo ziliendelea kubaki, kama ilivyokuwa hapo awali, mikononi mwa wageni.

Hata hivyo, kuwepo kwa Babu na Wazanzibari wengine wapenda maendeleo katika baraza la mawaziri kulimsaidia Nyerere kwa kuwa waliipa Tanzania, na kwa hivyo Rais wake, sura ya kuwa ni nchi iliyokuwa na mwelekeo wa kimapinduzi.

Katika medani ya Umajumui wa Afrika na medani pana zaidi ya mapambano dhidi ya ubeberu, Babu aliweza kuendelea kuimarisha baadhi ya mahusiano yake ya zamani katika miezi iliyofuata baada ya muungano. Moja ya hayo yalikuwa ni kuhusu mapambano ya Wamarekani wenye asili ya Kiafrika na hasa Malcolm X. Amekuwa akiwasiliana na Malcolm X mara baada ya mapinduzi na alikutana naye tena Kairo mwezi julai 1964 pale wote walipohudhuria Mkutano wa Pili wa Wakuu wa Nchi za Afrika na Mkutano wa Wakuu wa Nchi Zisizofungamana na Upande Wowote. Kama Babu alivyosema katika hotuba aliyoitoa katika mkutano juu ya Malcolm X : Mila ya kuwa na msimamo wa siasa kali na urithi wa mapambano jijini New York mwaka 1990 'siasa za Malcolm zimekuwa zikiendelea, alikuwa na dira ya kuliona tishio la muungano wa nchi za Dunia ya Tatu kwa ubeberu'. Malcolm X aliitembelea Tanzania mwezi Oktoba mwaka huo huo, wakati ambao yeye na Babu wamekuwa marafiki wakubwa. Baadaye mwaka huo huo walihutubia kwa pamoja mkutano wa hadhara uliofanyika Harlem. Hapana shaka yoyote kuwa Babu alikuwa na ushawishi mkubwa kwa Malcolm X na kumfanya awe na mtazamo thabiti wa kimataifa dhidi ya ubeberu.

Reli ya kuunganisha Tanzania na Zambia, TAZARA

Baada ya kufukuzwa Carlucci na juu ya kuendelea kwa uhusiano wake mkubwa na nchi za Magharibi, Nyerere amekuwa na wasiwasi kwamba msaada kutoka nchi za Magharibi unaweza kuwa ni wa matatizo zaidi. Tofauti na alivyokuwa hapo awali, alikuwa tayari kutafuta msaada kutoka mahali pengine, na alivutiwa na msimamo wa China juu ya Zanzibar. Kwa hivyo aliamua kuitembelea China, akitegemea kuendeleza uhusiano wa karibu uliokuwepo kati ya China na Zanzibar, uhusiano uliojengwa na Babu na kuutanua kwa Tanzania nzima. Akiwa na wazo hilo Nyerere alimtaka Babu kwenda China wiki mbili kabla ya ziara yake yeye mwenyewe.

Katika mahojiano ya mwaka 1988, Babu aliikumbuka ziara hiyo:

> Katika safari hii ya awali Waziri Mkuu Zhou Enlai aliniuliza

Muungano na Tanganyika 83

Malcolm X na Babu katika Hadhara ya Mkutano wa Umoja wa Wamarekani wenye Asili ya Afrika, New York, Disemba 13 1964.

nilidhani Rais Nyerere angelipenda kuzungumza nini zaidi. Nilijibu kuwa inawezekana labda Nyerere angelitaka kuzungumza juu ya ujenzi wa reli kati ya Tanzania na Zambia. Lakini Nyerere alipowasili suala la reli hakulitaja kabisa. Mwisho, Zhou Enlai alimwuliza. 'Bwana Rais, unaweza kutwambia – tunasikia kuna matatizo kati yako na Benki ya Dunia kuhusiana na ujenzi wa reli, unaweza kutueleza kwa ufupi?' (Mahojiano na Babu, 1988)

Huu ulikuwa ndio mwanzo wa mradi mkubwa sana uliofanikiwa wa mfumo wa usafirishaji katika Afrika, ujenzi wa reli ya kihistoria kati ya Tanzania na Zambia TAZARA.

Tarehe 10 Februari 1965, Babu wakati huo akiwa waziri wa biashara na Lin Hai-yun, kaimu waziri wa biashara za nje wa China walitia saini mkataba wa biashara na itifaki kuhusu ubadilishanaji wa bidhaa mali kwa mali kati ya China na Tanzania. Hapa tunawaona wakibadilishana nyaraka walizozisaini wakati huo

Reli hiyo ya kuziunganisha nchi mbili hizo ilikuwa na madhumuni ya kuziimarisha Tanzania na Zambia, nchi ambazo zote zilikuwa za Mstari wa Mbele (nchi ambazo wakati huo zikiipinga serikali ya kibaguzi ya Afrika ya Kusini na kuunga mkono vuguvugu la ukombozi). Tanzania ingeliweza kuitumia reli hiyo kuimarisha uchumi wake, kupanua miundombinu yake na kuwezesha kupatikana maendeleo ya vijijini. Wakati huo huo, shaba ya Zambia, bidhaa yake kubwa ya kuuza nchi za nje, isingelipitia tena katika nchi zilizokuwa zikitawaliwa na Wareno za Angola na Msumbiji au Afrika ya Kusini na Rhodesia, kwasababu nchi hiyo ingelipata njia ya kuelekea baharini kwa kupitia bandari ya Dar es Salaam. Matokeo yake ni kuwa Zambia ingeliweza kuchukua msimamo ulio huru zaidi kuhusiana na suala la vuguvugu la kupigania ukombozi kusini mwa Afrika. Mradi huo ulikataliwa na Benki ya Dunia na Serikali ya Marekani.

Mradi huu ulikamilika mwaka 1975, miaka minne kabla ya muda uliopangwa. Ulikuwa ni mradi wa aina yake kwa vile ulikuwa ni mradi uliofadhiliwa na nchi ya kigeni ambao kwa kweli uliwanufaisha wananchi wa Tanzania na Zambia.

Babu na Makamo wa Rais Kawawa wakiwa na mashujaa wa matembezi marefu, Januari 1965. (Mpiga picha hajulikani)

Mkopo huu wa kutoka China ulikuwa hauna riba. Ulikuwa na thamani ya Dola za Kimarekani milioni 400, asilimia kumi zikiwa ni gharama za ndani ya nchi ambazo zingelilipwa na Tanzania. Lakini kwa kuwa Tanzania haikuwa na uwezo wa kulipa gharama hizo, Wachina walipendekeza utaratibu wa kifedha ambapo wangelipeleka bidhaa Tanzania na Serikali ya Tanzania ingeliziuza bidhaa hizo ili kupata pesa zilizohitajika. Zaidi ya hilo, Wachina waliweka bei iliyotulia hata pale bei za kimataifa ziliposhuka, na wafanyakazi wa Kichina wakati huo hawakudai vitu vya anasa kama vile nyumba zilizokuwa na viyoyozi.

Hata hivyo, kwasababu ya washauri wa kigeni wa Nyerere, uwezo kamili wa mradi huu haukuweza kutumika kikamilifu, kama alivyosema Babu:

> Wachina walituamini; Nyerere hakuwachukulia Watanzania kwa udhati wa nyoyo zao! Wakati huo alidhani kuwa Tanzania ingeliendelea kuwa ni nchi iliyotegemea kilimo milele. Kama ungelimzungumzia kuhusu viwanda, alidhani kuwa ulikuwa ukimzungumzia juu ya safari ya kwenda kwenye mwezi. Wachina waliwafunza mafundi mitambo 3000. Walipoondoka walitwambia kwa nini hamuwatumii hawa pamoja na mitambo yetu ili kujenga mradi mwengine? Nyerere alisema hapana, kwasababu Wachina wanamaliza mradi wao huu na hawana haja ya kuanzisha mradi mwengine. Nchi za Magharibi zitasema nini? Nilisema kinatushughulisha nini watakachosema nchi za magharibi? La muhimu Watanzania watasema nini? Wangelipenda kupata maji? Nyerere hakujali. (Mahojiano na Babu, 1988)

Ndani ya Ukumbi Mkuu wa Umma, Beijing, 1965. Mstari wa mbele kutoka kushoto: Mashal Chen Yi, Babu, Rais Liu Shaoqui, Makamo wa Rais wa Tanzania Kawawa, Mwenyekiti Mao Zedong, Silo Swai (Tanzania), Waziri Mkuu Zhou Enlai, George Kahama (Tanzania). (Mpiga picha hajulikani)

Upatikanaji wa maji ulikuwa ni wa shida sana katika sehemu nyingi nchini. Hata mpaka sasa, upatikanaji wa maji unakidhi kwa asilimia 54 tu, na katika sehemu za mbali kabisa wanawake na watoto hutumia saa kadha kila siku kwenda kuchota maji (Wateraid, 2011).

Sera za Kiuchumi: Tofauti kati ya Babu na Nyerere

Nchi za Magharibi zimekuwa zikiitawala Tanganyika kiuchumi mfululizo tokea wakati wa ukoloni. Nchi ilipopata uhuru mwaka 1961 serikali ilimwomba mshauri wa Kimarekani Arthur D. Little kuandaa mkakati wa ujenzi wa viwanda kwa ajili ya nchi hii na katika muda huo huo Benki ya Dunia ilitoa mkakati wa jumla kwa ajili ya maendeleo ya Tanganyika.

Ripoti hizi zilihakikisha kuwa nchi hii inaendelea kufuata njia ile ile. Zilisisitiza kuwa nchi iendelee kuzalisha zaidi kwa ajili ya kusafirisha nchi za nje na wakati huo huo iwaalike wawekezaji kutoka nchi za nje na misaada – sera ambazo kwa maneno mengine zilielekezwa katika kuongeza faida kwa makampuni ya kimataifa na si kwa kuwanufaisha wananchi wa Tanganyika. Sera hizi zilifuatwa katika mpango wa kwanza wa Maendeleo wa Miaka Mitano wa Tanzania wa 1964, na kama ilivyotabiriwa, zilizidisha matatizo ya kiuchumi ya nchi.

Babu akijaribu kuelezea mtazamo wake wa kiuchumi kea Nyerere. Chanzo: Mohamed Amin/ Camerapix

Mwaka 1967, Nyerere alipohisi kuwepo kwa hisia za kutoridhika kutoka kwa wananchi, alijaribu kuja na mtazamo mwengine utakaopendwa zaidi. Akiuacha Mpango wa Maendeleo wa Miaka Mitano alitangaza Azimio la Arusha. Azimio hilo lilikuwa ni ishara ya kuachana na utawala wa nchi za Magharibi. Babu aliliunga mkono Azimio hilo lakini mtazamo wake wa kuachana huko ulikuwa ni tofauti na ule wa Nyerere. Kusema kweli, Azimio la Arusha lilibainisha tofauti nyingi muhimu za kisiasa kati ya Babu na Nyerere.

'Ujamaa wa Kiafrika' wa Nyerere

Kwa Nyerere kuachana na utawala wa nchi za kigeni kulimaanisha kurudi katika kile alichokiona kuwa ni jamii isiyokuwa na matabaka iliyokuwepo Afrika kabla ya ukoloni, ambayo aliiona kuwa ikiendeshwa kwa misingi ya upendo kati ya binadamu, haki ya kufanyakazi na kugawana kwa usawa kile kinachozalishwa na kuepukana na umiliki binafsi. Hii ilikuwa ni misingi adhimu kwa kuwa inadhaniwa kuwa iliiunganisaha jamii ya Kiafrika katika kipindi cha kabla ya ukoloni na kuvurugwa tu kutokana na uvamizi wa nchi za kigeni ambao ulileta uchumi uliojengwa chini ya misingi ya matumizi ya pesa na dhana za umiliki binafsi wa rasilimali. Kufuatia misingi hii, Nyerere alijenga hoja ya kurudi kwenye njozi za maisha haya ya zamani. Katika sehemu za vijijini za Tanzania – na sehemu kubwa ya Tanzania ilikuwa bado wakati huo na hadi sasa ni ya maisha ya vijijini hoja hiyo ilikuwa itekelewe kwa kupitia sera ya maisha ya vijijini au kuandaliwa upya mipango ya maisha ya jamii za vijijini kwa kuanzisha vijiji kwa kufuata mpango maalumu ambao wakulima wataendelea kulima mazao ya kuuza na kupata fedha kama ilivyokuwa kabla.

Hii pia ilikuwa na maana ya kufungua njia kwa serikali na chama kujipenyeza katika uchumi na kushamirisha ukiritimba wa serikali kuu wa kudhibiti uchumi. Sera hizi ndizo zilizoelezwa kuwa ndiyo 'ujamaa wa Kiafrika'. Kauli mbiu ilikuwa kujitegemea, lakini kwa kweli zilihusu zaidi udhibiti wa uchumi na ugumu wa maisha. Kusema kweli, mtindo wa vijiji vya ujamaa hatimaye haukuwa na tofauti sana na ule wa wakoloni wa Kiingereza ulioanzishwa mwaka 1922 na sera ya Benki ya Dunia ya mwaka 1959. Tofauti kubwa kati yao ilikuwa ni kwamba, kwa ajili ya mtazamo wa kimaadili wa Nyerere kuhusiana na suala la kujitegemea mpango huu haukugharimiwa kwa fedha za wageni bali kwa dhima ya nguvu za wananchi wenyewe.

Wakati Benki ya Dunia iliwekeza wastani wa Dola za Kimarekani 300,000 kwa kila kijiji kuwa kama ni rasilimali ya kuanzia kwa ajili ya uendelezaji wa miundombinu ya kiuchumi na kijamii, pamoja na vifaa muhimu vya mitambo, chini ya uongozi wa Nyerere kauli mbiu ya 'Pesa si msingi wa maendeleo' ilikuwa na maana kuwa wanavijiji walitakiwa wazalishe rasilimali wao wenyewe pale walipo na wabebe jukumu la hasara zozote zitakazoweza kutokea. Maeneo yote ya vijijini yaliwekwa chini ya mpango huu na ilipofika mwaka 1967, asilimia 90 ya wakaazi wa vijijini walihamishwa. Matokeo yake hayakuwa na tija hata kidogo ukichukulia maisha ya wanavijiji wa kawaida wanaohusika. Wakati Tanzania kipindi fulani ilikuwa ikijitosheleza kwa chakula au hata kuwa na ziada wakati wa misimu mizuri, sera zilisababisha mara moja nchi kulazimika kuagiza chakula muhimu kutoka nje.

Wakati akiilazimisha sera ya vijiji vya ujamaa, Nyerere aliahidi kutowa huduma za jamii pia. Tatizo hapa, kama Babu alivyotoa hoja, ni kwamba hapajakuwa na pesa za kulipia huduma hizi, kwasababu nchini Tanzania (na katika makoloni mengi ya zamani) uchumi kwa kiwango karibu chote ulitegemea uzalishaji wa kilimo cha wakulima wadogowadogo tu. Wakati katika nchi za Ulaya uzalishaji ulikuwa mikononi mwa mabepari na serikali za demokrasia ya kisoshalisti ziliwatoza kodi mabepari ili kulipia gharama za huduma za jamii, nchini Tanzania hapakuwepo msingi madhubuti wa kutoza kodi ambao ungelilipia huduma za jamii kwa kawaida na kila wakati. Kujaribu kujenga nchi ya mfumo wa ustawi wa jamii wa wananchi kwa misingi ya uchumi wa aina hii kungelipelekea katika kusababisha balaa na kuiingiza nchi katika umasikini na kuifanya kuwa tegemezi kwa misaada ya kutoka nje.

Mtazamo wa Babu kuhusu ujamaa ulikuwa bila shaka ni tofauti kabisa. Aliamini kuwa fikra ya kwamba jamii za zamani za Kiafrika zilikuwa ni jamii zilizojaa furaha na uvamizi wa nchi za kigeni ulikuwa na ushawishi mwovu ambao kila mtu inambidi apambane nao ni mawazo ya udhanifu juu ya ulimwengu, ambayo hayalingani na ukweli wa mambo yalivyo:

> Kuwa siasa na itikadi za zamani ndiyo taswira ya pamoja ya mifumo yao ya uchumi ... Hazihusiani na mifumo ya uchumi ya hivi sasa au mifumo ya uchumi ya siku za mbele ... wakati waumini wa mapokeo wanazungumzia usawa katika hali ya umasikini, wajamaa wanapendelea kuzungumzia usawa katika hali ya neema. (Babu, 1981: 58)

Kusema kweli, umasikini umekuja kuwa ndiyo urithi mkubwa aliouacha Nyerere. Wakati Tanzania ikiwa imepanda kidogo katika orodha ya Maendeleo ya Binadamu ya Mpango wa Maendeleo wa Umoja wa Mataifa tokea mwaka 2000, hata hivyo bado imebakia ni ya 159 kati ya nchi 177 zilizoshiriki katika mwaka 2007/08 (Shirika la Kazi Duniani, 2011).

Tafsiri ya Babu juu ya Kujitegemea

Kwa mujibu wa maoni ya Babu, kuachana na utawala wa kigeni (jambo ambalo Azimio la Arusha ndilo lililodai kuleta) kungelilazimisha kuwepo kwa mabadiliko kutoka katika mfumo wa uchumi wa kikoloni (uliotegemea moja kwa moja mazao ya biashara) na kujenga uchumi wa kitaifa kwa lengo la uzalishaji wenye kukidhi mahitaji muhimu ya wananchi: chakula, mavazi na makazi. Kujitegemea kunakuja, kwa mujibu wa maoni ya Babu, pale nchi inapozalisha mahitaji haya muhimu kwa juhudi zake yenyewe na kutokuwa tena muathiriwa wa dhuluma zilizojikita ndani ya soko la dunia.

Katika kipindi cha baina ya kutangazwa kwa Azimio la Arusha na utekelezwaji wake, Babu aliandika mfululizo wa makala yaliyokuwa na kichwa cha habari 'Maana ya Kujitegemea' katika gazeti la *The Nationalist* la Dar es Salaam yaliyotoa ufafanuzi juu ya maoni hayo. Katika makala hayo, Babu alizungumzia juu ya udhaifu na uwezo wa Azimio hilo. Alieleza kuwa bila ya kuwepo kwa Mpango wa Utekelezaji madhumuni ya Azimio hilo hayatafikiwa (Babu, 1967).

Mpango huo, Babu aliandika, ni lazima upunguze maeneo yasiyo ya uzalishaji katika mfumo wa serikali na kushughulikia umoja wa kitaifa na kuendeleza maeneo saba muhimu – kilimo; ufugaji na uvuvi; uzalishaji wa viwandani; rasilimali ya madini; mawasiliano; afya ya jamii; elimu; na ujenzi wa nyumba vijijini.

Uwekezaji katika kilimo uwe ni pamoja na uzalishaji wa chakula kwa njia za kisasa kwa kupitia, kwa mfano, mashamba makubwa ya serikali kandokando ya mito, kudhibiti mafuriko na umwagiliaji. Kama alivyoandika hapo baadae, kama haya yangelifanyika 'Tanzania ingelijiimarisha katika nafasi yake ya kuwa nchi inayozalisha ziada ya chakula kama ilivyokuwa hapo zamani. Majanga ya asili, mafuriko na ukame vingelikuwa na athari ndogo sana za uharibifu' (Babu, [1981] 2002: 22).

Alisisitiza kuwa, uwekezaji katika viwanda ungelikuwa ni pamoja na uzalishaji wa rasilmali za makaa ya mawe na chuma cha pua na uendelezaji wa maeneo ya viwanda ambayo yangelitoa ustadi wa kazi na ajira. Hapo tena, Tanzania ingeliweza kutengeneza matrekta, magari ya kubebea mizigo, mashine za kusukuma maji, mashine za ujenzi, vifaa vya mashine za viwandani na kukidhi mahitaji yake mengine mengi ya maendeleo yaliyo muhimu.

Ni jambo la kusikitisha kwa Tanzania, kuwa sera ambazo Babu alizipendekeza na kuzitilia mkazo mara kwa mara katika vikao vya Kamati Kuu ya TANU zilipuuzwa. Mwezi Februari 1972, Nyerere alifanya mabadiliko katika Baraza la Mawaziri na kuwaacha mawaziri wengi waliokuwa na uzoefu mkubwa akiwemo Babu. Nafasi zao zilichukuliwa na watu wasiokuwa na uzoefu waliokuwa watiifu bubu kwa Nyerere ambao aliwaita kuwa ni waumini.

Baada ya mabadiliko haya, sera ya vijiji vya ujamaa kwa haraka ilikuwa ya ukali na ukandamizi zaidi kwa wananchi, na kile kilichoanzishwa kuwa ni mpango wa hiari kwa haraka uligeuka kuwa mpango wa lazima. Mwezi Novemba 1973, Nyerere alitangaza kuwa "Kuishi vijijini ni amri" (imenukuliwa katika Havnevik, 1993: 205). Wale waliokataa kuhama walivunjiwa nyumba zao na kuhamishwa kwa nguvu wakisafirishwa kwa magari ya jeshi au magereza. Wakaazi wa vijijini walihamishwa kwa kasi kubwa sana bila ya kujali athari zake upande wa kilimo, mazingira au hata katika maandalizi ya kimipango. Kusema kweli, uzalishaji wa kilimo uliathirika vibaya, wakulima katika maeneo mengi waligeuzwa kuwa wakulima wa kilimo cha kujikimu na upungufu wa chakula ukaikumba nchi nzima.

La kushangaza ni kwamba katika kipindi chote cha miaka ya 1970 watu waliolazimishwa kuhama kutoka katika ardhi ambayo waliishi kwa vizazi na vizazi, na wale waliojaribu kutafuta maisha chini ya mpango mpya, waliondoka vijijini na kumiminika mijini wakitafuta ajira lakini mara nyingi bila ya kupata chochote zaidi ya kibarua cha hapa na pale. Aina hii ya kuhamia mijini iliongezeka kwa haraka sana Tanzania kuliko mahali pengine popote pale duniani (O'Connor, 1988).

Kutaifishwa kwa Biashara ya Jumla

Tofauti nyengine kubwa ya sera za kiuchumi iliyokuwepo kati ya Nyerere na Babu ilihusiana na biashara ya Jumla. Mwaka 1971, Nyerere aliamua kutaifisha biashara ya jumla (ambayo kwa kiasi kikubwa ilikuwa mikononi mwa familia za Kiasia). Hakuna sababu iliyotolewa kuhusiana na utekelezaji huu ila ilikuja katika dhana isiyofahamika vizuri ya 'ujamaa'. Babu aliipinga dhana hii kwa kutoa hoja kwa urefu kuwa utaifishaji kama huo utaongeza gharama za usambazaji na kuvuruga mfumo wa biashara; kuwa uchumi wa Tanzania kwa wakati huo ulihitaji kuongeza nguvu kazi yake[1] kwa kuambatanisha pamoja rasilimali zote, binafsi na za serikali; na kuwa 'serikali haikuhitaji kuwa muuzaji wa mkate na siagi', lakini ilibidi pamoja 'ibuni maeneo mengine ya maendeleo, ama katika nyanja za kilimo cha mashamba makubwa au viwanda. Katika sehemu hizi ndiko raslimali za serikali zinakotakiwa ziende badala ya kuzijaribu katika biashara ya usambazaji' (imenukuliwa katika Wilson, 1989: 135).

---

1. Babu aliyachukuliwa maendeleo ya nguvu kazi ya uzalishaji kuwa ni muhimu sana, na katika nchi kama Tanzania ambako nguvu kazi hii ni ya kiwango cha chini sana, alidai kuwa ni lazima iendelezwe kama ni kipaumbele kuliko mahusiano ya uzalishaji.

Siku ya pili yake serikali iliamua kutaifisha biashara. Babu alikiukwa na kikosi kazi mahasusi kilichoteuliwa na Nyerere na kuongozwa na katibu mkuu wake.

5

Utawala wa Kidikteta wa Karume

Baada ya kuepukana na Babu na wengine kutoka Zanzibar ambao aliwaona kuwa wangeliweza kuwa tishio kwake baada ya muungano, Karume aliwafukuza takriban wasomi wote waliokuwa wajumbe wa Baraza la Mapinduzi na kuanza kuitawala nchi kama kwamba ni eneo lake binafsi la utawala wa kitemi.

Mwezi Februari 1965 zilipitishwa sheria za kuahirisha kwa muda usiojulikana kuitishwa kwa Bunge la Katiba. Miaka minane iliyofuatia ilikuwa ni kipindi cha umwagaji damu mkubwa kisicho na kifani na vitisho na ambacho utawala wa sheria ulipuuzwa, wapinzani waliuawa kinyama, udhalilishaji wa kijinsia na ndoa za kulazimishwa zilizagaa. Vyama vya wafanyakazi na jumuiya zote za wananchi zilipigwa marufuku na harakati za kuingia na kutoka Zanzibar zilidhibitiwa kikamilifu. Chama cha ASP na Serikali ya Zanzibar vilifanywa kuwa ni kitu kimoja. Zaidi ya hayo, kwa kuwa Karume alikuwa na madaraka yasiyokuwa na mipaka, bila ya kuwepo namna yoyote ya uwajibikaji, visiwa vya Zanzibar vilikuwa wazi kwa uporaji uliofanywa na familia ya Karume.

Kama alivyoandika Tahir Qazi alipoichambua Misri ya Mubarak:

> Utawala wa kidikteta huzaa tabaka la watu wachache wenye uwezo na kujenga ihramu ya kijamii ambayo madaraka, mali na fursa hujikita kileleni ... kwa jina zuri zaidi, Ihramu ya Dhulma. Watawala wa kidikteta kwa msaada wa wafadhili wao wa kigeni hujenga dola tegemezi ... Hii inasababisha mgawanyiko muhimu kwa wananchi ... kwasababu zilizowazi na zilizofichika. (Qazi, 2011)

Hivi ndivyo ilivyokuwa Zanzibar katika miaka ya baada ya Muungano. Kiuchumi, kijamii na kisiasa Zanzibar ilipitia kipindi cha miaka yake mibaya kabisa ambacho hakijawahi kutokea katika karne nzima. Wananchi walididimia wakati wale wa tabaka la watu wa kati, au wale waliokuwa na ujuzi walitafuta njia ya kuvikimbia visiwa hivyo. Kama Karume angelikuwa kweli mwenye hisia za Kizanzibari, kama wengi wanavyodai, angeliuvuruga mfumo wa jamii ya Zanzibar?

Karume Akabidhi Vibaraka Wake Madaraka ya Jeshi

Akielewa kuwa angelilihitaji jeshi ili kulinda nafasi yake, Karume aliliunda upya jeshi hilo ili kukabidhi madaraka kwa vibaraka wake aliowaamini sana. Katika kipindi cha mara tu baada ya mapinduzi, wanachama wa Chama cha Umma Party ambao walikuwa Cuba walifanyakazi kwa juhudi kubwa ili kulianzisha jeshi la Zanzibar, Jeshi la Ukombozi la Zanzibar. Lakini mamlaka ya kidikteta ya Karume yalipozidi kukua alianza kuwaona watu hawa kuwa ni tishio. Kama Shaaban alivyonambia, 'Karume alitaka tuwe pembeni. Kwa hivyo mwezi Julai 1964 kati yetu sisi 18 ambao tulipata mafunzo Cuba tulipelekwa Urusi kwa kipindi cha mwaka mmoja' (mahojiano na Shaaban, 2009).

Waliporudi mwaka 1965, walibaini kuwa wasingeliruhusiwa kurudi Zanzibar. Kama alivyonambia Hamed Hilal:

> Lilikuwa jambo la kuchekesha namna tulivyolibaini jambo hili …Tulipowasili kutoka Moscow tuliwekwa hoteli Dar es Salaam. Siku ya pili yake tulikuwa tumeshughulika makao makuu ya jeshi. Hatukuwa na muda wa kuwasiliana na Babu au makomred wengine. Lakini kwa mshangao, kiasi cha saa 2 za usiku tulipoteremka chini kwenye ukumbi wa hoteli, nje ya varanda tuliwaona Babu, Badawi na Saleh Saadalla … Badawi ndiye aliyetoa siri kuwa tulikuwa hatutakiwi Zanzibar. Hili lilithibitishwa kwetu tulipokwenda Zanzibar kwa mapumziko ya wiki mbili na kwenda Ikulu kumsalimia Karume. Alitwambia kuwa ama twende katika ofisi za ubalozi kama waambatanishi wa kijeshi au twende tukafanye kazi bara. Tulichagua pendekezo la pili kwasababu tulitaka kubakia jeshini kwa kuwa hii ndiyo iliyokuwa kazi yetu. (Mahojiano na Hamed Hilal, 2011)

Waligawiwa katika makundi mawili, kundi moja lilipelekwa Tabora na kundi jengine lilipelekwa kwenye kambi ya jeshi ya Nachingwea. Hamed aliendelea:

> Lilikuwa ni jambo lililoandaliwa. Ijapokuwa ilikuwa ni jambo la kawaida kwa maafisa wa kijeshi kupangwa katika vikosi mbalimbali baada ya kumaliza mafunzo yao, kwetu sisi, madhumuni makubwa yalikuwa ni kupeleleza na kufuatilia mienendo yetu pamoja na

kuzuia mawasiliano kati yetu na wenzetu wengine ambao walikuwa wanachama wa Chama cha Umma Party. Maafisa makachero wa kijeshi walipewa kazi ya kutupeleleza. Walitoa taarifa kuhusu mienendo yetu hapo makao makuu na makao makuu nao walitoa taarifa Zanzibar. (Mahojiano na Hamed Hilal, 2011)

Kundi la Nachingwea la waliokuwa wanachama wa Chama cha Umma Party lilijenga urafiki mkubwa na maafisa wenzao, pamoja na maafisa makachero, na kuweza kuaminiwa. Baadaye, maafisa makachero waliwaambia kuwa wapo pale ili kuwapeleleza na kutoa taarifa kuhusu mwenendo wao. Baada ya miezi michache maafisa hawa wa usalama walibaini kuwa hapajakuwepo na lolote la kutia wasiwasi na kutoa taarifa na upelelezi uliachwa. Lakini waliokuwa wanachama wa Chama cha Umma Party walibakia katika nafasi hizi kwa miaka mingine miwili. Baada ya hapo, kama Hamed alivyonambia, 'baadhi yetu tulihamishiwa Dar. Hapa tulikutana tena na tulikuwa na Babu takriban kila mwisho wa wiki.' [1]

Hiki ni kipindi ambacho, kama Shaaban alivyonambia, Karume alipoliunda upya jeshi akiwa pamoja na wajumbe wa kamati ya watu Kumi na Nne kama Seif Bakari na Abdalla Natepe, na Yusuf Himid, aliyefanywa kuwa kamanda. (Ali Mahfoudh aliyekuwa kamanda wa Jeshi la Ukombozi naye pia alihamishiwa bara miezi michache baadae na kupelekwa kwenye mpaka wa Tanzania na Msumbiji kusaidia kuwafunza wapigania uhuru wa Msumbiji.) Shaaban aliniambia:

> Wakati huo bado lilikuwepo jeshi la Zanzibar, lakini yalikuwepo mapendekezo kuwa liungane na jeshi la Tanganyika na watu wa Zanzibar hawakujua namna ya kulipinga hilo ... Jeshi la Ukombozi lilivunjwa mwaka 1966. Palikuwa na ombwe na baadae kilikuja kipindi cha mauaji ...Seif Bakari na wajumbe wa Kamati ya Watu Kumi na Nne waliwaua watu kadha na wengine wengi walitoweka – hata hivi leo hapana anayejua nini kiliwatokea. Na ulikuwepo mchakato ulioendelea wa kuwaondoa watu wote wale waliopenda maendeleo kutoka katika jeshi na kutoka katika serikali ya Zanzibar. (Mahojiano na Shaaban Salim, 2009)

---

1. Hamed alipelekwa Tabora pamoja na Salim Saleh, Ahmed Mohamed Habibi (Tony) na Yussuf Baalawy. Kundi la Nachingwea walikuwemo Shaaban Salim, Suleiman Mohamed (Sisi), Amour Dugheish, Abdulla Juma na Haji Othman.

Siku za Machafuko na Dhulma

Katika kipindi hiki, wale waliokuwa madarakani Zanzibar na Tanzania yote kwa jumla waliwaona wajumbe wa Kamati ya Watu Kumi na Nne kuwa ni mashujaa wa kitaifa. Tarehe 12 Januari, 1965 wakati wa sherehe za mwaka wa kwanza wa mapinduzi, gazeti la *The Nationalist* la Dar es Salaam kwa mfano, lilikuwa na picha zao katike kile kilichoitwa ' Picha za watu 14' walioagizwa na kuongozwa na Abeid Amani Karume, Makamo wa Kwanza wa Rais wa Jamhuri ya Muungano wa Tanzania kuandaa matayarisho kwa machafuko yaliyomaliza utawala wa Sultani.

Watu hawa sasa waliweza kufanya lolote lile walitakalo bila ya kuchukuliwa hatua yoyote, kama kutia watu gerezani, na kutesa mtu yeyote wamtakae. Uwekaji watu kizuizini bila ya muda maalum, utesaji na mauaji ya kiholela yalikuwa ni mambo ya kawaida. Watu waliuliwa kwa kuikosoa serikali au kwa kuonekana kuwa ni wapinzani au kwa kulipiza kisasi au mara nyengine bila ya sababu yoyote, (mahojiano na Shaaban Salim na Khamis Ameir, 2009). Vilianzishwa vyumba vya kutesea watu katika kila sehemu ya visiwa vya Zanzibar na humo, wanawake na wanaume wasiokuwa na hatia walifanyiwa ukatili wa kinyama. Sehemu iliyokuwa ovu kuliko zote katika sehemu za kutesea ilikuwa ni *kwa Bamkwe* kama mahali hapo palivyojulikana kwa umaarufu wake. Ilikuwepo ndani ya jela kuu hapo Kiinuwamiguu (*Zanzibar Election Watch*, 2005: 3).

Chini ya uongozi wa Karume, Kamati ya Watu Kumi na Nne ilijiimarisha kwa kujijengea vikundi vingine vya watu wa vurugu ili viwalinde, miongoni mwao wakiwemo wengi waliopatiwa mafunzo juu ya mbinu za utesaji na maafisa wa shirika la ujasusi la Ujarumani ya Mashariki. Watesaji waliandaliwa katika vikundi, miongoni mwao kikiwemo Kikundi Nambari Nane kilichokuwa maarufu. Kamati ya Demokrasia ya Zanzibar iliwataja kwa majina wengi wa watesaji hawa katika gazeti lake la kila mwezi lililokuwa sehemu ya *Zanzibar Election Watch* (2005: 3), na kueleza kuwa wengi wao, wakiwemo watu waliowatesa Hashil na Hamed walishika nafasi muhimu katika ofisi za ubalozi wa Tanzania na katika idara za ujasusi na baraza la mawaziri.

Mwaka 1967 kikundi cha Karume serikalini kilianza kuwalenga wanachama wa ASP waliopenda maendeleo mmoja baada ya mmoja. Watu waliokamatwa kiholela na serikali hiyo walilazimishwa kukiri makosa na kuwaingiza watu hawa na wengine katika makosa kwa kulazimishwa. Mfano mmoja, Kepten Ahmada, mwanachama wa Chama cha Umma Party, alilazimishwa kuwataja watu 19 – wengi wao wakiwa walioikosoa serikali hiyo – kuhusika na mpango wa kubuniwa wa kumpindua Karume. (Ilikuwa ni

Ahmada na Humud Mohamed, ambaye pia ni mwanachama wa Chama cha Umma ndio inasemekana waliomwua Karume mwaka 1972.)

Wanachama wa ASP waliotajwa walishitakiwa na kushutumiwa hadharani na baadae kufungwa na kuuliwa bila ya hata kupelekwa mahakamani. Abdulaziz Twala, aliyekuwa waziri wa fedha na kuwahi kuwa kiongozi wa vyama vya wafanyakazi aliuliwa, kadhalika na Saleh Sadalla. Mwaka 1968 Hanga na Othman Shariff, nao pia waliuawa kinyama. Kama alivyobaini mke wa Hanga Lily Golden, mwanahistoria na mwanaharakati wa kisiasa mwenye asili ya Kirusi- Kiafrika na Kimarekani kwenye nyaraka za siri alizozipata, Hanga alipigwa risasi katika masafa ya karibu na mwili wake uliokatwa vipande vipande kutoswa katika Bahari ya Hindi. (Free Library, 2009).

Kama Shaaban alivyokumbuka, kipindi hicho pia kilishuhudia mfululizo wa kufukuzwa na kufungwa gerezani wale waliopenda maendeleo na ilikuwa katika kipindi hiki ambapo Badawi na Ali Sultan wote wawili walifukuzwa. Ilikuwa katika kipindi hiki vile vile ambapo uongozi wa ASP, ukihofu hali ya Babu kuungwa mkono na wengi visiwani, ndipo walipotaka kuwa naye pia afukuzwe na Nyerere kutoka katika nafasi yake ya uwaziri na kurejeshwa Zanzibar kama alivyofanyiwa Hanga hapo awali. Lakini Nyerere, labda kwa kujua nini ambacho kingelitokea, alikataa.

Mwaka 1969, ili kumwezesha kuepukana na wapinzani wake wote, Karume na vibaraka wake walifanya mabadiliko makubwa ya mfumo wa mahakama. Mahakama za chini ziliondolewa na nafasi yake kuchukuliwa na Mahakama za Wananchi. Mahakama hizi ziliongozwa na watu watatu, mwenyekiti na wengine wawili walioteuliwa na rais, walifanya kazi 'pale rais alipopenda'. Majaji hawa walikuwa, bila ya shaka yoyote, watu wasiosoma na wasioelewa chochote kuhusu sheria au taratibu za kisheria. Kama wengi wa wafuasi wa Karume waliokuwa waumini wa siasa za mrengo wa kulia, walikuwa ni watu waliotaka kulipiza kisasi na waliotoa hukumu za kesi kwa ukatili. Waliamua juu ya taratibu za mahakama bila ya kupingwa na mtu yeyote kwa kuwa mawakili hawakuruhusiwa kuingia katika mahakama hizo. Kama alivyokumbuka Khamis, "Watu wengi walikamatwa na kupotea. Walikuwa wanaweza kukutia ndani. Halafu watakwambia, unawaona wale watu wanaotembea kule nje? Wale ni watu wazuri. Wewe upo hapa kwasababu una hatia ." Mahakama za wananchi zilibaki kuwa ndiyo muhimili wa mfumo wa sheria mpaka katika miaka ya 1980 (Mahojiano na Khamis Ameir, 2009).

Khamis anakumbuka kuwa alikuwa ni yeye tu peke yake miongoni mwa waliokuwa wanachama wa Chama cha Umma Party ambaye alibaki katika Baraza la Mapinduzi.

> Mara nyingi walitaka kunitoa. Lilikuwepo tukio lililohusu mishahara ya wafanyakazi, halafu suala la vita vya Vietnam na wakati fulani Karume alisema, 'Tumepata habari kuwa unawapa kazi Waarabu.' Halafu mtu mmoja kutoka katika ofisi yake alisimama kunitetea na kusema, 'Hapana, siyo yeye ...' halafu jambo la mwisho lilikuwa, 'Wewe Mwarabu – wa damu mchanganyiko. Wewe ni mchanganyiko wa nani na nani?' Nilimtazama nikasema, 'Kutoka katika kabila yako.' Karume alitoka Malawi, na bibi yangu alitoka Malawi. Nilimwambia hayo. Alinitazama halafu alibadili mada. Baada ya hapo matatizo yote yalimalizika. Kila wakati ambao iliundwa kamati, husema, 'Mwingizeni Khamis!' Wakati mwengine mimi husema, 'Siwezi kuwemo katika kamati hiyo, hao wanaiibia serikali.' Atashikilia, 'Lazima uwemo humo!' (Mahojiano na Khamis, 2009)

Kwa watu wengi wa Zanzibar, jambo baya kabisa wakati wa utawala wa Karume lilikuwa ni upungufu mkubwa wa chakula uliosababishwa na sera zake. Uchumi ulikuwa haukubadilishwa au kufanywa kuwa wa kisasa. Ulibaki kutegemea zao la karafuu kwa ajili ya kusafirisha nchi za nje na kuwa katika hatari ya kupanda na kushuka kwa bei katika soko la dunia. Lakini lililokuwa baya zaidi ni kuwa mapato yaliyopatikana kutokana na mauzo ya karafuu yalifichwa ili watu wa Zanzibar waendelee kupata shida hata wakati ambapo bei ya karafuu ilikuwa juu. Pesa zilifichwa katika tawi la London la benki ya Mosko ya Norodny Bank, wakati huo huo uagizaji wa chakula ulipigwa marufuku.

Ilipofika mwaka 1972 madhila ya watu yalikuwa makubwa kiasi ambacho, kama anavyoandika Chase:

> Upinzani uliojificha kwa muda mrefu dhidi ya utawala wa Chama cha ASP ulianza kuwa na sura ya kuungwa mkono na umma wote. Kwa mara ya kwanza tokea mwaka 1967 ulipokuwepo 'mpango wa kumpindua Karume'. Kwasababu ya upinzani huo serikali ya Karume iliandaa mpango mwengine wa kuwafukuza wale waliowadhani kuwa ni wapinzani, hasa wale ambao jukumu lao la kihistoria liliwafanya kuonekana kuwa watarajiwa wa kuungwa mkono na umma. (Chase, 1976: 19)

Mnamo mwezi Februari mwaka huo Karume alipeleka ujumbe mzito Dar es Salaam kudai kuwa Babu arudishwe pamoja na wengine waliokuwa wanachama wa Chama cha Umma Party ambao walikuwa bara. Madai haya yalitokana na kuwa utawala wa Karume Zanzibar kila ulivyozidi kuwa ni wa kidhalimu, Babu alijitokeza kuwa ni mpinzani mkubwa wa serikali ya ASP.

Mara hii Nyerere alikataa tena kumrudisha Babu lakini alikubali suluhisho la kumfukuza kutoka katika wadhifa wake. Namna ya kumfukuza kwake inadhihirisha kuwa Nyerere alitaka kushirikiana na Karume katika jaribio la kutaka kumdhalilisha Babu hadharani. Bila ya sababu yoyote, alimtaka awe naibu waziri wa mambo ya nje chini ya John Malecela na kuongoza ujumbe wa Tanzania katika mkutano wa Baraza la Mawaziri la Umoja wa Nchi Huru za Afrika. Wakati Babu akiwa nje ya nchi akihudhuria mkutano huu, ghafla na mbele ya hadhara alifukuzwa kutoka katika wadhifa wake wa waziri wa mambo ya uchumi na mipango ya maendeleo. (Babu, 1996: 331)

Kuuliwa kwa Karume na Baada ya Hapo

Ilikuwa katika mazingira haya ya njama za hali ya juu za serikali, hali ya ukandamizaji uliokithiri visiwani Zanzibar na hasira za wananchi zilizozidi kupanda, ndipo Karume alipouawa tarehe 7 April, 1972. Watu wawili waliomwua Karume wote walikuwa wanachama wa zamani wa Chama cha Umma, Luteni Humud Mohamed, ambaye risasi zake ndizo hasa zilizomwua Karume na Kepten Ahmada. Kila mmoja wao alikuwa na sababu zake binafsi za kumwua Karume. Baba yake Humud aliuliwa akiwa gerezani, na inatuhumuiwa kuwa ilikuwa ni kwa amri ya Karume, na Ahmada aliteswa na serikali ya Karume mateso yaliyomsababisha atoe tuhuma za uongo. Humud na Ahmada, na watu wengine wawili ambao inasemekana walihusika na mauaji hayo, waliuliwa na polisi kufuatia kifo cha Karume.

Wakati Wazanzibari wengi inawezekana kuwa walifurahia, angalau kwa siri, kifo cha Karume, kilipelekea kuwepo kwa hali ambayo vibaraka ambao Karume aliwaamini sana na waliokuwa na vurugu kubwa wakiongozwa na Seif Bakari ndio waliokuwa kundi pekee lililokuwa na madaraka visiwani.

Hatimaye Aboud Jumbe aliteuliwa kuwa rais mwengine wa Zanzibar. Alikuwa ndiye mtu mwafaka aliyeteuliwa kwanza kwasababu alikubalika kwa kundi la Bakari na pili kwasababu hakuchukiwa sana na wananchi ukimlinganisha na wengi wengine waliokuwemo katika serikali ya Karume. Alikuwa ni mmoja miongoni mwa wasomi wachache waliovumiliwa na Karume, alikuwa mwerevu wa kutojali hata uonevu na ukatili wa dhahiri. Sasa alitumia werevu wake katika kutafuta suluhisho na makubaliano na serikali. Haya yalimwezesha pia kuimarisha nafasi yake, kuidhibiti na hatimaye kujikita kikamilifu katika madaraka yake.

Kikundi cha Seif Bakari kilichukua madaraka mara tu baada ya Karume kuuwawa na watu 1,100 walikamatwa na kutiwa gerezani katika siku chache zilizofuata. Miongoni mwao walikuwemo wengi waliokuwa wanachama na washabiki wa Chama cha Umma Party na wanachama wa ASP – wale waliodhaniwa kuwa wapinzani wa serikali ya Karume na kwa hivyo kuchukuliwa kuwa ni wapinzani wa kisiasa wa kikundi hicho.

Yaliyotokea kuanzia hapo mpaka kuanza kwa ile iliyoitwa Kesi ya Uhaini yalikuwa katika vipindi vinne vilivyofuatana. Cha kwanza kilikuwa ni cha kuwakamata na kuwahoji wale waliokuwepo kizuizini Zanzibar na 'kukiri' kwao baada ya mateso makubwa na baadhi ya wakati kwa maumivu ya kifo. Cha pili ni kile cha kubuniwa kwa mpango mkubwa uliotokana na ushahidi unaotokana na 'kukiri' kwao huko. Madhumuni ya 'mpango' huo ambao unadhaniwa kuwa uliongozwa na Babu na Chama cha Umma Party, yanadaiwa kuwa yalikuwa ni kumwua Karume na baadae kuchukua madaraka visiwani. Cha tatu, ni pale watu walipokuwa wakilazimishwa kukiri na 'mpango' huo kubuniwa kilikuwa ni kukamatwa kwa Babu na baadhi ya waliokuwa wanachama wa Chama cha Umma bara. Cha mwisho kilikuwa ni kuhojiwa kwa watu hawa, kuhojiwa ambako kuliandamana na mateso ya wawili kati yao, Hashil Seif Hashil na Hamed Hilal (mahojiano na Hamed Hilal, 2011).

Khamis alikamatwa tarehe 18 April, 1972, akiwa kada wa mwisho wa Chama cha Umma kukamatwa Zanzibar baada ya mauaji. Alikuwa ni yeye pekee aliyebakia katika Baraza la Mapinduzi na kama alivyonieleza ' ni rais tu ndiye aliyeweza kutia saini ili mjumbe wa Baraza la Mapinduzi akamatwe. Kwa hivyo, mara baada ya Jumbe kuwa rais, nilikamatwa na kutiwa gerezani ambako niliwakuta makomred wenzangu wengine huko!' (mahojiano na Khamis Ameir, 2009).

Alipofika gerezani Khamis aliyakuta mateso yakimsubiri. Walifanyiwa vitendo vya utesaji wa kinyama hadi watu watatu – Musa Abdalla Ali, kwa umaarufu wake akijulikana kwa jina la 'Meki', Luteni Ali Othman na Abbas Mohamed, wote hao wakiwa ni watu waliokuwa wanachama wa Chama cha Umma Party – walikufa hata kabla ya kesi kuanza. Wengine, miongoni mwao wakiwemo Saleh Ali na Mohamed Saghir, walikufa mara baadae. Chumba cha kuhojiwa, kwa mujibu wa maelezo ya mshitakiwa mmoja, 'kilifanana na machinjio yaliyotapakaa damu ya binadamu' (Chase 1976: 24). Mateso mengine yaliyofanyika yalikuwa ni pamoja na ukatili wa kijinsia, kulazimishwa kusimama huku mtu akiwa amefukiwa hadi shingoni katika mchanga au matope, ukatili wa kisaikolojia: kuwekwa katika chumba cha mahabusu nyoka waliotolewa meno, mahabusu kuvyetuliwa risasi kutoka kila upande, kuning'inizwa kwenye kamba iliyozungushwa shingoni na kutegewa kwa namna ambayo isingeliweza kuua (mahojiano na Khamis Ameir, 2009). Mara kadha mwaka 1972, 'Dourado [mwanasheria Mkuu Wolfgang Dourado aliyekuwa mwendesha mashtaka] akija katika chumba cha kuhojiwa', Khamis aliniambia, 'husoma maelezo yaliyoandikwa na baadae kusema, "Inabidi mumkamue zaidi mtu huyu", yaani mateso zaidi. Mahakamani alisema, "mikono yao ilisokotwa tu, basi," kusema kweli, maelezo ya Dourado juu ya mada hii yanastahili kunukuliwa yote kwa ukamilifu. Yanaonyesha mtazamo wa matukio yanayofanana na hayo ya hivi sasa katika kesi za wale walioshtakiwa kwa mujibu wa sheria za ugaidi za Uingereza na Marekani. Hapa pia, matumizi ya ushahidi uliopatikana kwa njia ya mateso ni jambo la kawaida.

> Wakati wa kesi, wale waliokubali makosa katika maelezo yao waliyakataa makosa hayo. Walieleza kuwa maelezo hayo yalipatikana kwa namna isiyo sahihi na kwa hivyo hayakuwa maelezo yaliyotolewa kwa hiari. Kwasababu, ya namna ya hali ilivyokuwa wakati wakutoa maelezo hayo walilazimishwa kukiri makosa na kutunga uongo na wakati mwengine maafisa wa upelelezi waliyaongezea maelezo yao ili kuipa kesi uzito mkubwa zaidi dhidi yao. Swali linalojitokeza kwanza ni kuwa, maelezo haya yanakubalika kisheria? Jibu fupi kwa swali hili ni kwamba kwa kuwa hayatakubalika chini ya mifumo mingine ya sheria, mfumo wetu hauna kizuizi cha kuzuia kukubalika kwa maelezo kama hayo. Mheshimiwa ataona kuwa ninakiri kwamba umekuwapo usokotaji wa mkono kidogo (utumiaji wa nguvu) ili maelezo haya yapatikane. (Chase, 1976: 24)

Kamatakamata, Kuweka Gerezani na Mateso Bara

Baada ya takriban mwaka mmoja wa mahojiano ya kikatili yaliyoambatana na mateso kwa wale waliotiwa gerezani, serikali hatimaye iliyapata matilaba yake ya kuwafanya wahojiwa 'wakiri'. Kabla ya hapo, siku sita tu baada ya mauaji, makada wote wa kile kilichokuwa Chama cha Umma Party ambao wakiishi bara, pamoja na Babu, walikamatwa na kuwekwa gerezani.

Wakati akikamatwa, Babu alikwishajua kuwa alikuwa hatarini, kwasababu wakati wa maziko ya Karume, tarehe 10 April, tayari zilikuwepo dalili za nini kingelitokea. Edington Kisasi, kamishna wa polisi, alimwambia Mohammed Sahnun, Mualgeria aliyekuwa Naibu Katibu Mkuu wa Umoja wa Nchi Huru za Afrika aliyekuja kuhudhuria maziko hayo, 'tutampata Babu, akiwa hai au amekufa' (Babu: 1975; 1). Sahnun alishtuka na alipowasili Dar es Salaam wakati akirudi Algeria, alimtumia ujumbe Babu akimweleza kuhusu tishio hilo ovu. Hapo hapo, Babu alimwarifu Makamu wa Rais, Rashid Kawawa na kumtaka achukue hatua zinazofaa. Alitaka vile vile kumwona Nyerere, lakini ombi lake, kama Babu alivyokumbuka, lilikataliwa kwa utovu wa adabu mkubwa (Babu, 1975: 2).

Kukamatwa ambako Babu alikwisha tahadharishwa nako kulikuwa kwa namna ya kikatili. Kama alivyoandika katika barua aliyoituma kwa Tume ya Haki za Binadamu ya Umoja wa Mataifa:

> Tarehe 13 April, saa tisa alfajiri, nyumba yangu ilizungukwa na polisi wa kijeshi. Wakiwa na silaha nyingi na kwa mtindo ule ule wa Kigestapo walisukuma mlango wa nyumba yangu kwa jina la sheria na utulivu, walinikamata na kunifunga pingu, na kuzielekeza kichwani kwangu bunduki zao za rashasha zilizokuwa na risasi ndani.
> ... Ijapokuwa sikuonyeshwa hati yoyote ya kukamatwa au hati ya kunisachi, au kuelezwa kikosi hiki cha kinyama kilikuwa ni kwa ajili ya nini, hata hivyo, kikundi cha makachero kiliingia ndani wakiwa pamoja na wanajeshi waliokuwa na silaha na kuanza kuvurugavuruga kila kitu ndani ya nyumba yangu na kuchukua kitu chochote ambacho walidhani wanakitaka ...Wakati wakiendelea kuvuruga kila kitu ndani ya nyumba yangu waliniamuru nitoke nje ... huku nikiiacha familia yangu iliyokuwa katika hofu. Sikuwa na chaguo lolote. Walikwishanifunga pingu kwa hivyo waliniburura na kunitoa nje ya nyumba, kwa mabavu na kunivurumisha ndani ya gari lililokuwa likisubiri, ndani yake wakiwemo wanajeshi zaidi waliokuwa na silaha. (Babu, 1975: 2)

Alipelekwa katika gereza la Ukonga ambako kwa muda wa wiki mbili aliwekwa peke yake kabla ya kuhamishiwa gereza la Tabora kupitia gereza la Dodoma huku akiwa amefungwa minyororo. Gerezani Tabora, Babu alitupwa katika 'chumba cha wale waliohukumiwa kifo' karibu na chumba cha kunyongea. Alikaa hapo kwa muda wa miezi kumi ambayo saba katika hiyo akiwa ametengwa katika hali ya upweke. Katika kipindi chote hiki hakuambiwa sababu ya kuwekwa kwake kizuizini ijapokuwa kwa mujibu wa Sheria ya Kuweka Watu Kizuizini alikuwa na haki hiyo, kama zipo chache nyengine kwa vile sheria hii ya kikoloni (ambayo bado imo katika vitabu vya sheria vya Tanzania) inawanyima wale waliofungwa jela chini ya sheria hiyo takriban haki zote za kiraia.

Siku hiyo hiyo, makada wote waliokuwa bara wa kile kilichokuwa Chama cha Umma Party, walikamatwa vile vile. Hamed Hilal, aliyekuwepo Dar es Salaam, alikamatwa pamoja na mke wake Fatma. Walipelekwa gereza la Keko ambako maafisa wengine wa jeshi kutoka Zanzibar waliokuwa wakifanyakazi bara walikuwa tayari wamekwishawekwa ndani. Hamed alinambia:

> Walikuwemo wanawake wanne wa Kizanzibari waliokamatwa katika kipindi hiki. Mke wa Humud, Fathiya Humud aliachiwa baada ya miezi mitatu kwasababu ya uja uzito, na wengine, pamoja na mke wangu waliachiwa baada ya miaka miwili. Mke wangu alirudi katika hospitali ya jeshi ambako alikuwa akifanyakazi lakini aliambiwa kwamba 'kwasababu za kiusalama' asingeliweza kuajiriwa tena. Hata hivyo, aliweza kupata kazi katika zahanati ya mtu binafsi mpaka alipokwenda Dubai pamoja na watoto wetu na mama yake aliyekuwa akiwaangalia wakati akiwa gerezani. Ilikuwa baada ya kuachiwa kwangu ndipo nilipomuona mke wangu alipokuja kunitembelea kwa mwezi mmoja. (Mahojiano na Hamed Hilal, 2011)

Kuwekwa gerezani kwa wanawake hawa, ambao ni wazi kabisa hawakuwa na uhusiano wowote na mauaji, kulionyeha kwa mara nyengine tena chuki ya serikali ya Zanzibar dhidi ya wanawake wa Kiarabu na chuki yake dhidi ya Waarabu. Ukiukwaji huu wa wazi na wa kikatili wa haki za binadamu ambao wanawake kama Fatma Hilal na Fathiya Humud walihukumiwa kwasababu ya vitendo vya waume wao (Fathiya aliwekwa gerezani hali akiwa ana mimba na mumewe amefariki) uliachiwa upite hivi hivi bila ya hata neno moja la kukaripia kutoka kwa Nyerere. Maelezo yake ya mwaka 1969 (aliyoyatoa alipozungumzia vita vya Biafra) kuwa 'kama hatukujifunza kuikosoa dhuluma ndani ya bara letu, tutajikuta tunauvumilia ufashisti katika Afrika, ilimradi tu unafanywa na serikali za Afrika dhidi ya wananchi wa Afrika' (Pomerance, 1982) yalidhihirisha ya kuwa ni zoezi la kujibeza mwenyewe.

Lilikuwepo jaribio la kulifanya zoezi hili la ukamataji kuwa ni siri kwasababu pale alipoulizwa na waandishi wa magazeti kutoka nchi za nje, waziri wa mambo ya ndani aliyefanya ukamataji huo alikataa katakata kuwa Babu alikamatwa (Babu, 1975: 2). Ni wazi kuwa Nyerere aliona aibu, lakini kama ilivyokuwa kila mara, hakufanya lolote na kutochukua hatua kwake kulimfanya awe mshiriki wa kikamilifu katika ukatili huu.

Mke wa Babu, Ashura na watoto wao waliruhusiwa kumtembelea Tabora, ijapokuwa gharama na muda wa kwenda huko kuliwazuia kuweza kwenda huko kila mara isipokuwa kwa mara chache tu. Kwa kupitia kwao, alijua kuhusu kukamatwa kwa mamia ya wengine Zanzibar na taarifa za mateso ya kutisha.

Mwezi Machi 1973, makada wote wa Chama cha Umma, pamoja na Babu walihamishiwa katika gereza ovu la ulinzi wa hali ya juu la Ukonga nje ya Dar es Salaam. Kwa mara nyengine tena waliwekwa katika chumba cha wale waliohukumiwa kifo. Mazingira katika gereza la Ukonga yalikuwa ni ya kukatisha tamaa kabisa na vile alivyotendewa Babu, aliyekuwa waziri, na makomred wake, wengine wakiwa maafisa wa jeshi wa vyeo vya juu haikuwa tofauti na vile walivyotendewa wahalifu wa kawaida. Labda kama wangelikuwa wameshtakiwa kwa kuitia nchi katika umasikini basi pengine wangelitendewa vizuri zaidi na Ukonga ingelikarabatiwa na kuwekwa vyumba maalumu vya Watu Muhimu Sana, kama ilivyokuwa mwaka 2008 wakati wa matayarisho ya kesi ya waliokuwa mawaziri na watumishi wa serikali walioshtakiwa kwa uporaji wa kiasi kikubwa cha fedha (Jamiiforum, 2008).

Ilikuwa katika kipindi hiki ambapo Jumbe na Hassan Nassor Moyo, waziri wa nchi wa Zanzibar walipofika bara na kumwona Nyerere ili awaruhusu maofisa wanaosaili kutoka Zanzibar wafanye upelelezi bara. Hashil Seif aliuelezea 'upelelezi' huo katika mazungumzo yaliyoandaliwa katika Mkutano wa Sita wa Waarabu na Wazungu juu ya Haki za Binadamu, Berlin tarehe 12 Mei, 2011:

> Nilichukuliwa kutoka katika chumba changu cha gerezani na kundi la watesaji kutoka Zanzibar. Nilizibwa macho na kufungwa pingu. Baada ya muda nilibaini kuwa sikuwa peke yangu. [Hamed Hilal naye pia alikuwa amechukuliwa kutoka katika gereza la Keko.]
>
> Walituchukua kutoka gerezani kiasi cha saa nne usiku na kutupeleka katika nyumba iliyopo, mahali fulani Dar es Salaam ambapo ndipo wanapowatesa watu. Baada ya kuwasili walitutia katika vyumba mbalimbali.
>
> Kuta zilikuwa zimetapakaa damu ya binadamu. Walikuwepo kiasi cha watesaji wanane. Walitumia waya za umeme, fimbo za mianzi na mipera kutupiga ... Nyuso za vitisho za watesaji wetu zilinikumbusha wanyama waliojeruhiwa waliokoswa na risasi ya binadamu. Walisisitiza kuwa mimi ndiye niliyemwua makamu wa rais Karume ili kuipundua serikali halali ya ASP. (Maandishi ya mazungumzo katika Mkutano wa Sita wa Waarabu na Wazungu juu ya Haki za Binadamu, Berlin, tarehe 12 Mei, 2011)

Hashil alionyeshwa picha za waliowekwa kizuizini kutoka Zanzibar, wengi wao walikuwa wamemtaja baada ya kuteswa. Baadaye, wote wawili, yeye na Hamed walilazimishwa kutia saini maelezo ya kukiri na walipokataa mateso yalianza tena.

> Mmoja baada ya mmoja, kila mtesaji alikuwa na zamu yake ya kunipiga kwa waya za umeme mpaka nilishindwa kusimama kabisa na kuanguka chini nikiwa nimezimia huku damu ikinichuruzika mwilini. Waliendelea kusema 'utajua nini kilichomtoa kanga manyoya'. Waliyarudia maneno hayo wakati wakiendelea kunitesa, mengine mnaweza kufikiria wenyewe. Wakati wakinitesa, nilijihisi kama niliyezama ndani ya moto. Walinitaka nikae juu ya kiti, walinivua shati langu kwa hiyo nilikuwa tumbo wazi na walianza kunitesa mpaka nikapoteza fahamu na kuanguka sakafuni. (Maandishi ya mazungumzo katika Mkutano wa Sita wa Waarabu na Wazungu juu ya Haki za Binadamu, Berlin, tarehe 12 Mei, 2011)

Hashil alitishiwa kubakwa, na ijapokuwa watesaji hawakufikia hatua ya kufanya hivyo, au kumfanyia unyanyasaji wowote wa kijinsia, ubakaji wa wanaume ulikuwa ni jambo la kawaida katika mfumo wa mateso na vitisho vya serikali ya Zanzibar katika kipindi hiki na kilichofuata baadae. Kwa mfano, mwaka 2001 Napoli na Saleh wanaelezea juu ya kampeni endelevu ya kuwashambulia wanaharakati wapinzani ambapo ukatili wa kijinsia ulitumiwa dhidi ya wote wanawake na wanaume kisiwani Pemba (Napoli na Saleh, 2005: 167).

Hata hivyo, unyama wa watu waliopelekwa na serikali ya Zanzibar kumtesa Hashil ulishuhudiwa na wenzao wa bara, na hata maafisa usalama na wasaili hawa wakakamavu kutoka Dar es Salaam walishitushwa na kile walichokiona. Walimwarifu mkurugenzi wa usalama wa Taifa wa Tanzania na yeye alimpigia simu Nyerere na kumwelezea kwa urefu juu ya matukio haya akitilia mkazo kuwa kama utesaji huu haukusimamishwa waathiriwa wanaweza kufa.

Nyerere aliamrisha kuwa utesaji usimame. Akiwa amejaribu kuficha ukweli juu ya kutiwa kwao gerezani kwa vyombo vya habari vya nchi za nje na wanadiplomasia, alitishika na uwezekano wa kumtaka aelezee juu ya vifo vya makada hawa wa kilichokuwa Chama cha Umma. Vile vile aliamrisha kuwa kuanzia wakati huo wapelelezi waliopatiwa mafunzo ndio pekee wawahoji walio kizuizini. Aliamrisha vile vile kuwa watesaji wakamatwe na waadhibiwe. Kwa hakika walitiwa ndani lakini kwa mujibu wa Hashil, 'waliachiliwa baada ya wiki chache, wakati mimi nilirudishwa gerezani ambako nilitumia miaka sita ya maisha yangu' (Mahojiano na Hashil Seif, 2012).

Ni wazi kuwa nia ya serikali ya Zanzibar ilikuwa ni kuwaweka watu hawa gerezani maisha. Kama Hamed alivyonambia:

> Kwa muda wote huu mpaka kesi ilipomalizika hatukuambiwa sababu ya kukamatwa kwetu. Wakati Hassan Nassor Moyo alipolitembelea gereza la Dodoma akiwa waziri wa mambo ya ndani, tulimuuliza kwanini tulitiwa gerezani. Alitwambia 'Hamjui sababu? Mtaoza hapa milele.' (Mahojiano na Hamed, 2011)

Kuhoji kuliendelea lakini wapelelezi weledi kutoka bara hawakuweza kupata lolote la kumtia mtu hatiani. Kabla ya mauaji washtakiwa walikwenda kuvua samaki. Hapajakuwepo na silaha ndani ya mashua yao – isipokuwa chakula tu! Kila kitu kilionyesha kuwa hawakuwa na hatia lakini hilo halikuwa na umuhimu kwasababu wale waliokuwa madarakani walichodhamiria ilikuwa ni kuendesha kesi ya maonyesho ili kuwasingizia ubaya washtakiwa na kuonyesha kuwa kuanzia sasa na kuendelea, wapinzani wote watasagwasagwa kikatili.

6

Kesi Katika Mahakama Bandia ya Zanzibar

Wakati watu wakihojiwa na kuteswa bara, huko Zanzibar mambo yalikwishatayarishwa kwa ajili ya kesi ya kimaonyesho ya wafuasi wa siasa za mrengo wa kushoto iliyokuwa iendeshwe katika mahakama ya wananchi. Miezi michache kabla ya kesi hiyo vyombo vya habari na wananchi walitayarishwa kwa ajili ya kesi hiyo. Mkutano mkuu wa kwanza wa Chama cha ASP katika kipindi cha miaka kumi, uliofanyika mwezi Disemba 1972 chini ya uongozi wa Jumbe ulitamka kuwa itakuwa ndiyo kesi. Mbele ya Nyerere na viongozi wengine wa TANU waliokuwepo, yalipitishwa maazimio manne, kila azimio likithibitisha ajenda ya kibaguzi ya kikabila ya wafuasi wa siasa za mrengo wa kulia yenye nia ya kulipiza kisasi. Maazimio mawili ya kwanza yalieleza kuwa wale wote waliokuwa wanachama wa vyama vya ZNP, ZPPP na Chama cha Umma Party watapigwa marufuku kushika nafasi yoyote katika serikali ya visiwani au kuwa wanachama kamili wa Chama cha ASP. Azimio la tatu liliwapiga marufuku wale wasiokuwa wanachama wa Chama cha ASP kufanyakazi katika polisi na jeshi, na la mwisho lilitaka iendeshwe kesi na kuuliwa hadharani wote wale watakaopatikana na hatia katika kile kinachotuhumiwa kuwa ni njama dhidi ya Karume:

Kesi

Kesi yenyewe hasa ilianza tarehe 5 Mei, 1973 takriban mwaka mmoja baada ya kamatakamata za kiholela. Miongoni mwa wale walioshitakiwa, 81 walishitakiwa kwa kosa la uhaini wakiwa ni pamoja na 18 waliowekwa kizuizini bara. Wakati Jumbe alijaribu kutaka 18 hawa, pamoja na Babu, warudishwe Zanzibar, Nyerere aliendelea kukataa kufanya hivyo labda kwasababu alihisi kuwa kufanya hivyo kungelizusha lawama na hasira za kimataifa. Matokeo yake, watu hawa walishitakiwa wakiwa wenyewe hawapo. Nyerere hakufanya lolote lile kuzuia kile ambacho kilikuwa sio tu kitendo cha ukiukwaji mkubwa wa haki bali pia ni kitendo batili kwasababu, kwa mujibu wa sheria za Tanzania kesi za kumuhukumu mtu wakati mwenyewe akiwa hayupo haziruhusiwi na pia kwasababu kumuhukumu mtu wakati mwenyewe akiwa hayupo kunaleta dhana kuwa mtu huyo amekataa kufika mahakamani.

Kitendo cha Nyerere cha kuchukua au kutochukua hatua kuhusu suala hili na kushindwa kwake kuwasimamia watu wasiokuwa na hatia kama ilivyokuwa katika mahusiano yake na Uingereza na Marekani kabla ya Muungano, kunaonyesha dhahiri hali yake ya kukosa ujasiri na kutokuwa na uwezo wa kuwa na msimamo thabiti dhidi ya shinikizo la wafuasi wa siasa za mrengo wa kulia.

Kesi ilifanyika katika Mahakama za Wananchi za Zanzibar, Khamis anakumbuka:

> Jaji alikuwa muuza samaki. Hakujua sheria. Hapo mahakamani akitwambia, 'Nyinyi ni kama samaki ndani ya kikapu changu, naweza kumchukua nimtakaye na kumwacha nisiyemtaka.' Hayo akiyasema mahakamani! Hao ndio majaji wa wananchi – walitakiwa wayaangalie mambo kwa mtazamo wa Afro-Shirazi. (Mahojiano na Khamis Ameir, 2009)

Kwa wale walioshitakiwa wakiwa wenyewe hawapo, kesi hiyo ilikuwa ni zoezi la kuwapaka matope kwa kutumia hadithi za kubuni zilizorudiwa mara kwa mara. Kesi ilichukua takriban mwaka mmoja na kuchapishwa takriban katika magazeti yote nchini. Kama Babu alivyomwandikia mwenyekiti wa Tume ya Haki za Binadamu ya Umoja wa Mataifa.

> Wakati tukiwa tumenyimwa haki ya kujitetea, au hata kuwepo katika kesi ... majina yetu yalipakwa matope na kukashifiwa hadharani, tukiitwa kila aina ya majina ambayo kinywa kichafu cha mwendesha mashtaka kiliweza kuyatema na wakati wote huo tukiwa tumenyamazishwa nyuma ya kuta za gereza. (Babu, 1975: 5)

Familia za washtakiwa tayari zilikuwa zikiteseka sana. Katika kila hali zilikumbana na shida za kiuchumi wakati watafutaji wao wa riziki wakiwa wamefungwa gerezani. Sasa, wakati kesi ikijikongoja, familia hizo ziliendelea kuishi katika hali ya uonevu na kupata maumivu ya ziada.

'Ushahidi' ambao Wolfgang Dourado, mwendesha mashtaka, aliuwasilisha dhidi ya washtakiwa unajielezea wenyewe. Ulikuwa ni ushahidi wa maelezo ya watu tisa waliokiri kosa na kuhukumiwa kifo na wakisubiri matokeo ya ombi la msamaha. Watu hawa waliambiwa kuwa kukiri kosa kutawahakikishia hukumu yenye tahafifu, ijapokuwa hilo lilidhihirika kuwa ni uongo. Maelezo yao yaliwataja washitakiwa wote isipokuwa sita tu. Zaidi ya maelezo hayo yalikuwepo maelezo ya wale waliokiri wenyewe ambayo yote yalikanwa na washitakiwa wote waliokamatwa visiwani na sita wengine ambao hawakutolewa ushahidi wowote. Katika kila hali, 'ushahidi' huu ulipatikana kwa njia za utesaji.

'Ushahidi' mwengine uliochukuliwa ulihusu mahusiano binafsi na ya kisiasa kati ya washtakiwa na Babu, uhusiano ambao hawakuukana. Mwisho ulikuwepo ushahidi usio na ithibati kuhusu mahali Babu na washtakiwa wengine walipokuwepo wakati wa mauaji:

> [Kwa] kuyakubali maelezo ya watu hao tisa na maelezo mengine ya kukiri yaliyotolewa na washtakiwa wengine wote, upande wa mashtaka uliweza kuthibitisha tu yale yanayojulikana vizuri na yeyote yule anaeyajua kwa juu juu mambo ya Tanzania/Zanzibar, kuwa Babu alikuwa ni mpinzani mkubwa wa namna ASP ilivyokuwa ikiitawala Zanzibar, kuwa yeye na washtakiwa wengine wengi walikuwa ni wakomunisti wanaojitangaza wenyewe na kuwa wote walikuwa wakikutana mara kwa mara kwenye mikusanyiko ya kiburudani. (Chase, 1976: 25)

Khamis aliniambia kuwa aliulizwa na Mwendesha Mashtaka Dourado "Unajua kuwa Marx alisema kwamba dini ni kasumba kwa watu?" Nilimwuliza, "Kwani mimi ninashtakiwa kwa kuwa mfuasi wa Marx au kwa mauaji ya rais?" Dourado alitaka kuwafurahisha Wamarekani.

Ama kwa Babu, mawazo yake ya kikomunisti ndiyo yaliyoitawala kesi yote. Alilaaniwa katika maelezo ya Dourado na kuitwa shetani mwenye umbo la binadamu. Kwa mfano, Dourado alieleza:

> Ili kuyaelewa vizuri mazingira ya upande wa mashtaka ni vizuri kuielewa tabia ya adui wa mchezo wote, Abdulrahman Mohamed Babu. Kama inavyotuhumiwa na upande wa mashtaka, yeye amekuwa ndiye kiongozi wa mpango huu ... yeye ndiye aliyeuzaa mpango huu wa kuipindua serikali ya Chama cha Afro-Shirazi tokea mwaka 1968. Alikuwa ndiye mbunifu mkuu na mchochezi mkubwa wa mpango huu.
> ... Babu na makomred wenzake wanataka kuanzisha sera gani Zanzibar? Uzito wote wa ushahidi unaonyesha kuwa walitaka kuanzisha usoshalisti wa kisayansi. Mashahidi kama Miraji Mpatani, Qullatein Badawi na mshtakiwa mwenza Ali Sultan (anayeonekana kuzielewa siasa zao) walieleza kuwa usoshalisti wa kisayansi ni ukomunisti ... Kama kuna mtu anayemwelewa Babu basi yeye si

mtu anayeweza kuheshimu matakwa ya umma. Akiwa kiongozi wa Chama cha Umma Party, alizungumzia juu ya chama 'Kiongozi'. Hii ina maana kuwa kikundi cha madhalimu kujifanya kuwa ni masoshalisti wa kisayansi kulazimisha matakwa yao kwa umma. (Chase, 1976: 25 -7)

Ukiacha mbali mazingira yaliyoshitadi ya kupinga ukomunisti yaliyoizunguka kesi hiyo, kesi hiyo ilikuwa imejaa mambo ya kipuuzi yasiyokuwa na mantiki. Hatimaye, Dourado aliiomba mahakama iamini hadithi ya kuchekesha ambayo hata mpumbavu wa namna gani angeliona shida kukubali.

[Kuwa huo unaoitwa mpango] ulioasisiwa na mmoja wa viongozi wakuu wa kisiasa wa mapinduzi ya 1964 (Babu) ukijumuisha viongozi wa kijeshi wa mapinduzi ya kutumia silaha ya 1964, pamoja na Mkuu wa Uendeshaji wa Jeshi la Tanzania (Mahfoudh) na kuandaliwa kwa makini katika kipindi cha zaidi ya miaka minne ulikuwa ni kumpeleka mtu mmoja, (Ahmada) kuiteka kambi ya Bavuai, Makao Makuu ya Jeshi na Chuo cha Radio cha Jeshi, mtu mmoja (Dugheshi) kumkamata Karume, kumpeleka kwenye steshni ya radio na ... [baadae] ... Kuiteka Ikulu ... Mtu mmoja (Baramia) kuyadhibiti Makao Makuu ya Umoja wa Vijana, ambayo ni kituo kilichokuwa cha kijeshi chini ya kiongozi mkuu wa usalama wa ndani wa Karume, Seif Bakari, na bila shaka kuwepo mtu mmoja wa akiba (Ameir) ili kushughulikia shambulizi lolote la upinzani ... washitakiwa wengi ambao walituhumiwa kupangiwa majukumu ya kijeshi hawakuwa wanajeshi katika jeshi la Zanzibar. (Chase, 1976: 29)

Kwa majaji, uongo huu wa kipuuzi ulitosha. Katika watu 18 waliowekwa kizuizini bara 14 walipatikana na hatia na halikadhalika 40 wengine waliokuwa kizuizini Zanzibar. Adhabu za kifo zilitolewa bila ya kizuizi.

Shirika la Kimataifa la Kutetea Haki za Binadamu *Amnesty International* lililofanya kampeni kubwa ya kutaka waliokuwa kizuizini waachiliwe-likimchukua Babu na kumfanya kuwa ni mfungwa wa kifikra – lilielezea katika waraka wake juu ya adhabu ya kifo Tanzania (ambao ulishughulikia kipindi cha 1973-76, ijapokuwa uligusia vile vile mwaka 1977) kuwa kwa jumla:

Adhabu za kifo 42 zilitolewa na Mahakama ya Wananchi. Kumi na tatu ya hukumu hizo zilitolewa wenyewe wakiwa hawapo, kwa watu ambao waliowekwa kizuizini bara lakini hawakukabidhiwa kwa serikali ya Zanzibar ikitiliwa maanani kuwa washtakiwa hao wasingelifanyiwa kesi ya haki. (Amnesty International, 1979: 1)

Hamed aliniambia kuwa:

> Mwezi mmoja baada ya kesi iliyofanyika katika mahakama ya bandia nchini Zanzibar kumalizika na hukumu kutolewa, tulihamishiwa katika magereza mengine. Baadhi yetu, Salim Saleh, Shaaban na Badru Said, Haji Othman na mimi mwenyewe, tulihamishiwa Dodoma; Ahmed Tony na Tahir Ali walipelekwa Tabora na Amour Dugheish na Abdalla Juma walipelekwa Mbeya; Suleiman Sisi alipelekwa Mwanza na Hashil alipelekwa Tanga. Babu na Ali Mahfoudh walibakia Ukonga kwa muda wote. Ali Yusuf aliachiliwa miezi michache baada ya kesi. (Mahojiano na Hamed Hilal, 2011)

Miaka Mingi Gerezani

Makada wa Chama cha Umma Party sasa walionekana kukabiliwa na hukumu isiyokuwa na kikomo. Wafungwa, hasa wale waliokuwepo Zanzibar waliteswa kwa namna mbalimbali. Kwa mfano, chakula walichopewa, si kama kilikuwa kibaya sana tu lakini pia kilichafuliwa makusudi kwa kiasi kidogo cha sumu. Muhogo ulichemshwa katika chombo kilichotumiwa kwa kuwekewa mafuta ya disel na kuwachwa humo kabla ya kugawiwa. Baadhi ya wakati ulikuwa na majani ya muhogo ya sumu au huwepo uji uliopikwa kwa mahindi yaliyooza na maharagwe yenye funza. Hali ya mazingira ilikuwa ya kutisha: Chumbani mlikuwemo na tundu ndogo iliyotumiwa kuwa choo na watu wanane au tisa. 'Baadhi ya makomred wenzetu walikufa; Khamis aliniambia kuwa 'kwasababu ya kutokuwepo kwa matibabu ya vidonda vilivyosababishwa na mateso au kwa ugonjwa wa kuharisha ... tuligoma kula na hatimaye waliwaruhusu jamaa zetu kutuletea sabuni, dawa za meno na chakula kizuri.' Siku hizi za baada ya kesi ziliathiri vibaya sana familia na wapendwa wa makada wa kile kilichokuwa Chama cha Umma. 'Familia zetu nyingi zilisambaratika; Khamis aliniambia. Mtoto wake alipelekwa gerezani wakati yeye mwenyewe akiwemo humo:

> Mtoto wangu alikuwa na umri wa miaka 17, mama yake hakuweza kumdhibiti. Walimtia gerezani pamoja na vijana wengine wengi. Tulikuwa tukigawana nao chakula chetu. Baadae ilikatazwa kufanya hivyo. Baadae mtoto wangu aliachiliwa. Alipelekwa katika skuli ya watoto wahalifu ambayo ilianzishwa na serikali. Alikuwemo humo kwa takriban miaka miwili. Nilipotoka jela na yeye alikuwa nje

pia. Alikwenda Burundi na mara baada ya hapo alifariki kwa kuaaligongwa na basi Dar es Salaam. Nilikwenda kuichukua maiti yake kutoka katika chumba cha kuhifadhia maiti ... Yote haya yalikuwa ni matokeo ya vitendo vya dhahiri au visivyo vya dhahiri vya serikali. Inawezekana kuwa mpango uliokuwepo ni kuwa sisi tufie gerezani. Walikwenda kwa wake zetu na kuwambia, 'Nenda kwa mume wako aliye gerezani na mwambie kuwa unataka talaka yako. Yeye hatoki.' Ilikuwa kama kazi waliowapa – ilikubidi utie saini barua ya kutoa talaka. (Mahojiano na Khamis, 2009)

Kwa kuchanganyika na wafungwa wengine waliwaona watu wengi walioathiriwa na ukandamizaji bila ya kujali wa serikali ya Tanzania. Khamis aliniambia.

Tulikuwa na kijana kutoka Malawi. Walimkamata kwasababu yeye alikuwa ni Mngazija tu. Alikuwa gerezani kwa muda mrefu pamoja na mimi. Baadhi ya wakati watu walikamatwa kwasababu ya chuki tu. Baadhi ya wakati kwasababu za kiitikadi na baadhi ya wakati kwa hisia tu. (Mahojiano na Khamis, 2009)

Bara, Babu na makomred wenzake walikutana na makundi ya wapigania uhuru kutoka katika Chama cha Kupigania Uhuru cha Msumbiji, FRELIMO, Chama cha Kupigania Uhuru cha Angola (MPLA), Chama cha Kupigania Uhuru cha Zimbabwe (ZAPU), Vyama vya Kupigania Uhuru wa Afrika ya Kusini vya ANC na PAC na Chama cha Kupigania Uhuru cha Kusini Magharibi ya Afrika (SWAPO), wafuasi wa Lumumba na Mulele kutoka Zaire – wote hao wakiwa wamewekwa gerezani kwa amri za viongozi wao. Walikuwa ni pamoja na Andreas Shipanga, aliyekuwa katibu mwenezi wa SWAPO, Andreas Nuukwawo, aliyekuwa mwanaharakati wa umoja wa vijana aliyewekwa kizuizini na kuchapwa viboko Namibia, na wengine tisa waliokuwa wanachama wa SWAPO ambao waliwekwa kizuizini kwa 'kuhatarisha usalama wa Tanzania' (Amnsety International, 1978: 3). Waliwekwa gerezani kwa amri ya viongozi wa vyama vyao ambavyo vilikaribishwa na Tanzania ikiwa makao makuu ya Kamati ya Ukombozi ya Umoja wa Nchi Huru za Afrika. Wao, pamoja na waliokuwa wanachama wa ANC, PAC na ZAPU walikuwa wakitumikia vifungo vya hadi miaka saba.

Babu aliazimia kutokiruhusu kipindi kirefu cha kuwa kwake gerezani kiivize ari yake. Kama vitabu vingi vya nukuu zake za gerezani vinavyoeleza, alijifunza falsafa ya Marx, akiangalia uwili wa uwezo na udhaifu wa nguvu za ari ya mtu, furaha na majonzi, haki na batili, tafsiri yao ya ulinganifu na mfumo wa utoaji haki uliolenga katika kumwendeleza mtu mmoja na kumkandamiza mtu mwengine' (Babu, 1996: 332). Pia, aliendesha mafunzo juu ya nadharia ya Marx na misingi ya siasa ya uchumi kwa wafungwa wa kisiasa waliofikia kiasi cha 119 (wengi wao wakiwa hawahusiani na kesi ya Zanzibar) waliokuwepo Ukonga wakati yeye akiwa hapo. Ilikuwa ni kutokana na majadiliano yaliyoibuliwa na mihadhara yake ndipo alipokiandaa kitabu chake mashuhuri cha *African Socialism or Socialist Africa*. Kilikuwa ni uhakiki wa uzoefu wa Tanzania katika kipindi cha baada ya uhuru, na kutaka kuwepo kwa mfumo wa usoshalisti wa kidemokrasia wenye kuongozwa na umma wenye kutilia maanani hali halisi ya Afrika. Kitabu hiki kilitoka mwaka 1981 na kuchapishwa na Zed Press na kutokea kuwa ni kitabu kimojawapo kilichokuwa na ushawishi mkubwa kwa vijana wapenda maendeleo wa kiafrika katika miaka ya 1980 na 1990.

Kampeni ya Kudai Kuachiliwa kwa Babu na Wafungwa Wote wa Kisiasa.

Mwaka 1975, kipindi ambacho washtakiwa wamekuwa gerezani kwa zaidi ya miaka mitatu, kipindi ambacho vifo na mateso yakitokea na baadhi ya washtakiwa wakiwa wametengwa katika hali ya upweke kwa zaidi ya mwaka mmoja, adhabu za kifo 18 kati ya 42 zilifutwa kutokana na rufaa kwenye Mahakama Kuu ya Zanzibar. Baada ya miaka miwili mengine, tarehe 9 Februari, 1977, Baraza Kuu la Chama cha Afro-Shirazi lilitangaza matokeo ya rufaa ya mwisho ya mahakama kwa Kesi ya Uhaini ya Zanzibar. Adhabu za kifo saba zilithibitishwa (nne wenyewe wakiwa hawapo kwa waliokuwa kizuizini bara) na 17 zilifutwa na kuwa adhabu za kifungo za miaka 30 au 35, sita kati ya hizo wenyewe wakiwa hawapo. Adhabu nyengine za kifo zilikuwa zikisubiri kupitiwa tena na Mwenyekiti wa Baraza la Mapinduzi, Aboud Jumbe.

Hata hivyo, kama lilivyoeleza Shirika la Amnesty International, 'hayakutangaza matokeo yoyote hadi kufikia mwisho wa 1977' (Amnesty International, 1979). Wanne waliohukumia kifo bara walikuwa Babu, Ali Mahfoudh, Tahir Ali na Hamed Hilal.

Wakati huo huo, kampeni ya kudai kuachiliwa kwa washitakiwa wa kesi ya uhaini ilipamba moto katika medani ya kimataifa. Ilikuwa ikiendeshwa na Shirika la Kimataifa la Kutetea Haki za Binaadamu (Amnesty International), wanafunzi wa Zanzibar walokuwepo nchi za nje na wakikiunga mkono Chama cha Umma Party na wasomi wengi na wanaharakati waliomjua Babu katika miaka ya 1950 na kubaki kuwa rafiki zake. Muhimu katika hawa walikuwa mwanaharakati mkongwe wa kampeni za kisiasa Fenner Brockway, muasisi wa Vuguvugu la Kupigania Uhuru wa Nchi Zilizotawaliwa na Wakoloni na

Katibu Mkuu wake na mshajiishaji mkubwa, Barbara Haq. Barbara alikuwa mwanamke mashuhuri aliyejitolea maisha yake katika kuunga mkono vuguvugu la kupigania uhuru dhidi ya ukoloni. Alianzisha mfuko wa Kesi wa Zanzibar uliofanya kampeni bila ya kuchoka ili Babu na makomred wake waachiliwe na kutoa gazeti la kufanya kampeni *Habusu* – lililoingizwa Zanzibar kwa magendo.

Katika barua aliyomwandikia Barbara kutoka gerezani tarehe 25 Desemba 1976, Babu aliandika:

> Habusu kimekuwa ni chombo muhimu cha mapambano. Litakuwa muhimu sana kama mungeliweza kulitoa kwa uchache kila mwezi. Hivi sasa hiyo ni silaha pekee inayoweza kutuletea ukombozi wetu. Lina uwezo wa kuwa kama 'jukwaa' maarufu kwa ajili ya 'ujenzi wa nyumba'. Tafadhali hakikisheni kuwa nakala nyingi iwezekanavyo zinafika Tanzania, hasa Zanzibar.[1]

Tarehe 30 Machi, 1978, Aboud Jumbe alizifuta tatu katika jumla ya hukumu za kifo, zilizotolewa kwa washtakiwa, na tarehe 26 April, 1978, wakati wa sherehe za kuadhimisha miaka 13 ya Muungano, hatimaye Nyerere aliamuru kuachiwa kwa Babu na wengine kumi na mbili waliokuwa kizuizini bara. Ijapokuwa wote waliokuwa kizuizini bara waliachiliwa, hukumu za kifo kwa wanne wao – Babu, Ali Mahfoudh, Tahir Ali Salim na Hamed Hilal – kamwe hazikufutwa.

Katikati ya shangwe za kufurahia kuachiwa kwao, ndugu na marafiki, wengi wao wakiwa wamekusanyika katika nyumba ya Babu, walielewa fika mateso ambayo watu hawa walipambana nayo. Kiwango cha dhulma, mateso ya kimwili na ya kisaikolojia na maonevu ya kila siku yaliacha kovu kwao. Badru na Tahir Ali walikufa miaka michache tu baadae. Shirika la Kimataifa la Kutetea Haki za Binadamu(Amnesty) lilifanya mpango wa kuwapatia hadhi ya ukimbizi Hamed na Hashil, na hatimaye waliondoka kwenda Denmark. Huko, Hamed aliniambia 'baada ya uchunguzi wa kitabibu na tiba, ndipo tulipoweza kurudisha imani na ari yetu'. Ali Mahfoudh aliondoka Tanzania kwenda kuishi Msumbiji.

Babu alibaki Dar es Salaam kwa miezi michache. Lakini hukumu ya kifo ikiwa bado imemwandama, marafiki na makomred kutoka kote duniani walimtaka

---

[1]. Babu ananukuu maelezo ya Lenin ya gazeti lenye msimamo mkali kuwa ni ' chombo cha pamoja' kinachoweza kufananishwa na jukwaa lililolizunguka jengo linalojengwa kwasababu linafuata muundo wa jengo hilo na kuwezesha kuwepo mawasiliano kati ya wajenzi, na kuwawezesha kugawanya kazi na kuangalia matokeo ya pamoja yaliopatikana kutokana na kazi yao waliyoiandaa.

Kuachiwa kwa Makomred wa Chama cha Umma bara. Waliosimama mstari wa mbele, kutoka kushoto kwenda kulia: Babu, Martin Ennals kutoka Shirika la Kimataifa la Kutetea Haki za Binadamu (Amnesty International), Ali Mahfoudh, Hashil Seif Hashil; mstari wa pili, kutoka kushoto kwenda kulia, Suleiman Mohamed (Sisi), Salim Saleh, Haji Othman, Shaaban Salim, Tahir Ali; mstari wa tatu, kutoka kushoto kwenda kulia Amour Dugheish, Martin Hill kutoka Shirika la Kimataifa la Kutetea Haki za Binadamu (Amnesty International), Abdulla Juma, Badru Said, Hamed Hilal; nyuma ya mstari wa tatu ni Ahmed Mohamed (Tony). (Mpiga picha hajulikani

aondoke nchini. Mwaka 1979 aliondoka Tanzania kwenda kufanya kazi ya ualimu Marekani, kwanza katika Chuo Kikuu cha Serikali cha San Francisco na Chuo Kikuu cha California, na baadae katika Chuo cha Amherst, Massachusetts mwaka 1981. Mwaka 1984 alihamia London na kupafanya hapo kuwa ndiyo kituo chake. Alisomesha katika Chuo cha Birkbeck na kuandika makala katika machapisho mengi kuanzia *Pacific News Service* hadi *African Concord, Africa Events, New African* na *Africa Now*. Alishirikishwa katika majarida kama vile *Review of African Political Economy (ROAPE), the Journal of African Marxist* na *Africa World Review* na asasi kama vile Africa Research and Information Bureau.

Kwa Babu hakuna gazeti lililokuwa halina umuhimu au lililokuwa na wasomaji wachache, kwake yeye hakuweza kukataa asiliandikie makala. Maandishi yake mengi muhimu miongoni mwa yale yaliyokuwa yakisomwa sana yalianza kuwafikia na kuwahamasisha wanaharakati waliopenda maendeleo Afrika na nje ya Afrika.

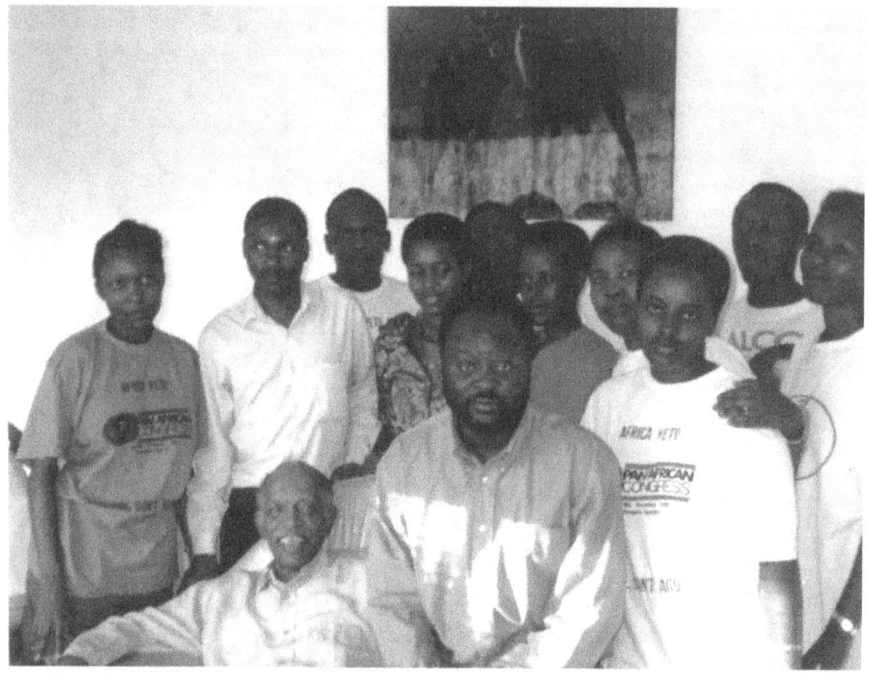

Babu na Tajudeen Abduraheem, katibu mkuu wa Mkutano Mkuu wa Saba wa Umajumui wa Afrika na vijana wengine wanaharakati wa Vuguvugu la Umajumui wa Afrika, mwezi Machi 1994.

Akiwa London, mchangamfu kama kawaida, aliendelea kuishi maisha yaliyojaa matumaini mema, mara nyingi akiwa katika majadiliano yaliyochangamka huku akivutia marafiki wengi, makomred, wanafunzi wafuasi na wengi waliomuunga mkono.

Wakati huu wa unyonyaji wa kiuchumi unaozidi kukua na ukiritimba wa kiitikadi wa mashirika ya nchi za magharibi, Babu aliandika juu ya haja ya kuwepo kwa ukombozi wa pili wa Afrika. Kila siku akitafuta cheche za matumaini mema na kuwa tayari kuzichochea, amekuwa mshauri wa karibu wa vyama vyote vya ukombozi vilivyopinga serikali za kijeshi za ukoloni mambo leo na Shirika la Fedha la Dunia, ukandamizaji wa Benki ya Dunia kama ule uliokuwepo wakati ule Eritrea, Uganda na Ethiopia.

Kadhalika, alikuwa mstari wa mbele katika kuufufua Umajumui wa Afrika utakaolingana na hali halisi za wakati huu. Hii ilipelekea kuanzishwa kwa Vuguvugu la Umajumui wa Afrika lililofanya mkutano wake wa kihistoria (Mkutano Mkuu wa Saba wa Vuguvugu la Umajumui wa Afrika) uliofanyika Kampala, Uganda mwezi April 1994 ukiwa na kaulimbiu 'Pinga kutawaliwa tena na wakoloni!' na 'Usisononeke Jiandae Upya!'

Katika mkutano huo kama alivyoandika Tajudeen Abdulraheem, katibu mkuu wa vuguvugu hilo na mmoja wa makomred wa karibu wa Babu wakati akiwa London, 'katika wakati nyeti yanapokuwepo majadiliano makali.... alitoa miongozo ya kisomi, kisiasa na yake binafsi ambayo ilihakikisha kuwa misingi sahihi inatawala juu ya ubinafsi' (Abdulraheem, 1996: 342). Hata hivyo, wakati akidhibiti ushawishi wa mitazamo tofauti ya Umajumui wa Afrika katika mkutano huo, mtazamo wake mwenyewe ulibaki kuwa ni ule wa muungano wa Afrika, siyo ulioundwa baina ya nchi lakini ulioundwa kwa nia ya pamoja iliyoungana na ya mshikamano wa wanamapinduzi wa Afrika.

Wakati wote wa maisha yake, Babu alibaki kuwa mkomunisti ambaye falsafa ya Marx kwake si kama ilikuwa ni itikadi tu bali ni nyenzo ya kufanyia uchambuzi. Ilikuwa ni mtazamo wake wa kiyakinifu uliomwezesha kuainisha bila ya imani za upofu au ukabila msukumo wa maendeleo na mabadiliko katika hali yoyote ile na wakati huo huo asipoteze nia yake ya kutaka kuwepo kwa mustakbal wa kisoshalisti kwa Afrika na kwa dunia nzima.

7

Zanzibar na Bara Katika Kipindi cha Mfumo Huru Mambo Leo

Zaidi ya miongo mitatu baada ya matukio tuliyoyazungumza katika sura chache zilizopita, kama itatubidi tuviamini vyombo vya habari, Zanzibar hivi sasa inaonekana kuwa imepiga hatua kubwa sana kuelekea kwenye mafanikio. Sasa, nini kilichobadilika? Na nini kilichobaki vile vile?

Hebu natuangalie kwa ufupi katika baadhi ya mabadiliko muhimu ya kisiasa katika kipindi cha miaka 39 iliyopita. Mwezi Februari 1977 chama cha ASP kiliungana na TANU na kuunda Chama cha Mapinduzi (CCM) na kuanzia wakati huo hadi hivi sasa Visiwani na Bara wameendelea kuwa chini ya utawala wa CCM. Mwaka 1992 mfumo wa vyama vingi ulianzishwa na kuundwa chama kipya cha CUF. Chama cha CUF kilijitangaza kuwa ndiyo sauti ya wananchi wa visiwani – lakini hakikuwakilisha wananchi wote. Eneo lake la uchaguzi, ijapokuwa lina nguvu, limebaki karibu kuwa kama lile la mchanganyiko wa ZNP-ZPPP ambao Muingereza aliuacha madarakani kabla ya mapinduzi ya 1964. Tokea mwaka 1992, kila uchaguzi umeambatana na vurugu na tuhuma za udanganyifu.

Babu alieleza kwa muhtasari juu ya hali ya baada ya uchaguzi wa mwezi Oktoba 1995 kama ifuatavyo:

> Mtu hataacha kuona mshabaha wa kutisha wa kihistoria na ule wa miaka ya 1960. Tofauti na Bara, Zanzibar mlingano wa nguvu za kisiasa haukubadilika hata kidogo…. Ikiwa Bara takriban wanachama wote wa vyama vya upinzani waliiacha CCM kwasababu za kiitikadi au sababu nyengine zozote, Zanzibar hali ilikuwa tofauti … Hapa mgawanyiko wa zamani wa kivyama na utiifu … vimebaki vile vile kama ilivyokuwa mwaka 1964 … Kama CUF ni mtoto wa ZNP-ZPPP, CCM ya Zanzibar ni ASP katika kanzu mpya ikiongozwa na mchanganyiko wa uongozi wa wanaotaka maendeleo na wanaopinga maendeleo … Hata

mabishano ya kisiasa yanaendeshwa kwa lugha ile ile ya zamani ya uhasama na ghadhabu. (Babu, 1995: 12)

Mwaka 2000 vurugu za baada ya uchaguzi ziliongezeka, huku serikali ikiyapiga risasi makundi ya waandamanaji na kuua watu 35 na kujeruhi 600. Uchaguzi wa mwaka 2005 nao pia ulishuhudia matukio ya vurugu kubwa. Lakini uchaguzi wa 2010 ulikuwa tofauti; hapajakuwepo na vurugu na kusema kweli, ni matokeo ya mfululizo wa maendeleo makubwa ya kisiasa, hivi sasa Zanzibar ina Serikali ya Umoja wa Kitaifa inayowajumuisha viongozi wa CCM na CUF. Vipi mabadiliko haya yamepatikana? Kwa nini vyama viwili hivi ambavyo viongozi wake wamekuwa mahasimu wakubwa, vimekuja pamoja? Na ishara gani inatupa uingiliaji kati wa Marekani na Uingereza katika mambo ya Zanzibar katika miaka ya 1960 kutusaidia kuielewa hali ya sasa ya kisiasa? Haya ndiyo maswali tutakayojaribu kuyaeleza kwa ufupi katika sura mbili zijazo na kuzieleza kwa mukhtadha wa kubadilika kwa umbo la nguvu za ubeberu hivi sasa.

Kwa mujibu wa maelezo rasmi yote, kufikiwa kwa 'makubaliano' kati ya CCM na CUF ilikuwa ni kazi ngumu. Mwezi Machi 2010, Baraza la Wawakilishi la Zanzibar lilipitisha azimio lililoweka muundo wa Serikali ya Umoja wa Kitaifa na kuweka utaratibu wa kupiga kura ya maoni kuwauliza wananchi wa Zanzibar kuchagua kwa kura ya ndiyo au hapana juu ya makubaliano kati ya vyama viwili vikubwa, kuwa vyovyote matokeo ya uchaguzi yatakavyokuwa serikali nyengine itakayokuja madarakani itakuwa ni ya mseto. Baadaye iliundwa Kamati ya Watu Sita kutekeleza 'makubaliano' hayo.

Tarehe 30 Julai 2010 ilifanyika kura ya maoni iliyoshirikisha asilimia 71.9 ya wapiga kura na asilimia 66.4 walipiga kura ya ndiyo. Wakati katika chaguzi zilizopita pamekuwepo na watazamaji wa kimataifa, mara hii pamekuwepo na mradi, Mradi wa Kusaidia Uchaguzi 2010, uliofadhiliwa na kusimamiwa na nchi za wafadhili na wawekezaji na mashirika ikiwa ni pamoja na Kanada, Denmark, Tume ya Ulaya, Finland, Uholanzi, Norway, Sweden, Uswisi, Uingereza na Mpango wa Maendeleo wa Umoja wa Mataifa. Uliendeshwa chini ya uzimamizi wa Shirika la Maendeleo la Umoja wa Mataifa Tanzania.

Hatimaye, tarehe 31 Oktoba uchaguzi wa rais ulifanyika. Ulizaa serikali ya mseto iliyotayarajiwa. CCM kilikuwa na kura zaidi, kwa hivyo mgombea wa CCM Dk. Ali Mohamed Shein akawa rais wakati mgombea wa CUF Seif Sharif Hamad akawa makamo wa rais. Na baadae, tarehe 28 Februari 2011 viongozi walipongezwa na Marekani. Balozi wa Marekani Alfonso Lenhardt alitoa tunzo ya Martin Luther King kwa 'Kamati ya Watu Sita' ambayo kwa mujibu wa maneno ya balozi huyo kamati hiyo ilikuwa ni 'kundi la vyama viwili la wananchi walioweka pembeni siasa za vyama ili kufanya kazi ngumu ya kuyatekeleza masikilizano' (Mjasiri, 2011).

Ali Mzee Ali, mwenyekiti wa CCM wa Baraza la Wawakilishi ambaye mwaka mmoja tu kabla aliwaambia watumishi wa serikali ya Marekani kwa siri kuwa CUF 'hakikuwa chama halisi bali ni kundi la wana CCM waliojitenga wenye kupigania maslahi yao binafsi' (Ubalozi wa Marekani, 2009b), alitoa hotuba ya kuikubali tunzo hiyo kwa niaba ya Kamati. Alisema kuwa 'uongozi wa viongozi wa Zanzibar wa vyama vyote CCM na CUF uliweza kuzisoma alama za wakati ili kuyaepuka mapinduzi yanayotokea katika Afrika ya Kaskazini. Alisema pia, huku akichekesha juu ya utaratibu huo, kuwa serikali mpya ilikuwa ni urithi na dira ya Marehemu Abeid Amani Karume ambaye siku zote amekuwa akitambua umuhimu wa usawa, maelewano na umoja nchini Zanzibar'. Zanzibar, alisema 'tayari ni asasi na mfano wa demokrasia kwa nchi nyengine kuiga!' (Mjasiri, 2011).

Kusema kweli, haikuwa Kamati ya Watu Sita peke yake iliyofanyakazi kwa bidii ili kuweza kupata matokeo haya. Kama zinavyoonyesha nyaraka za siri za Marekani zilizopatikana kutoka WikiLeaks, Wamarekani na wenzao wa Ulaya, wakiwa na wasiwasi na rasilimali zao walizoziwekeza katika kanda hii na hasira za wale wanaokandamizwa na vikundi vilivyotengwa katika jamii, walifanyakazi kwa bidii vile vile, huku kwa mfululizo wakifuatilia na kuyasawazisha mambo. Katika sura hii na sura ifuatayo tunaangalia baadhi ya nyaraka hizi na kuzichunguza ili kujua zinatuambia nini kuhusu wasiwasi mkubwa wa Marekani uliopo hivi sasa na kuhusu mabadiliko na uendelezwaji wa mikakati ya wabeberu katika Afrika ya Mashariki.

'Maendeleo' Zanzibar na Tanzania Bara Hivi Sasa

Zanzibar bado ni mahali muhimu lakini sio tena kituo muhimu cha uchumi kinachoshamiri na kujiamini kama ilivyokuwa katika miaka ya 1960. Viwanda na kilimo vyote vimeporomoka. Biashara ya karafuu imekufa. Utalii una maana ya kuwa ardhi nzuri iliyo katika fukwe za bahari imechukuliwa na mahoteli, ukivuruga maisha ya kimila ya wananchi na badala yake kuwaletea tija ndogo sana.

Mpango wa Kupunguza Umasikini wa Zanzibar ulioanzishwa na Shirika la Maendeleo la Umoja wa Mataifa na Idara ya Maendeleo ya Kimataifa ya Uingereza (DfID) mwaka 2003 ni jukwaa la wafadhili ambalo shughuli zake zimejikita katika kufungua ofisi kwa ajili ya watumishi, kuandaa utaratibu wa 'kufuatilia umasikini' na kuweka miundombinu ya kusimamia misaada. Umasikini bado ni mkubwa na umezagaa. Pemba ambayo kwa kiasi fulani ilikuwa na neema kabla ya miaka ya udikteta wa Karume hivi sasa imekuwa aghasi kuliko Unguja, ikiwa ina rasilimali hafifu na miundombinu michache. Kwa mujibu wa Ofisi ya Mtakwimu Mkuu wa Serikali ya Zanzibar, asilimia 74 ya watu katika wilaya iliyo masikini kuliko zote za Pemba, Micheweni, wanaishi chini ya kiwango cha mahitaji muhimu kabisa cha umasikini (Wizara ya Kazi, Vijana, Watoto na Maendeleo ya Wanawake, Zanzibar, 2007).

Kusema kweli, leo kama ilivyokuwa katika miaka ya 1990, Tanzania kwa jumla ni moja ya kanda zilizokuwa masikini sana duniani ambapo asilimia 42 ya watoto walio chini ya umri wa miaka 5 Bara, wamedumaa (TDHS, 2004/05; 218) na kwa kila vizazi 100,000, wanawake 578 wanakufa kwa uzazi, moja kati ya viwango vikubwa sana vya vifo vya uzazi katika Afrika (TDHS, 2009/10).

Nchi bado inategemea sana kilimo, na miaka 50 baada ya uhuru mazao ya biashara ya kikoloni bado yanawakilisha asilimia 85 ya bidhaa zinazosafirishwa nje.

Visiwani Zanzibar, watu mara nyingi husema kuwa Zanzibar imetengwa katika maendeleo wakati Bara inaneemeka. Lakini ukweli ni kuwa hakuna iliyoneemeka, si Bara wala si Visiwani. Awamu ya Nyerere ya Azimio la Arusha imeuharibu sana uchumi, kama tulivyoona. Katikati ya miaka ya 1980 kutokana na shinikizo la Shirika la Fedha la Kimataifa, Benki ya Dunia na wafadhili, serikali ikiwa chini ya mrithi aliyemteua Nyerere mwenyewe, Ali Hassan Mwinyi, ilianza mchakato wa kubinafsisha uchumi. Sera za kurekebisha uchumi, zilipelekea nchi kupunguza huduma za jamii na taratibu kufungua milango yake kwa rasilimali ya dunia chini ya usimamizi wa Shrika la Fedha la Kimataifa. Hata hivyo, mara serikali ilianza kutuhumiwa kwa kukosa kuwa na nia thabiti ya 'kuleta mabadiliko'. Ilipofika mwaka 1994, mahusiano na mashirika ya misaada, asasi za fedha na Shirika la Fedha la Kimataifa yaliharibika sana; kwa kiasi fulani, kwasababu ya uzembe wa serikali uliosababisha ishindwe kuyafikia matakwa yao.

Mrithi wa Mwinyi, Benjamin Mkapa, naye pia alichaguliwa na Nyerere mwenyewe, ambaye ingawa alikuwa amestaafu lakini bado alikuwa ni mtu mwenye udhibiti mkubwa wa siasa za Tanzania mpaka kufa kwake mwaka 1999. Mkapa alifanikiwa katika kutii amri za asasi za fedha za kimataifa. Alibinafsisha mashirika ya umma kwa ari kubwa na kupora, kwa kushirikiana na aliyekuwa waziri wake wa fedha, mgodi wa makaa ya chuma wa Kiwira uliokuwa, wakati huo wenye kuingiza fedha nyingi (Kaijage, 2012). Kwaubinafsi shaji sehemu kubwa ya Tanzania iliuzwa kwa majambazi mabwanyenye wanaomiliki rasilimali za dunia. Uporaji wa ardhi na rasilimali za Tanzania uliofuatia tokea wakati huo ni wa kiwango kikubwa sana.

Dhahabu ni sehemu moja tu ya uporaji huu. Tanzania ni ya tatu kati ya nchi zenye dhahabu nyingi katika Afrika baada ya Afrika ya Kusini na Ghana, na kilichozikumba rasilimali hizo chini ya utawala wa Mkapa ni mfano hai wa kile kinachoitwa mfumo huru mambo leo katika nchi hii. Mwaka 1975 machimbo ya kwanza yaligunduliwa na wachimbaji wadogo wadogo katika eneo la Bulyanhulu la Tanzania. Mwanzoni serikali iliwashajiisha wachimbaji hao kuchimba. Hata hivyo, pale shirika la Canada la *Sutton Resources* lilipoonesha nia ya kulitaka eneo hilo, serikali ilipeleka kikosi cha wanajeshi kuwaondoa wachimbaji hao, juu ya kuwepo amri ya Mahakama Kuu iliyotambua haki yao ya kuchimba katika eneo hilo. Muda mfupi baadae *Sutton Resources*, kwa idhini ya serikali walipeleka tingatinga kuufunga mgodi huo. Hii ilisababisha kuwepo tuhuma ya mauaji ya wachimbaji wadogo wadogo waliokwama ndani ya mgodi (Lissu, 2002).

Mwaka 1999 Shirika la *Barrick Gold* liliuchukua mgodi huo. Hatua hii ilifuatiwa na uwekezaji wa Dola za Kimarekani milioni 280 na benki za kimataifa; na bima ya kujikinga na matukio ya hatari za kisiasa ya Dola za Kimarekani milioni 345 na Idara ya Bima kwa Sekta Binafsi ya Benki ya Dunia, Shirika la Mataifa Mbalimbali la Kutoa Uhakika wa Uwekezaji (MIGA) na Shirika la Serikali ya Canada la Kuendeleza Usafirishaji wa Bidhaa Nchi za Nje. Mwaka 2000 mgodi wa dhahabu wa Geita nao pia ulianza uzalishaji, mwanzoni ukiwa ni mradi wa ubia wa AngloGold na Ashanti na baadae kuungana kwa makampuni hayo mawili mwaka 2004 chini ya umiliki wa AngloGold Ashanti (AGA). Yote haya yalikuwa ni kwa mujibu wa makala ya kitaalamu ya mwaka 1992 juu ya Mkakati wa Afrika Kuhusu Uchimbaji wa Migodi, yaliyoandikwa na Benki ya Dunia na Shirika la Fedha la Kimataifa na Sheria ya Uchimbaji Madini ya 1998 ya Tanzania iliyoandikwa na wawekezaji na kufuatiliwa na Benki ya Dunia (Mgamba, 2012).

Sasa, Tanzania imepata nini kutokana na yote hayo? Mali iliyotengenezwa na *Barrick Gold* na *AngloGold Ashanti* nchini Tanzania kutoka mwaka 2004 hadi 2009 inatoa dalili za kimwelekeo. Katika kipindi hiki Dola za Kimarekani bilioni 2.5 kwa njia ya dhahabu zilisafirishwa nje, hasa kwa kupitia makampuni mawili haya lakini serikali ilipata kiasi cha wastani wa Dola za Kimarekani milioni 21-22 tu kwa mwaka. Kusema kweli, Barrick walishindwa kuonyesha malipo ya mrabaha na kodi kwa serikali huku meneja mkuu wake Greg Walker akitangaza mwaka 2008 kuwa kampuni 'itaanza kulipa kodi za makampuni mwaka 2014 tutakapoanza kupata faida'! (Sharife, 2009). AGA inazalisha wakia milioni 3 za dhahabu kutoka katika mgodi wa Geita, zenye thamani ya Dola za Kimarekani bilioni 1.43 kwa mujibu wa bei ya dhahabu ya hivi sasa, na walilipa kodi ya wastani wa Dola za Kimarekani milioni 13 kwa mwaka, kiasi ambacho ni kasoro ya asilimia 0.001 ya mapato yote (Sharife, 2009). Ikiwa hazina ya

Tanzania ilikuwa na inaendelea kuibiwa mabilioni ya Dola za Kimarekani, unyonyaji wa dhahiri wa thamani ya ziada inayozalishwa na wafanyakazi wa Tanzania mashambani na katika migodi ni jambo la kushtusha zaidi. Ikiwa wastani wa marudisho ya rasilimali katika nchi zenye uchumi ulioendelea ni kiasi cha asilimia 5 (kutokana na unyonyaji wa wafanyakazi katika nchi hizi), katika nchi kama Tanzania katika sekta kama zile za uchimbaji wa dhahabu, mafuta na gesi, hata katika mwaka 1982, ilikuwa ni kiasi cha asilimia 40 hadi kupindukia asilimia kadha (Babu, [1982b] 2002).

Hivi sasa nguvukazi ya Tanzania inauzwa kwa rasilmali ya kimataifa kwa namna mpya ya unyonyaji mbaya zaidi kwa njia ya kuanzishwa kwa maeneo mahasusi ya kiuchumi na maeneo ya kutengeneza bidhaa za kusafirisha nchi za nje. Katika maeneo haya ambayo mara nyingi huchukua ardhi nzuri sana yenye rutuba ya kilimo, mishahara ni midogo, kuna kanuni chache za afya na usalama, vyama vya wafanyakazi na sheria zote za kazi zimepigwa marufuku, na ikiwa uzoefu wa katika sehemu nyengine za dunia ni kitu cha kuweza kujifunza – basi wafanyakazi mara nyingi, wengi wakiwa wanawake – wanakabiliwa na unyanyaswaji na udhalilishaji wa kijinsia wa mara kwa mara. Simu za upepo za Marekani (zilizofichuliwa na WikiLeaks) zinafurahia ukweli kuwa nchini Tanzania uwekezaji wa kigeni wa moja kwa moja katika maeneo yenye 'ardhi nzuri' unaruhusiwa kupitia sheria za Maeneo Mahasusi ya Kiuchumi (Ubalozi wa Marekani, 2008b). Hii ina maana kuwa, mashirika ya kimataifa yataweza kuingia Tanzania ili kujenga viwanda vipya na /au ghala wakati wakipata ruzuku, msamaha wa kodi na vivutio vingine vya kiuchumi

Zaidi ya hayo, makampuni haya yanahamishia faida katika benki za nje zenye (off shore) kutoza kodi ndogo na zisizofungamanishwa na sheria za nchi jambo linalosababisha serikali kupoteza sehemu kubwa ya mapato. Mwaka 2009/10 fedha zilizohamishwa zinakisiwa kuwa shilingi 695 bilioni sawa na bajeti yote ya sekta ya afya kwa kipindi hicho (Mutarubukwa, 2011).

Ufisadi umekithiri (na umekuwepo kwa muda wa miongo miwili iliyopita) na wote, mapebari wa nchi za nje na wanasiasa na wafanyabiashara wa Tanzania wamekuwa wakishiriki katika ufisadi huo kwa shauku kubwa. Hili si suala la uasilia wa jamii za Kiafrika tu kama vile baadhi ya wakati inavyodaiwa, bali lipo pia Marekani na Uingereza. Nchini Tanzania kama ilivyo katika nchi nyengine, ni miundo ya kifedha iliyoanzishwa na rasilimali za kimataifa ndiyo iliyozaa na kushajiisha ufisadi.

Katika kipindi cha mwongo wa kwanza wa miaka ya 2000 kinyang'anyiro kipya cha kugombania rasilimali za Afrika kilianza na Tanzania ilikabidhi kwa nchi za kigeni ardhi na maeneo ya bahari yenye utajiri wa mafuta na gesi, dhahabu, almasi na madini mengine kwa malipo ya ujira mdogo, na utozaji kodi hafifu huku ukiwepo uhamishaji mkubwa wa faida kwenda nchi za nje.

Kama ulivyobainisha Ubalozi wa Marekani katika kukubaliana na hayo, kwenye simu ya upepo kwa waziri wa mambo ya nje na ofisi zao nyengine za ubalozi za Afrika ya Mashariki:

> Kituo cha Uwekezaji cha Tanzania kilichoanzishwa kwa mujibu wa Sheria ya Uwekezaji ya Tanzania ya 1997 ni kituo muhimu kwa habari zote zinazohitajiwa na wawekezaji na kurahisisha mambo yanayohusiana na masuala ya kuanzishwa kwa miradi... Kampuni zenye vyeti vya kustahiki vivutio vya kituo hicho zinaruhusiwa umiliki wa kigeni wa asilimia 100, msamaha wa kodi na ushuru wa kuingiza bidhaa ndani ya nchi na kuhamisha asilimia 100 ya faida, gawio na rasilimali baada ya kulipiwa kodi na malipo mengine. Vivutio kama hivyo vinatolewa pia kwa wawekezaji Zanzibar kwa kupitia Shirika la Kuendeleza Uwekezaji la Zanzibar. (Ubalozi wa Marekani, 2009c)

Kwa mujibu wa makisio ya serikali, Tanzania ina hekta milioni 44 za ardhi yenye rutuba. Takriban asilimia kumi ya ardhi hiyo imetakiwa na wawekezaji kutoka Uingereza, Ujerumani, Sweden, Uholanzi na Marekani ili kupanda mibono, malighafi ya nishati asilia. Kama alivyoeleza Dk. Felician Kilahama, mkuu wa Ufugaji Nyuki na Misitu wa Tanzania. 'Mibono itainufaisha vipi Tanzania? Tabaan, kusema kweli, hatuna majibu, tunahitaji chakula kwanza, siyo mibono' (Mutch, 2010).

Makampuni ya kutoka India yanakodi ardhi kwa mikataba ya muda wa miaka 50 na pengine hadi miaka 99 kwa bei ya kutupa, ili kupanda chakula cha nafaka kwa soko la India na la dunia.

Misaada na Hali ya Utegemezi

Kwa ajili ya sera zake za kupendelea nchi za magharibi, Tanzania imekuwa kwa muda mrefu kipenzi cha wafadhili wa nchi na mashirika mbalimbali (ukiachilia mbali kushuka kwa muda mfupi 'kwa imani ya wafadhili' katika kipindi cha katikati ya miaka ya 1980). Kama alivyoripoti balozi mdogo wa Marekani Michael Owen:

> Nchi za Skendinevia, zina mpango wao wa msaada wa maendeleo ulio mkubwa hapa kuliko yote duniani; na Uingereza, Uholanzi, Ujerumani na Japan, nao pia wana mipango yao mikubwa sana.

Canada sasa inajiandaa kuifanya Tanzania kuwa moja ya mpokeaji mkubwa wa misaada yake. [Hata hivyo, msaada huu umesababisha] hali ya 'utegemezi kwa wafadhili'. (Ubalozi wa Marekani, 2005b).

Je! Misaada inazaa chochote zaidi ya kuifanya nchi kuwa tegemezi? Kama alivyoandika Babu mwaka 1994:

> Mahitaji ya misaada yamekuwa ni kiambatisho muhimu katika mahusiano yetu ya kibiashara na nchi zenye uchumi ulioendelea; tunafanya nao biashara, tunakula hasara, tunawaomba misaada, na misaada zaidi. Misaada inawaharibu wote, wanaotoa na wanaopokea. Katika matukio mengi, hasa matukio ya mashirika ya kujitolea, msaada hutolewa kwa nia njema ili kufanya mema na kujisikia vyema. Hata hivyo, mfadhili anayetoa msaada haelewi kuwa kiwango chake cha juu cha hali ya maisha kinadumishwa kutokana na unyonywaji wa nchi zinazopokea misaada ambazo bidhaa zake rahisi zinazosafirishwa kwenye nchi zinazoendelea zinatokana na kazi zenye ujira uliojikita katika mfumo wa kitumwa. Natuchukue mfano mmoja ulio wazi, Bob Geldof, mwanamuziki wa Kiingereza alihuzunishwa sana na njaa ya Uhabeshi ya 1984 kiasi kwamba alianzisha kampeni kubwa ya hisani dunia nzima ambayo iliwezesha kukusanywa Dola za Kimarekani milioni 400. Bila shaka ilikuwa ni kampeni ya ukarimu, lakini kiasi hicho kilichoweza kukusanywa kilikuwa ni sawa na mahamisho ya siku mbili ya mali kutoka Afrika kwenda Ulaya na Amerika ... kwa kujua au bila ya kujua, kusema kweli, misaada husaidia katika kuufanya wizi huu mkubwa ukubalike. (Babu [1994] 2002)

Maria Baaz ameonyesha kuwa misaada si kama inawafanya wanaotoa misaada 'wajisikie vizuri' tu lakini inawawezesha vile vile kuwalaumu raia wa kawaida wa nchi inayopokea misaada. Wafanyakazi au wakulima ambao nguvukazi yao inanyonywa kwa kiasi kikubwa sana ili kuufanya uchumi wa nchi zilizoendelea kubariki zaidi, mara kwa mara huelezwa katika mihadhara juu ya maendeleo kuwa ni watu tuli na wakati huo huo, na kwa namna ya utata, wenye njama na wizi (Baaz, 2005: 134-47). Benjamin Mkapa ameukubali na kuufanya mtazamo huo kuwa ni wake, kama alivyobainisha Michel Owen: 'Rais Mkapa ... mara kadha amewasihi Watanzania "tusimame kwa miguu yetu wenyewe." Na "tusitarajie sadaka milele" (Ubalozi wa Marekani, 2005b).

'Kito Kwenye Taji la Tanzania'

Juu ya mabilioni yanayotengenezwa na mashirika yanayochimba migodi kutokana na dhahabu ya Tanzania, kwa nchi za Magharibi, na hasa Marekani, hivi sasa dhahabu siyo rasilimali yenye thamani kubwa sana kuliko rasilimali nyengine zote nchini Tanzania. Sasa ni mafuta na gesi. Nchini Libya, wakati wakipeperusha bendera ya Nyota na Milia katika Tripoli "iliyokombolewa" ... Balozi wa Marekani Gene Cretz aliropoka: "Tunajua kuwa mafuta ni kito kwenye taji la rasilimali za Libya" (Pilger, 2001). Tanzania, karibu nayo itahesabiwa kuwa na kito kama hicho kwenye taji lake.

Mapema mwaka 2012, Mustafa Mukulo, wakati huo akiwa waziri wa fedha (ambaye ameondolewa kutokana na minong'ono ya kuwepo kwa ufisadi), aliviambia vyombo vya habari kuwa kuvumbuliwa hivi karibu kwa gesi asilia nchini Tanzania, kunaifanya nchi iwe imepangika katika 'uchumi wa gesi', huku ikithibitishwa kuwepo kwa futi za ujazo trilioni 28 za gesi na kuwepo matumaini kuwa kiwango hiki kinaweza kuzidi na hadi kufikia hata futi za ujazo trilioni 60. Kwa muda sasa, Tanzania imekuwa ikizalisha kiwango kidogo cha gesi kutoka katika kisiwa cha Songo Songo kwa ajili ya matumizi ya ndani ya nchi, lakini gesi hii mpya iliyovumbuliwa, nyingi ikiwa nchi kavu ni ya kiwango kikubwa. Hivi sasa, takriban makapuni makubwa yote ya gesi na mafuta – Shell, BP, AGIP, Antrim, Amoco, Texaco, Ophir, British Gas, Tullow, Artumas, Maurel & Prom, Statoil na makampuni ya India Reliance na Essar – yanafanya shughuli zake au yanafanya majadiliano nchini Tanzania, na nchi inaweza ikapata Uwekezaji wa Moja kwa moja kutoka Nchi za Kigeni (FDI) utakaozidi kiasi cha Dola za Kimarekani bilioni 22 kwa mwaka. Kampuni ya kimataifa ya gesi ya Uingereza, *British Gas International* imeshatangaza mpango wake wa kuwekeza utakaozidi Dola za Kimarekani bilioni 10 katika nusu ya pili ya mwongo huu. (Ratio Magazine, 2012).

Miongoni mwa nchi nyengine, Norway, kwa muda sasa, imekuwa ikiutazama kwa macho mawili uwezekano wa kupatikana mafuta Tanzania na hasa Zanzibar (Chachage, 2009), na kampuni ya Norway ya Statoil hivi sasa ni mshindani mkubwa katika kinyang'anyiro kipya cha kugombania Afrika. 'Kwetu, hivi sasa Afrika Mashariki ni moto', alitamka Tim Dodson, Makamo wa Rais Mtendaji wake anayehusika na utafutaji wa mafuta (Williams, 2012).

Hivi sasa, serikali ya Tanzania inajenga miundombinu kwa ajili ya uchimbaji wa mafuta pamoja na kuandaa mfumo wa kisheria; sheria mpya ya (Utafutaji na Uzalishaji) wa mafuta, na Mpango Mkuu wa Gesi Asilia, ikiwa ni pamoja na kuandaa na kupitishwa Mswada wa Kusimamia Mapato ya Gesi/na Mafuta utakaokuwa pamoja na utaratibu wa utozaji kodi na namna yatakavyoshughulikiwa mapato ya gesi. Masharti hasa ya mikataba bado yanasubiriwa. Je! Mikataba hii itakuwa na maana kuwa makampuni ya mafuta yatatoa pesa kwanza kwa Tanzania na badaye kunyonya sehemu kubwa ya faida? Hivi ndivyo ilivyokuwa katika Jamhuri ya Kidemokrasia ya Kongo. Kwa mfano watakuwa tayari kulipa gharama za uharibifu utakaosababishwa na uvujaji wa mafuta? Au watalipa kiasi kidogo tu huku hasara zikifumbiwa macho. Platform London, kwenye utafiti wake wa mikataba ya mafuta, migogoro, uharibifu wa mazingira na umasikini katika Jamhuri ya Kidemokrasia ya Kongo, umelielezea hilo kuwa, 'Serikali wenyeji mara nyingi huvutiwa na malipo ya kutia saini kwa kuwa huwa ni ya fedha taslim mwanzo. Mijadala mingi juu ya mikataba inatilia maanani zaidi malipo ya aina hii badala ya kuangalia masharti yaliyo muhimu zaidi' (Platform, 2010: 9).

Wakati visima vya gesi asilia hiyo vimegundulikana nchi kavu na baharini upande wa Tanzania Bara, huko Zanzibar mafuta yamegundulikwa hasa kule kunakoitwa Vitalu vya Bahari Kuu na. 9, 10, 11 na 12 ambavyo vinaizunguka Pemba na Unguja. Kiwango na aina ya mafuta haya haijulikani lakini hatua za utafutaji wa kutosha na uchimbaji vimecheleweshwa kwasababu ya mgogoro kati ya Zanzibar na Tanzania bara.

Kwa mujibu wa simu ya upepo iliyotumwa na balozi mdogo wa Marekani Tulinabo Mushingi kwa waziri wa mambo ya nje na Wizara za Nishati na Biashara mjini Washington:

> Baadhi ya wawakilishi wa kampuni ndogo za mafuta hapa nchini, kama vile Paddy Hoon ya Heritage Oil, 2 wanazungumzia uwezekano wa kupatikana kiasi kikubwa cha mafuta. Akilinganisha kiasi cha mafuta ya nchi kavu ya Tanzania na yale ya Nigeria, Hoon amejaribu kuwashawishi wote wale ambao wanaotaka kumsikiliza kuwa mafanikio makubwa yapo karibu. Lakini Halfani wa [Shirika la Maendeleo ya Petroli la Tanzania] anaamini kuwa hakuna mafuta karibu na visiwani. (Ubalozi wa Marekani, 2009i)

Hata hivyo, Mushingi aliendelea:

> Ijapokuwa hakuna maendeleo kuhusiana na utafutaji wa mafuta, na uwezekano mkubwa kuwa utafutaji hautagundua vitalu vitavyokuwa na manufaa ya kiuchumi, uwezekano wa kupatikana mafuta umekuwa upo katikati ya mjadala wa kisiasa kati ya Zanzibar na Bara. Wazanzibari wengi wanajihisi kuwa wao ni Taifa huru lililoungana kwa hiari na Bara na kuunda Muungano wa Tanzania. Suala la kuwa na udhibiti kamili wa rasilimali zozote zitakazoingiza kipato kikubwa ni suala nyeti kwa wanasiasa wote wa Kizanzibari.

Katika kikao cha mwezi April 2009 cha baraza pekee la Zanzibar, Baraza la Wawakilishi, wajumbe kutoka vyama vyote, kwa kauli moja walipitisha azimio lililowasilishwa na chama tawala cha CCM – Zanzibar, likieleza kuwa sheria za kuanzishwa kwa Shirika la Maendeleo ya Petroli la Tanzania na shughuli za utafutaji wa mafuta nchini havikuridhiwa na Bunge la Zanzibar. Kwa hivyo, kwa mujibu wa mkataba wa Muungano, shughuli za shirika hilo hazitambuliwi Zanzibar. Azimio hilo lilitilia mkazo maoni kuwa mkataba wa mwaka 1968 juu ya mgawanyo wa mapato kati ya Zanzibar na serikali ya Muungano hauhusiani na nishati na kutilia mkazo kuwa gawio la Zanzibar kutoka Bara ni dogo. Azimio hilo lilipendekeza kuwa Zanzibar iunde shirika lake lenyewe litakalolingana na Shirika la Maendeleo ya Petroli la Tanzania na kuwa utafutaji wowote ule katika Maeneo ya Kiuchumi Yaliyotengwa ufanyike kwa pamoja. Uratibu wake utakabidhiwa kwa kamati ya taifa iliyo chini ya ofisi ya Makamo wa Rais inayoshughulikia masuala ya Muungano, lakini azimio hilo limesisitiza kuwa nishati, mafuta na gesi kama yalivyokuwepo Zanzibar na katika bahari yake si mambo ya Muungano. Inavyoonekana kuwa Shell haiwezi kutafuta mafuta katika vitalu ilivyokabidhiwa mwaka 2002 kwasababu ya mvutano huo.

Kuna dalili kuwa mambo huenda yakabadilika huku Shell ikiwa imepewa ruhusa kuchimba mafuta katika vitalu ilivyokabidhiwa vilivyoizunguka Zanzibar.

Bila ya kuangalia ubora na kiwango cha mafuta ya Zanzibar na vipi mapato kutokana na mafuta hayo yatagawanywa, kilichotokeza Tanzania (pia Uganda na Kenya vile vile) kimeibadilisha kwa kiwango cha juu hadhi na nafasi ya Zanzibar katika mukhtadha wa ubeberu wa Kimarekani, kama tutakavyoona katika sura ifuatayo. Ikiwa ni sehemu ya kanda ya Afrika ya Mashariki yenye utajiri wa mafuta na gesi, inayoambaa kutoka Msumbiji hadi Somalia, itavutiwa karibu zaidi na mitandao ya kijendawazimu ya Marekani inayofuatilia na kukusanya habari za kijasusi na kuwaona raia wa kawaida kuwa ni watu wanaoweza kuwa magaidi.

Wananchi wa vijijini Bara, kule ambako gesi imepatikana, hata wale wasiokuwa Waislamu, wanaweza kuyahisi hayo. Hawana matarajio mema juu ya kunufaika kwao na mafuta na gesi ya nchi yao. Kama taarifa ya Thembi Mutch ilivyoeleza kutoka katika kijiji kimoja miongoni mwa vingine vingi vyenye uzoefu kama huo:

> Katika kijiji kidogo cha Mikindani, pwanipwani mwa kusini-mashariki ya Tanzania, barabara zilizogharamiwa na Benki ya Dunia zipo karibu na matumbawe yaliyovurugika kwasababu ya uvuvi wa kutumia baruti na miundombinu mibovu ya maji taka. John, mwenye umri wa miaka 15 anaonyesha kidole kwenye meli nne zilizopo mbali. 'Zote zile zipo hapa kwasababu ya mafuta na gesi', alisema. 'Wakati mwengine Wazungu wanakuja kwa helikopta. Hawaruhusiwi kukutana na sisi; kuna ukanda wa utenganisho wa maili kumi unaozunguka eneo lao pindipo kama watatekwa nyara. (Mutch, 2012)

Wazee wa kijiji wa Mikindani wanaelewa kuwa kiwango cha juu cha ukosefu wa ajira katika mkoa huo (ni asilimia 8 – 10 tu ya wananchi ndio wenye ajira) hakina dalili za kuweza kuboreshwa kwa kuwa uchimbaji wa mafuta hautazalisha kazi nyingi kwa wenyeji.

Hofu ya Marekani kwa China

Wakati wa kipindi cha vita baridi nchini Zanzibar na baadae Tanzania Wizara ya Mambo ya Nje ya Marekani ilikuwa ikisumbuliwa na hofu ya wakomunisti wa China, 'Chikoms', hivi sasa ugaidi wa Kiisilamu umechukua nafasi ya ukomunisti na kuwa ni zimwi kwa Marekani. Juu ya hilo, wasiwasi wa Marekani kuhusu China na uhusiano wa China na nchi za Afrika bado haukuondoka. Hivi sasa, mahubiri ya Marekani kuhusu China katika nchi za Afrika, yakielezwa ama kwa simu za upepo za siri kwenda na kutoka Wizara ya Mambo ya Nje au katika makala yanayoandikwa katika majarida na wasomi wa Kimarekani, yanaonyesha hofu inayozidi kukua kwa kuimarika kwa nguvu za kiuchumi za China na kuongezeka kwa biashara kati yake na nchi za Afrika.

Katika mwongo wa kwanza wa karne hii, China ilizidisha biashara yake na Tanzania. Jumla ya biashara yote kati ya China na Afrika kwa pamoja, ni Dola za Kimarekani bilioni 166.3 mwaka 2011, ukilinganisha na Dola za Kimarekani bilioni 10 mwaka 2000 (Liu Guangyuan, 2012). Kwa kubadilishana na bidhaa zinazozalishwa na viwanda vidogo vidogo, ambazo watu wengi wanasema kuwa ni za viwango duni vya chini, China kwa shauku kubwa, imekuwa ikichukua malighafi na ili kulirahisisha jukumu lake hili la kiuchumi imekuwa ikijenga na kuendeleza miundombinu – madaraja, barabara, na reli. China inaipatia Tanzania mkopo wa Dola za Kimarekani bilioni 1.2 kujenga bomba la kusafirishia gesi asilia lenye urefu wa kilomita 230 ili kuviunganisha vitalu vyake vya gesi viliopo Mtwara na Dar es Salaam.

Kinyume yake, mikakati ya Marekani katika Afrika imo katika kutafuta njia ya kujenga udhibiti mpya na kamili wa kiuchumi na kijeshi katika sehemu kubwa ya bara hili. Kwa hivyo, wakati magazeti ya Tanzania yanaandika habari za askari jeshi wa Kimarekani wakifungua skuli na kutoa misaada ya kibinadamu, nyuma ya mgongo wa tabasamu na ahadi za misaada, askari jeshi hawa ni ishara ya, kama zinavyoonyesha nyaraka za WikiLeaks, sura ya parapaganda ya kikosi kipya katili cha uvamizi, ambacho madhumuni yake makubwa ni kurahisisha uporaji wa malighafi kwa Marekani na makampuni ya kimataifa ya Ulaya.

Kati ya mwaka 1998 na 2001 na 2002-05 peke yake, Marekani iliongeza marudufu gharama za matumizi yake ya kijeshi katika Afrika kutoka Dola za Kimarekani milioni 296 hadi Dola za Kimarekani milioni 597 (Yi-chong, 2006). Mwaka 2002 waraka wa serikali uliochapishwa na Kundi la Kuandaa Sera ya Mafuta Afrika (AOPIG) – kundi la ushawishi la Washington lililoanzishwa na jumuiya ya washauri mabingwa wa Kiyahudi, Taasisi ya Taaluma ya Juu ya Mikakati na Kisiasa – ilipendekeza mtazamo 'mpya wenye nguvu zaidi juu ya ushirikiano wa kijeshi wa Marekani katika Afrika, Kusini mwa Jangwa la Sahara, ambao utakuwa ni pamoja na kuundwa kwa kikosi cha pamoja ambacho kitawezesha upatikanaji wa manufaa makubwa sana katika ulinzi wa rasilimali zilizowekezwa za Marekani [wakati huo huo] ... kukabiliana na kuangamiza ugaidi wa kimataifa na wa kikanda' (Glazebrook, 2013; AOPIG, 2002). Mwezi Desemba 2006 kikosi cha muundo kama huo kiliidhinishwa na serikali ya Marekani. Kiliitwa Kikosi cha Pamoja cha Marekani na Afrika (AFRICOM). Rais Bush alitangaza kuwa kikosi hicho kingelikuwa na Makao Makuu yake Afrika. Hata hivyo, mwaka 2008 uamuzi huo ulikataliwa katakata na Umoja wa Afrika. Katika hali ya kugeuka nyuma kwa kudhalilishwa kwa Bush, makao makuu ya kikosi hicho yaliwekwa Stuttgart, Ujerumani (Glazebrook, 2013).

Moja ya malengo ya kimkakati ya Kikosi hicho cha Pamoja cha Marekani na Afrika lilikuwa ni kukabiliana na ushawishi unaozidi kukua wa Uchina katika bara hili. Utafiti mmoja wa kikosi hiki ulidai, kwa kiwewe cha namna ya siku za vita baridi kuwa, 'Watabiri wa kihistoria wanatabiri kuwa kukosekana uaminifu na kutokuwa na uhakika kutalileta Jeshi la Ukombozi la Wananchi barani Afrika kwa idadi kubwa ya namna ya kushangaza. (Holslag, 2009 23). Ikiwa hili litatokea au la, hilo ni jambo la kusubiri. Bunge la Marekani linaonekana kugawanyika juu ya namna ya kuzishughulikia harakati za Uchina katika Afrika, na mkakati mpya wa ulinzi wa Rais Obama unaeleza kuwa Bahari ya Pacifik itakuwa ni medani mpya ya mvutano wa kijeshi na uwezekano wa mapambano (Wizara ya Ulinzi ya Marekani, 2012). Hata hivyo, sera ya Marekani ya vita na uporaji Barani Afrika haina dalili ya kuweza kubadilika katika siku za karibu. Kama alivyoandika John Pilger, Marekani inapeleka vikosi vya jeshi lake katika nchi 35 za Afrika, ikianza na Libya, Sudan, Algeria, na Niger – kitu kipya ambacho ingawa 'kimeripotiwa na *Associated Press* siku ya Krismasi … hakikukaririwa katika vyombo vya habari vingi vya Uingereza na Marekani' (Pilger, 2013).

Hofu ya Marekani kwa Iran

Katika matamko mengi yanayoweza kukumbukwa ya Dwight Eisenhower, mawili yanahusiana sana na hali ya hivi sasa. La kwanza ni yale aliyoyaandika katika kitabu cha kumbukumbu mwaka 1951 kabla hakuwa rais: 'Mungu ndiye ajuae tutafanya nini bila ya mafuta ya Iran'; na tamko la pili alilitoa miaka miwili baadae katika mkutano wa Baraza la Usalama la Taifa tarehe 4 Machi, 1953, aliposema kuwa ni suala linalofadhaisha sana kuwa 'tunaonekana kushindwa kuzifanya baadhi ya hizi nchi dhaifu kutupenda badala ya kutuchukia' (Robarge, 2008). Miezi michache baadae Shirika la Ujasusi la Marekani liliandaa makupuzi ya serikali ambayo yalimpindua waziri mkuu wa Iran, mwananchi aliyechaguliwa na aliyekuwa akipendwa sana, Mohammad Mossadeq, ambaye aliyataifisha mafuta ya Iran, na badala yake waliiweka madarakani serikali kandamizi ya vibaraka iliyoongozwa na Shah Mohammad – Reza Pahlavi.

Hivi sasa, ijapokuwa Iran ina serikali iliyo tofauti kabisa na ile ya Mossadeq, wasiwasi wa Marekani ni ule ule. Wanadiplomasia wa Kimarekani katika 'nchi dhaifu' za dunia nzima wameshughulika wakijaribu kuizuia Iran isianzishe mahusiano ya kirafiki na nchi hizo, wakati Shirika la Ujasusi la Marekani, kwa mujibu wa maelezo ya wanasiasa wa Iran, limeshughulika huko Iran (Dehghan, 2011).

Kuhusu Tanzania, katika kipindi cha miaka michache iliyopita Marekani imekuwa na wasiwasi na mambo mawili. La kwanza ni hofu ya Mashia 'wenye siasa kali' kuwa na ushawishi kwa Waisilamu wa nchi hiyo na la pili ni wasiwasi wake kuhusu msimamo wa Tanzania kuhusiana na tuhuma za mpango wa Iran wa silaha za nyuklia. Katika juhudi zao za kuifanya Tanzania iambatane na msimamo wa Marekani katika Umoja wa Mataifa, tumewaona wanadiplomasia wa Kimarekani wakibembeleza na hata kutoa vitisho chini kwa chini wakati wanasiasa wa Tanzania wakikubali au kujaribu kutoa maelezo kuhusu msimamo wao bila ya kushambulia.

Kwa mfano, mwezi Januari 2006, Ubalozi wa Marekani Dar es Salaam ulituma simu ya upepo Washington ikieleza kuwa Balozi Liberata Mulamula, mkuu wa Kitengo cha Uhusiano wa Mambo Mbalimbali cha Wizara ya Mambo ya Nje ya Tanzania anaamini kuwa:

Mazungumzo juu ya kulipeleka suala la Iran kwenye Baraza la Usalama la Umoja wa Mataifa yanahitaji kusubiri mpaka hapo Shirika la Kimataifa la Nguvu za Nyuklia (IAEA) litakapokutana na kutoa mapendekezo yake rasmi. Kwa kuwa Iran imetia saini Mkataba wa Kutosambaza Silaha za Nyuklia (NPT) ... Hatua za kuwahi na kukiuka makubaliono ya mkataba huo zinaweza kuikasirisha Iran na kusababisha kujitoa kutoka kwenye mkataba huo, kama ilivyofanya Jamhuri ya Kidemokrasia ya Watu wa Korea mwaka 2003. (Ubalozi wa Marekani, 2006a)

Simu hiyo imezidi kueleza kuwa Mulamula alisema waziwazi kuwa, hafurahishwi na mtazamo wa kibabe wa Marekani kuwa Serikali ya Tanzania ambayo hivi sasa ni mwenyekiti wa Baraza la Usalama la Umoja wa Mataifa ielezwe juu ya maendeleo kuhusiana na mtazamo wa Marekani pamoja na hatua nyengine tunazodhamiria kuchukua. "Msishangae, tafadhali twambieni mnapanga kufanya nini."

Simu nyengine iliyopelekwa Washington miaka michache baadae, mwezi Disemba 2007 ilimbaini naibu wa ubalozi Purnell Delly akimkemea naibu waziri wa mambo ya nje wa Tanzania Seif Ali Idi kuwa 'ikiwa masuala ya nyuklia hayakujadiliwa wakati wa ziara ya hivi karibuni ya [Makamu wa Rais Shein] huko Teheran basi ilibidi iwe hivyo', pamoja na kutaka litolewe tamko la hadharani 'kuitaka Iran kuacha mpango wake wa kutengeneza silaha za nyuklia na kushirikiana kikamilifu na Shirika la Kimataifa la Nguvu za Nyuklia'. Idi alijibu kuwa Tanzania imesisitiza kwa serikali ya Iran kuwa 'wajisafishe' na vile vile kuwa Tanzania imekuwa na mazungumzo juu ya msamaha wa deni na serikali ya Iran (Ubalozi wa Marekani, 2007b). Tanzania bado ina deni lisilolipwa kwa Iran ambayo inahitaji kutoa msamaha wa deni (Munte, 2012).

Simu za siri kutoka kwa wanadiplomasia wa Marekani walio Dar es Salaam juu ya suala la Iran zinadhihirisha imani yao kwa Rais wa hivi sasa wa Tanzania Jakaya Kikwete. Kwa mfano mwezi Januari 2009 balozi mdogo Larry Andre' alieleza hofu yake juu ya ziara ya waziri wa ulinzi Hussein Ali Mwinyi huko Teheran na kutia saini kwake mkataba wa maelewano kuhusiana na kubadilishana uzoefu wa mambo ya kijeshi na ya ulinzi. Alieleza vile vile kuwa, kwa mujibu wa waziri wa mambo ya ndani Lawrence Masha, mkataba huo wa maelewano si kama 'hauonyeshi mabadiliko katika uhusiano wa Tanzania na Iran tu au upatikanaji wa silaha na vifaa vya kijeshi', mabadiliko kama hayo ya kisera 'yangelihitaji kibali cha chombo cha mamlaka mbalimbali ambacho mwenyekiti wake ni Rais Kikwete' (Ubalozi wa Marekani, 2009). Jakaya Kikwete, kama tutakavyoona, ni mtu wa Wamarekani, ambaye labda yupo tayari zaidi kutekeleza maagizo yao kuliko rais yeyote yule katika waliomtangulia.

8

Uingiliaji Kati wa Marekani Zanzibar na Bara Hivi Sasa

Tokea mwaka 2003, wakati Benjamin Mkapa alipokuwa Rais, serikali ya Tanzania ilikuwa tayari inahusika sana katika vita dhidi ya ugaidi na kwa amri ya Marekani ikifanya vitendo vya utekaji nyara na 'urudishaji watu usio wa kawaida'. Tukio moja ambalo limejitokeza na ambalo hivi sasa lipo kwenye Tume ya Afrika ya Haki za Binaadamu na Raia ni lile la Al-Asad, raia wa Yemen aliyekuwa akiishi na kufanyakazi Tanzania tokea mwaka 1985. Alikamatwa nyumbani kwake Dar es Salaam mwezi Desemba 2003, na kusokomezwa ndani ya ndege iliyokuwa ikimsubiri na kupelekwa nchini Djibouti ambako hakuwahi kufika hapo kabla katika maisha yake yote. Huko aliwekwa kizuizini ndani ya gereza la siri na kwa mujibu wa *Interights* kituo cha kimataifa kinacholinda haki za kisheria za binadamu, alihojiwa na kachero wa Wamarekani na kuteswa. Baadaye alipelekwa kiwanja cha ndege ambako alikutana na 'kikundi cha warudishaji' – kundi la watu waliovalia mavazi meusi ambao walimvua nguo na kumshambulia, kabla ya kumfunga minyonyoro na kumfunika kitambaa usoni na kumlazimisha kuingia ndani ya ndege nyengine. Aliwekwa kizuizini katika magereza ya siri ya Shirika la Ujasusi la Marekani nchini Afghanistan na Ulaya ya Mashariki na hatimaye kupelekwa Yemen mwaka 2005. Aliachiwa mwaka 2006, bila ya kufunguliwa mashtaka ya kosa lolote linalohusiana na ugaidi. Kwa mujibu wa Solomon Sacco, wakili wa Interights anayeishughulikia kesi hiyo:

> Kesi hii ni ya kwanza inayohusu mtu kurudishwa katika Afrika, kufunguliwa katika Tume ya Afrika, lakini hii si kesi ya aina ya pekee kwani ushahidi unaendelea kujitokeza kuhusiana na tabia ya kimataifa ya kurudisha watu. Kesi hii ni sehemu ya madai yanayozidi kukua ya kutambua na kutoa haki kwa watu walioathiriwa kwa kurudishwa ambayo hayataondoka. Nchi – kama Djibouti – zinazoshirikiana na Marekani katika mipango yake ya kurudisha

watu, huku zikikiuka sheria zao wenyewe pamoja na Mkataba wa Afrika kwa mchakato huo, inabidi lazima ziwajibishwe na Tume ya Afrika. (Interights, 2011)

Kesi nyengine ambayo pia inaonyesha kuhusika kwa Tanzania katika kurudisha watu kusiko kwa kawaida ni ile ya Laid Saidi, raia wa Algeria. Ni moja ya kesi nyingi zinazoelezewa katika ripoti ya Shirika la Jamii Iliyo Wazi (*Open Society Foundation*) (2013). Saidi, raia wa Algeria, alikamatwa mwezi Mei 2003 na polisi wa Tanzania, na baada ya kukaa siku tatu gerezani Dar es Salaam alisafirishwa kwa gari hadi kwenye mpaka na Malawi na kukabidhiwa kwa maafisa wa Malawi waliokuwa wamevaa sare. Alikabiliwa na mateso ya kisaikolojia na kudhalilishwa kabla ya kusafirishwa na kupelekwa Afghanistan katika hali ya kutisha. Akiwa Afghanistan alizuiliwa katika magereza matatu ya Shirika la Kijasusi la Marekani pamoja na lile ovu maarufu 'Gereza la Kiza' na lile la 'Shimo la Chumvi'. Kiasi cha mwaka mmoja baadae, alisafirishwa kwa ndege hadi Tunisia ambako aliwekwa kizuizini kwa siku 75 nyengine kabla ya kurudishwa Algeria ambako aliachiwa huru.

Tokea Kikwete aingie madarakani mwezi Desemba 2005, Tanzania imekuwa ni mshiriki mwenye hamasa kubwa zaidi katika 'vita dhidi ya ugaidi'. Alifafanua msimamo wake katika mkutano wake na balozi wa Marekani Retzer mwezi Mei 2006:

> Kikwete, Rais wa Tanzania ameweka wazi kuwa si kama anataka ushirikiano wa hivi sasa juu ya kupambana na ugaidi uendelee tu bali anataka ushirikiano huo upanuliwe zaidi. Ameainisha hasa katika maeneo ya mafunzo na msaada wa kitaalam kutoka katika Shirika la Upelelezi la Marekani (FBI), Mamlaka ya Usafiri wa Anga ya Marekani, Wizara ya Fedha, Wizara ya Sheria na mashirika mengine na kusema kuwa anataka kuzipanua program kama hizo. Kabla ya ziara ya Rais Kikwete ya 17-18 Mei, tuliitaka Washington kuandaa mapendekezo yenye kulingana na maslahi ya Rais Kikwete. (Ubalozi wa Marekani, 2006c)

Wakati ambao Kikwete yupo madarakani, mchango wa Afrika Mashariki katika mtandao wa kimataifa wa 'vita vya Marekani dhidi ya ugaidi' kama inavyobainisha kesi ya Al-Asad, umezidi kushika kasi na miundombinu ya kusimamia kazi ya kupambana na ugaidi ambayo kwa kiwango kikubwa inagharamiwa na nchi za Afrika ya Mashariki zenyewe imeshamirishwa zaidi.

Kituo cha Taifa cha Kupambana na Ugaidi cha Yemen kinachukuliwa na Marekani kuwa ndiyo mfano bora katika kazi hii.[1]

Kwa mfano, balozi wa Marekani Mark Green mwezi Februari 2008 aliandika katika 'maelezo mapya kuhusu suala la ugaidi Tanzania.

> Kuanzishwa kwa Kituo cha Taifa cha Kupambana na Ugaidi Tanzania ni suala la kipaumbele kwa Tanzania ... Hata hivyo, mipango na muda wa kiutekelezaji wa kituo hicho vinaendelea taratibu sana kwasababu ya ukosefu wa fedha. Ili kuongeza uelewa wa Serikali ya Tanzania juu ya faida za Kituo cha Kitaifa cha Kupambana na Ugaidi, mwezi Oktoba 2007 Ofisi ya Mratibu wa Vita dhidi ya Ugaidi ya Wizara ya Mambo ya Nje ya Marekani, 2001-09) iligharamia safari ya afisa mmoja wa [Idara ya Usalama wa Taifa ya Tanzania] kitengo cha kupambana na ugaidi na afisa mmoja wa Kitengo cha Kupambana na Ugaidi cha Jeshi la Polisi la Taifa ili kukitembelea Kituo cha Taifa cha Kupambana na Ugaidi cha Yemen mjini Sanaa. Kutokana na ziara hii, maafisa wote wawili wametambua juu ya ulazima wa kukikamilisha Kituo cha Taifa cha Kupambana na Ugaidi cha Tanzania, na kuajiri watumishi wake kikamilifu. Hata hivyo, uhaba wa fedha bado umebakia kuwa ni kizingiti. (Ubalozi wa Marekani, 2008c)

Ilipofika mwezi Juni 2009, Marekani ilifurahishwa zaidi na kupiga kifua kwa Tanzania juu ya 'vita dhidi ya ugaidi'. Kama alivyoripoti Balozi Retzer katika 'matayarisho ya ziara ya Naibu Waziri Lew nchini Tanzania':

> [Wakati mkakati wa kipaumbele wa kwanza wa Marekani nchini Tanzania ni] kujenga uwezo wa Serikali ya Tanzania wa kupambana na ugaidi na kuendeleza usalama ... Serikali ya Tanzania imekuwa ikifanya juhudi za dhati katika kuanzisha kituo chake cha kupambana na ugaidi. Tarehe 4 Disemba mpango wa msaada wa kupambana na ugaidi wa [Wizara ya Mambo ya Nje ya Marekani] ulizindua warsha ya wiki tatu Dar es Salaam ili kufanya majadiliano ya kina na viongozi wa Tanzania juu ya namna ya kuanzisha na kukipatia vifaa

---

1. Ilikuwa ni huko Yemen ambako mwezi September 2011, ndege zisizokuwa na rubani za Kimarekani ziliwalenga na kuwaua raia wa Marekani, Anwar Awlaki na Samir Khan. Wiki mbili baadae, katika hali ambayo mpaka sasa haikuelezwa, mtoto wa kiume wa miaka 16 wa Awlaki, Abdulrahman, raia mwengine wa Marekani, aliuliwa vile vile kwa shambulio la ndege isiyokuwa na rubani. Imedaiwa kuwa Rais Obama atapewa madaraka ya kuwalenga raia wake mwenyewe, kuwaua bila ya mashtaka yoyote au mchakato wowote wa kisheria, mbali na uwanja wowote ule wa mapigano (Greenwald, 2013).

kitengo kama hicho. Ulikuwepo ushiriki wa kikamilifu wa serikali ya Tanzania wakiwemo washiriki kutoka polisi, jeshi, uhamiaji, usalama wa taifa, forodha na benki. Kwa mujibu wa wakufunzi wa Mpango wa Msaada wa Kupambana na Ugaidi walioendesha warsha kama hiyo huko Senegal, Kenya na Chad, maafisa wa Tanzania wameonyesha kwamba 'wameshaumiliki' mpango huo kikamilifu na kuwa wapo tayari na wana nia ya kuingia katika juhudi za utekelezaji wake. (Ubalozi wa Marekani, 2009a)

Udhalilishaji wa Waislamu katika Afrika ya Mashariki unazidi na unahalalishwa kwa kizingizio cha kupambana na ugaidi, huku maafisa wa Marekani wakidai kuwa watu wanaohusika wanahusiana na uripuaji kwa mabomu wa balozi za Marekani mjini Dar es Salaam na Nairobi mwaka 1982.[2] Wakati huo huo kumekuwa na habari za marejeo kadha kuhusiana na mahusiano baina ya watu wa 'mwambao wa Waswahili' na mahusiano baina ya watu wa Zanzibar, kupitia Mombasa hadi Somalia. Mahusiano haya kwa sehemu kubwa ni dhaifu, lakini yaliyotokea Somalia yanaweza kuwa ni funzo kwa watu wa Visiwani, hasa katika mukhtadha wa kuwepo uwezekano wa kupatikana mafuta Zanzibar. Huko Somalia pia, mapema katika miaka ya 1990, walichokuwa wakikitafuta Marekani ni mafuta. Takriban thuluthi mbili ya mafuta ya Somalia yaliwekwa kwa ajili ya makampuni makubwa ya mafuta ya Marekani ya Conoco, Amoco, Chevron na Phillips katika kipindi cha kabla ya kupinduliwa rais aliyekuwa kibaraka wa Marekani Mohamed Siad Barre. Ni uwekezaji huu na wala siyo haki za binadamu ambao ndio Marekani waliokuwa wakijaribu kuulinda kwa kisingizio cha 'uingiliaji kati wa kibinaadamu' wakati ilipoivamia Somalia mwezi Desemba 1992. Kama alivyotabiri Babu wakati huo, kuwa uvamizi wa Marekani ulikuwa 'ukitafuta kisingizio cha sheria za kimataifa ili kuiwezesha, siku za mbele, kuingilia kati katika nchi yoyote ile ya Dunia ya Tatu bila ya kushutumiwa ... huku ikijificha chini ya maneno (yenye kutilia mkazo) ubinadamu na haki za binadamu' (Babu, [1993] 2002).

Uvamizi wa Somalia, takriban mwaka mmoja kamili baada ya kuporomoka kwa Umoja wa Kisovieti ulikuwa ni mwanzo wa kipindi kipya ambacho kwa kumalizika kwa vita baridi, Marekani ambayo ghafla iliondokewa na adui, ilianza kutafuta na kumlenga adui mwengine – ugaidi wa Kiislamu. Kwa kulingana na hilo ndipo yalipokuja mahubiri kama yale yaliyoanzishwa na

---

2. Mashambulizi haya yalifanywa kwa wakati mmoja huko Nairobi na Dar es Salaam, na kuua mamia ya watu. Inaaminiwa kuwa huo ulikuwa ni ulipizaji wa kisasi kwa Marekani kwa kujihusisha na kuwarudisha, na kuwatesa wanachama wanne wa chama cha Misri cha Jihadi ya Kiislamu waliokamatwa Albania.

Samuel Huntington, aliyeigawa dunia katika utamaduni wa aina nane: Wa Kimagharibi, wa Kikonfuchi, wa Kijapani, wa Kiislamu, wa Kislavu-Orthodox, wa Marekani ya Kusini na labda wa Kiafrika' ('labda' kwasababu hakuwa na hakika kama Waafrika walikuwa na utamaduni) na alidai kuwa ni utamaduni, siyo siasa au uchumi ndio utakaoigawa dunia. Hii ni kwasababu 'ni wa nchi za magharibi tu ndio wenye kuthamini "ubinafsi, uliberali, utawala wa kikatiba, haki za binadamu, usawa, uhuru, utawala wa sheria, demokrasia, masoko huria". Kwa hivyo, nchi za magharibi (kusema kweli Marekani) lazima ziwe tayari kuvishughulikia kijeshi vitisho vinavyotokana na staarabu hizi pinzani (Ali, 2002: 299).[3]

Hivi sasa makampuni ya mafuta kwa mara nyengine tena yanatafuta mafuta yenye utajiri mkubwa kwa mfano katika bonde la Dharoor na Bonde la Nugaal wakati vikosi kutoka Marekani, Uingereza, Uhabeshi na 'walinda amani' wengine wakiwa katika hali ya utayari wa kuchukua hatua. Nje ya ufukwe wa Somalia, kama walivyoandika Suzanne Dershowitz na James Paul:

> Msururu wa manowari zenye nguvu [tokea mwaka 2008] umekuwa ukifanya doria baharini ... Zaidi ya mataifa thalathini yamepeleka meli za kivita – pamoja na manowari za kubebea ndege za kivita, manowari za kusindikiza, manowari za ulinzi na vyombo vyengine vyenye silaha nzito – pamoja na ndege nyengine za kisasa kabisa za kijeshi. Kwa maelezo rasmi, vikosi hivi vya baharini vinatoa ulinzi baharini dhidi ya maharamia – Wasomali walio ndani ya mashua ndogo waliozikamata meli za kibiashara na watumishi wao ili kupata fidia kabla ya kuwakomboa mateka wao. Baraza la Usalama la Umoja wa Mataifa mara kwa mara limekuwa likiidhinisha harakati za kijeshi baharini huku likitoa tahadhari ya vitisho vya maharamia kutishia kuwepo njia salama kwa meli za kimataifa na 'vitisho vyao dhidi ya amani ya dunia na usalama katika kanda hiyo. (Dershowitz na Paul, 2012:14)[4]

---

3. Wakati huo huo Marekani ilianza kuvunja sheria za kimataifa moja baada ya nyengine, ikipuuza matakwa ya Umoja wa Mataifa na kujitoa katika mikataba husika ya kimataifa. Kama alivyoandika Mahmood Mamdani, 'Marekani kuibuka kuwa ndiyo taifa kubwa lenye nguvu pekee duniani kumekwenda sambamba na madai yake ya kutaka isihusishwe na utawala wowote wa kisheria wa kimataifa' (2005: 208).

4. Kama Dershowitz na Paul walivyoeleza, 'Hata hivyo, wakati huo huo wajumbe wa Baraza wameshindwa kuchukua hatua dhidi ya uhalifu mkubwa wa baharini katika bahari hiyo hiyo: meli za uvuvi za kigeni zilizokuwa zikiiba utajiri wa baharini wa Somalia, pamoja na meli za kigeni zilizotupa taka za sumu nje ya fukwe za Somalia'.

Jukumu la Kijeshi la Marekani Nchini Tanzania

Bila shaka Tanzania ni tofauti na Somalia. Ni nchi iliyo maarufu kwa 'utulivu' wake. Kwa nini tena kuwepo askari jeshi wengi wa Kimarekani katika kila sehemu ya nchi? Nini jukumu lao na ni nani anaewapa ruhusa ya kuwasili na kuondoka? Nyaraka za siri zilizofichuliwa na WikiLeaks zinatudokeza habari za kuvutia.

Kwa mfano, maelezo ya matayarisho ya ziara ya naibu waziri wa nchi za nje Lacob Lew nchini Tanzania yaliyotolewa na ubalozi wa Marekani mwezi Juni 2009 yanaeleza kuwa:

> Mwezi Desemba 2006, Serikali ya Tanzania ilitoa idhini ya ... kuwepo kwa Kikosi Kazi cha Pamoja Pembe ya Afrika, kuanzisha kuwepo kwa Kikosi cha Shughuli za Kiraia katika mwambao wa Uswahilini. Kikundi cha Shughuli za Kiraia (ambacho tumekipa jina la Kikosi cha Pamoja cha Afrika na Marekani – AFRICOM) kinaendesha miradi ya kibinadamu na kusaidia kujenga uwezo wa shughuli za kiraia na kijeshi katika Jeshi la Wananchi la Tanzania. (Ubalozi wa Marekani, 2009a)

Ikiwa lugha inaufanya ujumbe huu usieleweke, ufafanuzi wa kina unapatikana katika mtandao wa wanadhimu wa pamoja wa jeshi la Marekani. Shughuli za Vikosi vya Kiraia na vya Kijeshi (kama vile ambavyo uwezo wao unavyoongezwa ndani ya jeshi la Tanzania) ni shughuli ambazo mtandao huo unatwambia, pale ambapo jeshi linachukua majukumu ya kiraia ili kuwezesha kufanyika shughuli za kijeshi, kuimarisha na kuyafikia madhumuni ya Marekani. Zinaweza kufanyika katika maeneo ya shughuli yaliyo rafiki, yasiyopendelea upande wowote au hata ya kiadui na kuzihusisha kazi za kijeshi ili 'kuanzisha, kuendeleza, kushawishi au kuyatumia mahusiano' na serikali, vyama visivyo vya serikali, mamlaka za wenyeji, na raia wa kawaida, na hata wakati mwengine kufanya 'shughuli na kazi za serikali za mitaa, mikoa na taifa. Shughuli hizi zinaweza kufanyika kabla ya, wakati wa au baada ya hatua nyengine za kijeshi (wanadhimu wa pamoja wa Jeshi la Marekani, 2008). Madhumuni ya kuanzishwa kwa Shughuli za Kiraia na Kijeshi ndani ya jeshi la Tanzania ni kwa ajili ya kulitumia jeshi la Tanzania, serikali na Vyama Visivyo Vya Serikali kurahisisha kufanyika kwa shughuli za kijeshi zinazoendeleza maslahi ya Marekani, na kuchukua kazi na shughuli za serikali ya Tanzania pale na wakati serikali ya Marekani itakapohitaji kufanya hivyo.

Kama ufafanuzi wa Shughuli za Kiraia na za Kijeshi unavyozidi kueleza, 'katika ngazi ya kimkakati, kiuendeshaji na kimbinu na katika shughuli zote za uendeshaji za kijeshi, shughuli za kijeshi uraiani kimsingi ni vyombo vya kuoanisha vyombo vya kijeshi na visivyokuwa vya kijeshi vyenye uwezo wa kitaifa.' 'Changamoto zinazoweza kuwepo ambazo Shughuli za Kijeshi na Kiraia itaweza kuzishughulikia vile vile ni muhimu sana. Changamoto hizi sio tu na zinahusisha 'migogoro ya kikabila na kidini, tofauti za kiutamaduni na kijamii-uchumi, ugaidi, uasi wa kijeshi, na kusambaa kwa silaha za maangamizi' bali pia 'na ushindani unaokua na *unyonyaji wa rasilimali zinazopungua*.

Kwa maneno mengine, kama ilivyokuwa 'madhara yanayoambatana na mashambulizi ya mabomu hayo' ni neno mbadala la upole kwa vifo vya raia, Shughuli za Kiraia na Kijeshi ni neno mbadala la upole kwa shughuli mbalimbali zisizopendeza na za haramu. Shughuli hizo ni pamoja na vitendo kama vile vya upelelezi, utekaji nyara, kurudisha watu, utesaji, kuwepo vituo vya ndege zisizokuwa na rubani na misaada kwa hatua za kijeshi ili kupata rasilimali ambazo Marekani inazitaka kutoka Afrika. Kwa mukhtadha wa 'rasilimali zinazopungua' za Afrika ya Mashariki basi ni pamoja na mafuta na gesi. 'Kuyafikia malengo ya uendeshaji' ya Marekani ili kuyadhibiti mafuta ni jambo ambalo si kama linalohalalishwa tu bali ni wajibu wa jeshi la Marekani.

Kusema kweli, katika mijadala ya taaluma ya kijeshi, upatikanaji wa mafuta unachukuliwa kuwa ni sawa kwa hali ya sasa na kile kilichokuwa kikijulikana kama 'mzigo wa mtu mweupe' wakati wa ukoloni. Kwa maneno mengine, ni wajibu wa jeshi la Marekani, kuwashughulikia Waafrika, hata kama kazi hii haiwapendezi kwa kiasi gani, na kuleta 'utulivu' katika nchi zao ili kupata rasilimali inayopungua ya mafuta. Bila shaka, msimamo unaopindukia ule wa kikabila uliomo katika makala ya aliyekuwa Amirijeshi wa Kikosi cha Ulinzi wa Baharini cha Marekani ambaye sasa yupo katika chuo cha kijeshi cha vikosi vyote vya Marekani, yenye kichwa cha habari cha kupendeza cha Chuo cha Mapigano ya Kijeshi ya Kisasa:

> Wengi, au wengi sana wa wazalishaji wakubwa wa mafuta wa Afrika – Nigeria, Angola, Kamerun, Gabon na Ginekweta – ni makaro ya ufisadi, umasikini na ufakiri uliokithiri. Lakini ili kuhakikisha upatikanaji wa kudumu wa nishati, masoko ya dunia yanazihitaji nchi hizi ziwe na utulivu wa kiasi fulani. (Coleman, 2009: 19)

Jumuiya ya Afrika ya Mashariki na Vita Dhidi ya Ugaidi

Orodha ya nchi iliyotolewa na Coleman siyo ya hivi sasa kwa kuwa kwa kipindi cha miaka michache iliyopita imebainika wazi kuwa baadhi ya nchi katika Afrika ya Mashariki – Uganda, Kenya na Tanzania vile vile – zina kiasi kikubwa cha mafuta na gesi. Kwa kuelewa hilo, jeshi la Marekani limetengeneza miundo na mikakati kwa ajili ya kuingilia kati, siyo katika nchi moja moja tu bali katika kanda nzima kwa jumla – na nini tena kilicho na manufaa zaidi kwao kuliko kuvitumia 'vita dhidi ya ugaidi' ili kuhalalisha na kuimarisha uingiliaji kati wao?

Jumuiya ya Afrika ya Mashariki iliyoundwa mwaka 2000 inatoa fursa ya kuingilia kati kwa ajili ya udhibiti wa Marekani. Kwa juu juu, hili lilikuwa ni jaribio la mwisho la hivi karibuni katika mlolongo wa majaribio ya kuanzisha ushirikiano wa kikanda ambayo yote huko nyuma hayakuwa na mafanikio. Ilipofufuka hapo awali, Jumuiya hiyo ilikuwa inazijumuisha Uganda, Kenya na Tanzania tu. Sasa ina wanachama wapya wawili, Rwanda na Burundi. Kama ilivyokuwa hapo awali, serikali ya Kenya inaonekana kuwa ndiyo yenye nguvu zaidi. Hata hivyo, hiyo haidhuru kwasababu wanachama wengine wakubwa wawili, serikali za Tanzania na Uganda, nazo pia zina shauku moja ya kupeleka mbele maslahi ya Marekani na ya nchi za Ulaya kama ilivyo Kenya. Ni wazi kuwa Jumuiya ya Afrika ya Mashariki imetoka nje kabisa ya malengo ya Umajumui wa Afrika ambayo mwanzo, wakati wa kufufuliwa kwake iliyaunga mkono. Jukumu lake katika vita dhidi ya ugaidi na kuziwezesha kwake shughuli za Kikosi cha Pamoja cha Afrika na Marekani kumeongezeka kwa haraka sana.

Kwa mfano, mwezi Februari 2008, ripoti ya balozi wa Marekani Mark Green 'maelezo juu ya masuala ya ugaidi Tanzania' ilifichua hatua za awali za namna Marekani inavyoitumia Jumuiya ya Afrika ya Mashariki katika vita dhidi ya ugaidi.

> Kuna ushirikiano mdogo wa Serikali ya Tanzania na wenziwe katika kanda juu ya masuala ya Kupambana na Ugaidi kwa kupitia Jumuiya ya Afrika ya Mashariki, ambayo sasa inazijumuisha nchi za Kenya, Uganda, Burundi na Rwanda pamoja na Tanzania. Mataifa matano haya yanashirikiana kwa kupitia Programu ya Jumuiya ya Afrika ya Mashariki ya: Mkakati wa Kanda ya Afrika ya Mashariki wa Amani na Usalama ... Mwisho wa mwaka 2007 Serikali ya Tanzania ilianzisha uhusiano na Serikali ya Sudan; hata hivyo kiwango cha ushirikiano wa kupambana na Ugaidi hakijulikani. Serikali ya Tanzania imefanyakazi kwa pamoja vile vile na serikali ya Kenya juu ya masuala ya Kupambana na Ugaidi hapo zamani na Tanzania ina nafasi ya kudumu katika ofisi ya Polisi wa Kimataifa iliyopo Nairobi. Zaidi ya hayo, Jeshi la Polisi la Taifa lina mawasiliano mazuri na majirani wao wa kanda wengi na limeshiriki katika programu za kikanda za kupambana na Ugaidi ikiwa ni pamoja na maafisa kutoka nchi za jirani kwa kupitia programu zinazogharamiwa na Serikali ya

Marekani katika Chuo cha Kusimamia Sheria za Kimataifa kiliopo Gaborone, Botswana. (Ubalozi wa Marekani, 2008c)

Ilipofika mwanzo wa mwaka 2010, uhusiano wa Marekani na umoja huu wa kanda uliimarishwa zaidi. Hebu natuyaangalie mawasiliano ya Marekani katika muda wa siku tatu tu za uhai wa Jumuiya ya Afrika ya Mashariki – Tarehe 2,3 na 4 Februari, 2010, na tuone mawasiliano hayo yanafichua nini kuhusu wanasiasa waandamizi wa Afrika ya Mashariki na uhusiano wao mkubwa wa unyenyekevu na Marekani. Katika simu ya kwanza iliyokuwa na kichwa cha habari ' Bunge la Afrika ya Mashariki linaweza kuwa ni chombo cha kuyafikia malengo ya Marekani katika kanda hii' (Ubalozi wa Marekani, 2010a), Balozi Lenhardt aliripoti juu ya mkutano wake na Abdirahim Abdi wa Kenya, aliyekuwa spika wa Bunge la Afrika ya Mashariki, chombo cha Jumuiya ya Afrika ya Mashariki:

> Abdi alisema, miswada inayopitishwa na Bunge la Afrika ya Mashariki ina uwezo wa kisheria kwa wanachama wote. Abdi alisema masuala ya mipakani kama vile magendo na usafishaji wa pesa au labda mapambano dhidi ya ugaidi na uhakika wa haki za binadamu, ni maeneo ambayo Bunge la Afrika ya Mashariki linaweza kuwa na jukumu kubwa.

Siku ya pili, Lenhardt aliripoti juu ya mkutano wake na Katibu Mkuu wa Jumuiya ya Afrika ya Mashariki, Juma V. Mwapachu – mwanasiasa wa Tanzania aliyeteuliwa na Kikwete kuwa balozi wa hadhi ya juu kabisa na kupewa fursa ya kushika wadhifa huu. Lenhardt aliiarifu Washington kuwa Mwapachu alimwambia kuwa serikali za Afrika ya Mashariki zinashughulikia Mkataba wa Maelewano juu ya ushirikiano wa pamoja wa kijeshi na zitakaribisha mawazo kutoka katika Kikosi cha Pamoja cha Afrika na Marekani, na kuwa 'wakati serikali za nchi tano za Jumuiya ya Afrika ya Mashariki zina amani wakati huu, historia ya nchi za kanda ya Maziwa Makuu (pamoja na wanachama wa Jumuiya ya Afrika ya Mashariki, Burundi na Rwanda) imekuwa ni ya machafuko.' Mwapachu alimwomba msaada Lenhardt ili kuimarisha uhusiano wa kijeshi kati ya Jumuiya ya Afrika ya Mashariki na Jeshi la Pamoja la Afrika na Marekani, ambalo alilielezea kuwa ni 'kikosi cha kuleta utulivu katika kanda hii'. Lenhardt alisema pia kuwa mara baada ya kusainiwa Mkataba wa Maelewano, Jumuiya ya Afrika ya Mashariki itaweza kushughulikia kuanzishwa kwa uhusiano wa kijeshi na Jeshi la Pamoja la Afrika na Marekani moja kwa moja ... Mwapachu angelipenda kuona kuwa kuna ushirikiano zaidi katika maeneo ya kupambana na majeshi ya waasi, ujenzi wa amani na udumishaji amani, kwa kuendesha shughuli za kijeshi baharini na nchi kavu ' (Ubalozi wa Marekani, 2010b).

Tarehe 4 Februari, kwa mara nyengine tena Lenhardt amekuwa na habari njema kwa Marekani. Safari hii ni kuhusu Jeshi la Wananchi wa Tanzania ambalo tokea kuteuliwa kwa mkuu mpya wa majeshi ya ulinzi, Jenerali Davis Mwamunyange mwaka 2007 amekuwa 'akiboresha vifaa vya kijeshi vilivyochakaa vya jeshi hilo na kujihusisha zaidi na masuala ya kikanda na shughuli za kimataifa za kulinda amani na amekuwa karibu na jeshi la Marekani. Kwa mujibu wa Lenhardt, sifa zote zinafaa zimwendee Kikwete, kwasababu:

> Wakati Jenerali Mwamunyange akiwa ndiye aliyesimamia mabadiliko haya, itakuwa ni kosa kusema kuwa mabadiliko haya yanatokana na yeye peke yake. Mhamo huu wa kifalsafa ulianza miaka miwili kabla Jakaya Kikwete kuwa Rais wa Tanzania ... mnamo siku kumi tokea Jenerali Mwamunyange kuwa kiongozi wa jeshi, mahusiano ya kijeshi kati ya Marekani na Tanzania yalibadilika sana ... Katika kipindi cha miezi 18 iliyofuatia ziara za shughuli za kikazi za viongozi waandamizi wa jeshi la Marekani kutoka kwenye Jeshi la Pamoja la Afrika na Marekani, Vikosi vya Jeshi la Wanamaji katika Afrika, Jeshi la Marekani katika Afrika, Vikosi vya Baharini katika Afrika na hasa Kikosi Kazi cha Pamoja katika Pembe ya Afrika, zimesaidia katika kuimarisha zaidi uhusiano kati ya pande mbili. (Ubalozi wa Marekani, 2010c)

Ujenzi wa 'Vyanzo' na 'Nyenzo'

Katika kipindi cha vita baridi, shughuli nyingi za siri za Marekani zilikuwa ni za matumizi ya 'vitendo vya mauaji ya moja kwa moja'. Vitendo kama hivi vimeimarishwa zaidi ili vitumike katika vita dhidi ya ugaidi, hasa wakati wa utawala wa Obama. Kama lilivyoandika gazeti la *The Nation* mwezi Juni 2010, vikosi maalum vinavyofanyakazi kwa ajili ya Kikosi cha Pamoja cha Shughuli Maalum vimewekwa wakati wa utawala wa Obama nchini 'Iran, Jojia, Ukraine, Bolivia, Paraguay, Ecuador, Peru, Yemen, Pakistani na Filipino ... nchi za mstari wa mbele kwa vikosi hivi, hivi sasa, kama vyanzo husika vinavyoeleza, ni Yemen na Somalia' (Scahill, 2010).

Kwa mujibu wa gazeti la *Washington Post* (kama lilivyonukuliwa na Scahill):

> Uwezo wa shughuli maalum ulioombwa na Ikulu ya Marekani umepindukia kiwango cha mashambulizi yanayoweza kufanywa na

> upande mmoja peke yake na unajumuisha pamoja na hatua za kutoa mafunzo kwa vikosi vya kupambana na ugaidi vya wenyeji na kuendesha nao shughuli za pamoja. Kuna mipango ya kufanya mashambulizi ya kuwahi au ya kulipiza kisasi katika sehemu mbalimbali za dunia. Mashambulizi haya yanakusudiwa kufanyika pale ambapo utagundulika mpango wa kigaidi, au baada ya shambulio linalohusishwa na kundi maalum.

Shughuli hizi za kijeshi, kama zile za wakati wa vita baridi, zinahitaji mitandao ya makachero na namna nyengine kama hizo za ujasusi katika eneo husika. Charles R. Stith, balozi wa Marekani nchini Tanzania kutoka mwaka 1998 hadi 2001, alitilia mkazo umuhimu wa mitandao na vyanzo kama hivyo.

> Uwezo wetu wa kuwanasa magaidi katika uripuaji wa mabomu Dar uliongezeka kwa kiasi kikubwa kutokana na uratibu na ushirikiano wa idara za ujasusi za Tanzania na Afrika ya Kusini. Mapambano dhidi ya ugaidi Barani Afrika yanaweza kuendelezwa tu kwa juhudi kama hizo. Wakati huo huo kuna haja ya kuwepo kwa ukusanyaji na ubadilishanaji wa habari za kijasusi kwa kushirikiana na vyombo vya kimataifa na washiriki wenza wa kitaifa. (Stith, 2010: 64)

Kinachohusishwa na shughuli kama hizo za kijasusi ni ufuatiliaji wa Waislamu wenye kuonyesha ishara za upinzani kwa Marekani. Hii ni shughuli iliyozidi kupamba moto baada ya 9/11, kama alivyoandika Mahmood Mamdani:

> Baada ya tamko la kuropokwa tu la kuendesha 'vita vya msalaba', Rais Bush alianza kutofautisha kati ya 'Waislamu wazuri' na 'Waislamu wabaya'. Kutokana na mtazamo huu ni wazi kabisa kuwa 'Waislamu wabaya' ndio wanaohusika hasa na ugaidi [wakati] ... 'Waislamu wazuri' watakuwa ni wale wenye hamu ya kusafisha majina yao na fikra za kitendo hiki cha uhalifu mwovu na bila ya shaka watatuunga mkono katika vita dhidi 'yao'. Lakini hii haikuweza kuuficha ujumbe uliokusudiwa wa mahubiri haya: mpaka hapo atakapothibitishwa kuwa ni 'mzuri', kila Mwislamu alichukuliwa kuwa ni 'mbaya'. (Mamdani, 2004: 15)

Marekani na Uingereza wamezidi kuanzisha programu walizozigharamia pesa nyingi ili kujaribu kuwatengeneza 'Waislamu wazuri' kama hao ambao wataziunga mkono nchi za magharibi. Mpango wa Mazungumzo ya Wananchi ni mmoja wa miradi kama hiyo. Kama alivyoeleza Karen Hughes, Naibu Waziri wa Shughuli za Serikali mwaka 2006 mpango huo ulikuwa:

> Ni mkakati wa dharura ... wa kuwatenga na kuwaweka pembeni magaidi wenye vurugu na wenye siasa kali, kukabiliana na itikadi yao ya ukatili na chuki. Lazima tuzikandamize juhudi zao ili kuonyesha kuwa nchi za magharibi hazikinzani na Uislamu kwa kuziwezesha sauti za watu wote wenye kusikilizwa katika jamii na kuonyesha heshima kwa utamaduni wa Waislamu na michango yao. Ndio maana nimetumia muda mwingi nikijaribu kuwafikia Wamarekani Waislamu. (Hughes, 2006)

Kama simu za WikiLeaks zinavyoonyesha, hata hivyo, namna hiyo ya kuwafikia watu haikuwa ikikubaliwa mara zote. Katika tukio moja, Wamarekani Waislamu ambao walikuwa ni sehemu ya program ya Mazungumzo ya Wananchi waliokuwa katika matembezi 'kwa mshangao walizuiwa wasiingie msikitini jijini Dar es Salaam.' Walipojaribu kuingia msikitini kundi la watu lilikusanyika na kuwazuia wasiingie huku wakiwapinga kwasababu walikuwa Wamarekani. Baadaye, wageni hao waliambiwa 'na viongozi wa waislamu wenye siasa za wastani wa Dar es Salaam kwamba 'vijana wenye siasa kali' labda Waislamu wenye siasa kali wanaosaidiwa na Iran, ndio waliohusika na tukio hilo (Ubalozi wa Marekani, 2007c).

Juu ya yote haya, wanadiplomasia wa Kimarekani wanadhani kuwa huko visiwani wamefanikiwa katika eneo hili. Mwezi Juni 2009 katika 'maandalizi ya ziara ya Jacob Lew' ulisisitizwa umuhimu wa kupata 'Baraka' za wananchi: 'Kazi yetu Pemba – kisiwa chenye Waislamu wengi na mfano mzuri wa mkakati huu', ilielezwa. 'Tumeunganisha shughuli za miradi ya kudumisha utamaduni, kukarabati misikiti ya kihistoria, miradi ya kujitolea ili kuboresha maisha ya watu vijijini na mradi mkubwa wa Shirika la Misaada la Marekani wa kudhibiti malaria na programu za elimu.' (Ubalozi wa Marekani 2009 a)

'Vijana Imara' na Serikali ya Umoja wa Kitaifa

Huko Zanzibar, kama ilivyo mwahali mwengine, kuzidi kwa ubaguzi dhidi ya Waislamu duniani kote, na mashambulizi ya nchi za Magharibi katika nchi zenye Waisilamu wengi, na ukatili wanaofanyiwa Waislamu katika nchi hizi na nchi nyengine kwa kisingizio cha kupambana na ugaidi, yamechangia katika kuwafanya Waislamu wajitambue. Zaidi ya hayo, hapa pia kuna mbinu zinazotumika kila wakati kuonyesha, hasa kwa ajili ya watalii, kuwa biashara ya utumwa asili yake inahusiana na Uislamu na Waarabu.

Ni utambulisho huu wa Waislamu, hasa miongoni mwa vijana (ndio unaosababisha kuwepo, kwa mujibu wa maneno ya Wamarekani wenyewe 'vijana wakakamavu wa Kiislamu'), ambao Marekani inawaogopa hivi sasa. Ni kuwepo kwa mchanganyiko wa 'vijana wakakamavu wa Kiislamu, ukosefu wa ajira na kutoridhika na maisha ambako kwa miaka mingi kumekuwa kukilinganishwa na hali ya 'kuwa na siasa kali' na hata ugaidi, ndiko kunakosababisha kuwepo kwa sera za dharura mbalimbali za kidiplomasia na za nchi za nje za Marekani.

Kwa mfano, Michael Retzer, mwanasiasa wa Chama cha Republican na balozi wa Marekani nchini Tanzania aliingiwa na wasiwasi kuhusiana na habari zifuatazo ambazo alizituma kwa simu ya upepo Washington tarehe 24 April, 2006:

> Washabiki vijana mia tatu wa Chama cha Wananchi (CUF) walimzunguka kiongozi wa chama chao, Maalim Seif Hamad wakitaka majibu ... Wakionyesha kukata kwao tamaa na kutaka jibu kutoka kwa Hamad, vijana hawa waliokasirika waliutaharakisha mchakato wa kutafuta maridhiano uliokuwa ukisuasua Zanzibar pamoja na pengo la uongozi ndani ya Chama cha CUF ... Uongozi wa Chama cha CUF una mpango gani? Na iko wapi ahadi ya Rais Kikwete ya kuleta maridhiano? (Ubalozi wa Marekani, 2006b)

Retzer aliendelea kueleza kuwa alifanya uchunguzi zaidi kwa kufanya mikutano ya siri na 'watazamaji wa kuaminika wa siasa za Zanzibar' ili kuelewa zaidi juu ya masuala haya. Dk. Rwekaza Mukandala, mkurugenzi wa Asasi Isiyokuwa ya Kiserikali ya Utafiti na Elimu ya Demokrasia Tanzania (REDET) alikuwa ni mmoja wa watu hao. Retzer aliripoti juu ya maoni yake kuwa 'vijana wa CUF wanakosa uvumilivu na wanatafuta uongozi ' ingawa Hamad alikuwa bado akipendwa, hasa Pemba. 'Kuna Wapemba ambao ni watiifu mno kwa Hamad kiasi kwamba wanadai kuiona sura yake kwenye mwezi!'

Juu ya kuhakikishiwa na Dk. Mukandala kuwa uwezekano wa vijana hao wasioridhika kujitenga na Chama cha CUF ni mdogo, Retzer bado alikuwa na wasiwasi kama alivyoandika katika ripoti yake kuwa 'kutokuchukuliwa hatua huku na kukosekana kwa mkakati wa kisiasa, pamoja na kuripuka kwa hasira za vijana kunahitaji kuangaliwa kwa makini'. REDET ilimweleza balozi kuwa jibu la matatizo hayo ni kuwepo kwa 'elimu ya vijana na mafunzo ya uongozi ikiwa ni mkakati wa muda mrefu wa kuandaa viongozi wa baadae'. Mukandala alimwambia kuwa hili ni jambo ambalo Marekani inaweza kusaidia, kwa kukipatia kizazi kijacho cha viongozi wa Zanzibar nyenzo za ujuzi wa kushauriana na wa kushughulikia migogoro. Ni wazi kuwa REDET ilifurahi kushirikishwa katika kutoa kizazi kijacho cha viongozi wa Zanzibar wanaoipendelea Marekani. Retzer aliripoti kuwa alikuwa na nia ya kuandaa programu ya ziara ya kundi la wageni wa kimataifa mwaka unaofuata kwa viongozi vijana wa CUF na CCM.

Kama ilivyofichua WikiLeaks, Marekani ina hamu ya kuwepo kwa serikali ya umoja wa kitaifa ya Tanzania itakayoijumuisha CUF. Hii si kama itawanyanyua viongozi wa sasa tu, kuondoa uwezekano wa kuwa na vijana wenye siasa kali na kuleta 'utulivu', bali serikali kama hiyo vile vile itakuwa na fursa ya kuiwezesha Marekani kushirikiana na viongozi na wafuasi wa CUF. Kwa mujibu wa mtoaji habari mwengine, Dk. Ndumbaro kutoka Chuo Kikuu cha Dar es Salaam na rafiki mkubwa wa Dk. Mukandala kwenye REDET, ni rahisi kufanyakazi pamoja na wanachama wa CUF 'kwani CCM bado inalazimika kutengeneza mazingira mazuri ili sekta binafsi istawi ... wafanyabiashara wengi na wachuuzi ni wafuasi wakubwa wa CUF'.

Mambo yalikwenda taratibu katika mukhtadha huu, hata hivyo, baada ya mwaka mmoja, Retzer ambaye alikuwa akizidi kukosa uvumilivu aliendelea kuisukuma CCM kuelekea kwenye maridhiano. Waziri wa mambo ya nje wa Tanzania Bernard Membe alimuhakikishia kuwa CCM, ikiongozwa na Rais Kikwete, 'inafanyakazi usiku na mchana' kulitatua suala hili, ijapokuwa bado vipo vikwazo viwili huko mbele: Kamati Kuu ya CCM na kukubali kwa Rais Karume kutekeleza makubaliano yoyote ya usuluhishi yatakayofikiwa' (Ubalozi wa Marekani, 2007a).[5]

Tarehe 18 Julai 2008, Ubalozi wa Marekani Dar es Salaam ulifanya majumuisho ya sera yake katika waraka ulioitwa Mwongozo wa Zanzibar: suala, kwa nini tunajali na lipi tulifanyalo kuhusu suala hilo' (2008a). Katika lugha ambayo inafanana na ile ya nyaraka za siri za miaka ya 1960 zilizohusiana na ushawishi wa kikomunisti kutoka Zanzibar kuenea katika bara lote la Afrika, mwongozo huo ulieleza wasiwasi wa Marekani juu ya siasa ya Uisilamu ya Zanzibar ambayo inaweza kuenea katika sehemu nyengine za bara hili:

> Mapambano dhidi ya ugaidi: Wazanzibari ni miongoni mwa wanachama wa al-Qaeda waliohusika na shambulio la mwaka 1998 la ubalozi huu. Kuna makundi ya wanaowaunga mkono wenye siasa kali katika kanda yote ya utamaduni wa Mswahili (mwambao wa Kenya na Tanzania, Zanzibar na visiwa vya Komoro

---

5. Karume, kama Marekani walivyoeleza sehemu nyengine, alielezewa katika simu nyengine kuwa hakutaka uwepo mwafaka kwasababu ya 'mambo nyeti ya kihistoria akiwa mtoto wa mapinduzi' (Ubalozi wa Marekani, 2009l).

vinavyozungumza lugha ya Kiswahili). *Kuna uwezekano mkubwa zaidi kwa magaidi kuwaingiza katika ugaidi vijana wa Kiisilamu kutoka Zanzibar kuliko mahali pengine popote katika kanda ya utamaduni wa Mswahili kutokana na kuwepo kundi kubwa la watu wasiokuwa na ajira, waliokata tamaa, wasiokuwa na matumaini, waliokasirika na waliotengwa. Mahusiano ya kifamilia na ya kibiashara katika ulimwengu wa Waswahili ni ya namna ambayo athari za tukio lolote mahali pamoja linaweza kuathiri mahali pengine katika kanda nzima. Kuongezeka kwa imani ya siasa kali Zanzibar kutaiambukiza kanda yote.* Kinyume chake, usuluhishi utasababisha kuwepo kwa utawala ulio bora, na kuongezeka kwa neema kutapunguza ushawishi wa itikadi ya siasa kali katika kanda yote. (Ubalozi wa Marekani, 2008a, herufi mlalo ni zangu)

Wakati katika miaka ya 1960 'utulivu katika kanda' (ambao ulikuwa na maana ya mazingira ya salama kwa mtaji wa nchi za Magharibi) ulikuwa upatikane kwa kuiingiza Zanzibar katika Tanzania, na kuimarisha nafasi ya Nyerere, katika miaka ya hivi karibuni inaonyesha ni kwa ajili ya kumuimarisha Kikwete na kuanzishwa kwa serikali ya CUF-CCM Zanzibar ili kuzima ukakamavu wa vijana wa Zanzibar ambao wameainishwa kuwa wanaoweza kuwa magaidi wa Kiisilamu.

Utulivu katika kanda: Rais Kikwete ana takriban miaka mitatu sasa katika kile kinachoonekana uwezekano wa kuwa madarakani kwa kipindi cha miaka kumi. Tanzania imekuwa na mafanikio fulani katika kujiletea mabadiliko na ni mchangiaji mkuu katika kuwepo utulivu katika kanda. *Ni muhimu kwa maslahi ya Marekani kuwa kipindi cha urais wa Kikwete kinakuwa na mafanikio na kuwa anaendelea kuheshimu ajenda ya mabadiliko ya kiuchumi na kiutawala.* Ametangaza hadharani kuwa kipaumbele chake katika kipindi cha utawala wake ni maelewano ya watu wa Zanzibar. Kushindwa kulifikia lengo hilo kutautia dosari msimamo wa kisiasa wa rais na kuiacha Zanzibar iendelee kuitia doa sifa nzuri ya kimataifa ya Tanzania. (Ubalozi wa Marekani, 2008a, herufi mlalo ni zangu)

Ili kuyatekeleza malengo haya na mengine, ubalozi wa Marekani ulikuwa na jukumu la kuwashajiisha Wazanzibari na serikali ya Muungano kufikia mwafaka wa kisiasa. Na waraka huo unaeleza, Marekani ilikuwa na uwezo wa kufanya hivyo kwa kuwa 'mipango yake mipana ya misaada kutoka mashirika mbalimbali visiwani Zanzibar ... inatuweka katika nafasi nzuri mbele ya watu wa Zanzibar na viongozi wa kisiasa wa kambi zote mbili, huku ikitupa fursa ya kuyazungumzia masuala ya kisiasa ya Zanzibar kama marafiki wa kweli wa watu wa visiwani'.

Wanadiplomasia na Wafadhili Wanajaribu Kucheza Mchezo Mchafu

Hata hivyo, njia ya kuelekea kwenye Serikali ya Umoja wa Kitaifa ilikuwa imejaa vikwazo na mambo ya kukatisha tamaa kwa Marekani. Ilipofika mwezi Januari 2009 Ubalozi wa Marekani ulibaini kuwa Kikwete alionekana kubadili mtazamo wake. Katika hotuba yake aliyoitoa kwenye mkutano wa hadhara Zanzibar 'majigambo yake juu ya uongozi wa Karume katika kuleta maendeleo ya Zanzibar yalikuwa ya kilaghai.... kwa wapinzani waliokuwa wakisikiliza na kusubiri kusikia tamko lolote juu ya mwafaka, kuwaita "walevi" hakukusaidia kitu' (Ubalozi wa Marekani, 2009d).

Ili kujua maoni ya CUF, maafisa wa Marekani walizungumza na mtu waliokuwa karibu naye. Mshauri wa mambo ya nje wa CUF, Ismail Jussa ambaye alikuwa ni mshiriki wa 'Programu ya Marekani ya Wageni wa Kimataifa'. Jussa aliwambia watumishi wa ubalozi kuwa Kikwete hivi karibuni amebadili lafdhi yake, akitumia lugha ya kikorombwezo cha vitani cha wale wanamapinduzi waliofanya vitendo vya kikatili vya kuadhibu watu Pemba; kuwa yeye na Seif Hamad ndio 'watu pekee wenye siasa za wastani' waliobakia ndani ya Chama cha CUF na heshima yao, baada ya mfululizo wa majaribio yasiyofanikiwa 'inakaribia kupotea'; na kuwa Juma Duni, Naibu Katibu Mkuu wa CUF 'ni mtu asiyekubali usuluhishi na ndiye atakayekifanya Chama cha CUF kuchukua msimamo mkali zaidi'. Jussa alisisitiza kuwa panahitaji iwepo tume ya kimataifa ya namna fulani itakayohakikisha kupatikana kwa ushindi wa CUF baada ya uchaguzi ulio huru na wa haki. 'Baada ya kuchukua madaraka', Jussa alisema, 'CUF "itasafisha nyumba" (Ubalozi wa Marekani, 2009e).

Wakati katika awamu zilizopita wanadiplomasia walikuwa wakieleza wasiwasi wao na kuzungumzia mikakati yao na waandishi wa habari wa ngazi za juu kama vile Colin Legum, hivi sasa wanaonekana kuzungumzia mambo yanayowapa wasiwasi na wafadhili. Wikileaks inatupa fununu juu ya mambo yanayowaudhi, wasiwasi wao na tabia ya kuamrisha ya kundi la wanadiplomasia na wafadhili la mtandao mpana na wa ngazi za juu wa Marekani na Ulaya ambao wamehusika na kulazimisha kuwepo kwa uchaguzi wa haki ikiwa ndiyo hatua ya kwanza ya kuelekea kwenye Serikali ya Umoja wa Kitaifa ya visiwa hivi vidogo.[6]

Kwa mfano, mkutano mmoja kama huo (ulizungumzia katika ubalozi wa Marekani, 2009f chini ya kichwa cha habari 'Zanzibar: wafadhili wataka kuwepo msimamo mmoja juu ya uchaguzi, mwafaka wa kisiasa'), ulihudhuriwa na mabalozi na mabalozi wadogo kutoka Uingereza, Norway, Finland, Ufaransa, Ujerumani, Uholanzi, Canada, Japan, Ubeligiji, Ireland, Italy, Hispania, Uswisi na Tume ya Ulaya, mwakilishi wa Umoja wa Mataifa nchini, wawakilishi kutoka Shirika la Maendeleo la Umoja wa Mataifa na DFID ya Uingereza; mabalozi wadogo wa kisiasa kutoka Denmark, Norway, Sweden, Uingereza na Canada; na afisa wa ubalozi wa Marekani anayeshughulikia mambo ya Zanzibar. (Inatubidi tushangae kwa nini Zanzibar ni muhimu kwa wawakilishi wote hawa wa nchi za magharibi.) Katika tukio hili, kama alivyoripoti balozi mdogo wa Marekani Mushingi:

> Balozi wa Uholanzi aliyekuwa karibu kuondoka Van Kesteren aliwataka wajumbe kucheza 'mchezo mchafu.' Wafadhili waandike barua ya pamoja kwa Tume ya Uchaguzi ya Zanzibar ikiwa na masharti machache yaliyokubaliwa ambayo itabidi yatekelezwe katika kipindi maalum, yumkini Novemba au Disemba 2009. Kama masharti haya hayakutekelezwa, wafadhili 'watajitoa' katika kulipia au kusaidia kufanyika kwa uchaguzi, na kuuita kuwa ni wa udanganyifu ... Sweden ilimalizia kwa kusema kuwa 'Kikwete ndiye mwenye ufunguo wa mabadiliko yoyote mapana au ya msimamo wa visiwani. (Ubalozi wa Marekani, 2009f)

Wiki chache baadae lilitokea jambo kuhusiana na uandikishwaji wa wapiga kura huko Pemba ambalo liliitia wasiwasi Norway. Simu za WikiLeaks zinafichua namna gani tukio hili liliwapelekea wanadiplomasia wajaribu 'kucheza mchezo mchafu' na CCM Zanzibar, mchezo ambao matokeo yake hayakuwa mazuri katika nyanja za kidiplomasia. Siku hiyo, wafuasi kadha wa Chama cha CUF wakielekea nyumbani baada ya mgomo wa amani uliofanikiwa dhidi ya uandikishwaji wa wapiga kura, uliotayarishwa na chama chao, walishambuliwa na Kikosi Maalumu cha Polisi, waliopiga risasi hewani kabla ya kuwafurusha na kuwakamata watu wawili na kumpiga mwengine mmoja vibaya sana. Wakifadhaika kuwa hili lingeliweza kusababisha machafuko ya vijana, kuvurugika kwa uchaguzi na kumalizika kwa mategemeo yao ya kuwepo Serikali ya Umoja wa Kitaifa, 'Marafiki wa kundi la

---

6. Kusema kweli, Daftari la Kudumu la Wapiga kura kwa kiwango kikubwa liliwapendelea CCM. Wakati wa uchaguzi wa 2005 kabla ofisi za kupigia kura hazikufunguliwa ofisi ya CUF walipewa orodha ya muda ambayo haikufuata alfabeti wala haikuorodhesha majimbo, na hii ilikuwa ndiyo orodha pekee iliyokuwepo kwa miaka kadha baadae.

wanadiplomasia na wafadhili la 2010' walitoa tamko, ambalo likitaka kufuatwa kwa viwango vya kimataifa na mchakato wa kidemokrasia katika mchakato wote wa uchaguzi wa 2010, likitilia mkazo hasa Zanzibar. Hata hivyo, kama ubalozi wa Marekani ulivyoiarifu Washington, Karume alijibu kwa dharau:

> Wanadiplomasia waliitwa na kuambiwa kuwa Karume amekataa yale yaliyoelezwa katika taarifa ya pamoja kuwa Serikali ya Muungano inahusika kwa namna yoyote na mchakato wa kuandikisha wapiga kura na kutoa vitambulisho uliokuwa ukiendelea Zanzibar ... Karume alieleza kuwa taarifa ya pamoja inatokana na ukosefu wa uelewa wa Marafiki hao. (Ubalozi wa Marekani, 2009g)

Marafiki walirudi nyuma. Kama ubalozi wa Marekani ulivyoieleza Washington, waliamua kuendelea kuichagiza Serikali ya Muungano na Rais Kikwete kudumisha amani na utulivu Zanzibar, na CUF kuepuka kuchukua hatua zisizo za kidemokrasia na vurugu. Na kukubaliana pia kuwa wafanye shughuli zao kwa hadhari ili kuepuka kuonekana kuwa wanafanya mambo yao kwa niaba ya CUF (na hasa kuepuka kuifanya CUF kuona hivyo), kwa kuwa 'utegemezi wa CUF juu ya maoni ya kimataifa kunaweza kuwa ndiyo tishio la kulaaniwa vitendo vyao wenyewe na hilo kuwa ni nguvu kubwa kwetu' (Ubalozi wa Marekani, 2009h)).

Katika kipindi cha miaka miwili iliyofuata, mchakato wa kuzisukuma CCM na CUF uliendelea na baada ya heka heka nyingi, uchaguzi ulifanyika kwa amani mwaka 2010 ukiwa wa kiasi fulani kinachoweza kukubalika cha uwazi. Uchaguzi huo hatimaye ulipelekea kuundwa kwa Serikali ya Umoja wa Kitaifa. Nini serikali hii itaweza kufanya ni jambo ambalo inabidi kusubiri na kuona lakini kitu kimoja ni cha uhakika: kutokana na matukio yaliyofuatia, Marekani inaweza kuwa bado haifurahii kiwango cha 'utulivu'uliopo.

Zanzibar na Mustakbal Wake

Kikwete yuko tayari kuihakikishia tena Marekani kuwa yupo moja kwa moja chini ya miguu yao, na kuwa Tanzania, (Bara na Zanzibar) chini ya uongozi wake itayaweka mbele maslahi ya Marekani juu ya maslahi mengine yoyote. Hata hivyo, huko Visiwani mambo kidogo hayaeleweki kuhusiana na hilo, kwasababu ya kuzidi kuwepo hali iliyo dhahiri ya kutoridhika na uhusiano uliopo kati ya Zanzibar na Bara.

Mwezi Septemba 2009, niliweza kufanya mahojiano na Juma Duni, wakati huo akiwa Naibu Katibu Mkuu wa CUF na ambaye mwenzake Ismail Jussa alimwelezea kwa wanadiplomasia wa Marekani kuwa 'asiyetaka usuluhishi' na 'mwenye siasa kali'. Duni, mwenye ustadi wa kujieleza kwa ufasaha mkubwa (ambaye sasa ni waziri wa afya katika Serikali ya Umoja wa Kitaifa na asiyezungumza sana kuhusu Muungano) aliainisha kutawaliwa na Bara kuwa ndiyo moja ya mambo ambayo yanakipa wasiwasi mkubwa chama chake.

> Mwanzoni, baada ya Muungano, tulikuwa na mambo ya Muungano 11 tu sasa yapo 23. Kila muda unavyokwenda, serikali ya Zanzibar inazidi kudhoofu. Kwa mfano, kama waziri wa Jamhuri ya Tanzania atakwenda Marekani na kuzungumza mambo ya kilimo, wanamsikiliza. Kama waziri wa Zanzibar atazungumza kuhusu kilimo wanasema 'Wewe ni nani? Waziri alikuwepo hapa siku chache zilizopita na tulikubaliana naye juu ya misaada na mikopo.' Misaada na mikopo hiyo haiji hapa [Zanzibar] inakwenda Bara. Kwa hivyo wanaitumia Jamhuri ya Muungano kwa maslahi ya Tanganyika. Wafadhili hushughulika na wao wakiwa Jamhuri ya Muungano. Zanzibar inakuwa kama manispaa. Tunakwenda kwao na kuomba kibali chao badala ya kuwa sehemu sawa ya muungano.

Duni alikuwa na wasiwasi vilevile na masuala ya fedha:

> Kabla ya mapinduzi ilikuwepo Bodi ya Sarafu ya Afrika ya Mashariki. Zanzibar ilikuwa mwanachama pamoja na Tanganyika, Uganda na Kenya. Tulikutana tukiwa nchi nne. Kwa kutumia njia za kikatiba na kisheria waliiondoa Zanzibar na kuchukua mali zetu zote. Walizitumia pesa hizo kuanzisha Benki Kuu ya Tanzania. Tungelidhani kuwa Benki Kuu ya Tanzania ni ya Watanzania wote na tungelishughulikiwa kwa usawa wakati wa kwenda kutaka ruzuku au mikopo au misaada ya fedha ya muda mfupi. Lakini haturuhusiwi kwenda kwenye benki hiyo, inatubidi twende kwa Waziri wa Fedha. Inambidi kwanza akubali na halafu aiagize Benki. Kwa hivyo, Benki si yetu … Kwa kipindi cha miaka arobaini iliyopita tumekuwa tukitoa hoja kuwa sisi ni wanahisa, tuna haki kwasababu ya mali mliyoichukua kutoka kwetu … Vile vile wameongeza fedha za kigeni – jambo ambalo hapo awali halikuwa la Muungano. (Mahojiano na Juma Duni, 2009)

Madai ya Zanzibar kutaka kuwa na uhuru zaidi kwa miaka mingi yamekuwa yakipamba moto Visiwani ambako watu wengi wana hasira juu ya kutawaliwa kwao na Bara. Lakini taratibu mjadala miongoni mwa watu umezidi kuongezeka. Baadhi ya wafadhili na serikali zilizolazimisha kuwepo kwa

Serikali ya Umoja wa Kitaifa wameeleza kuwa hata wao wanapendelea Zanzibar kuwa na uhuru zaidi. Kwa mfano, katika makala yenye kichwa cha habari ' Maelezo juu ya namna ya kutoa msaada wa kimkakati katika kipindi cha mpito kwa Serikali ya Umoja wa Kitaifa ya Zanzibar', Taasisi ya Sheria za Kimataifa na Sera, asasi ya sheria isiyokuwa ya kiserikali ambayo ipo karibu na serikali ya Norway, yalieleza kuwa uchumi wa Zanzibar kwa kiasi kikubwa unadhibitiwa na Muungano na kwa miaka 47 Muungano umefanya machache sana kuchochea ukuaji wa uchumi na kuondoa shida za wananchi visiwani (imenukuliwa kutoka kwa Rashid, 2011: 15). Taasisi hiyo inaeleza kwa namna isiyokuwa ya wazi kuwa Zanzibar inaweza kujiendeleza yenyewe. Hapa, ujumbe ni kuwa uhuru zaidi ndiyo suluhisho.

Wakati huo huo, CUF na baadhi ya viongozi wa CCM wamekuwa wakisinikiza kuwa gesi na mafuta viwe chini ya udhibiti wa Zanzibar, na mwezi Oktoba 2012, hatimaye yalifikiwa makubaliano ya muda, yumkini vile vile chini ya shinikizo la makampuni ya mafuta na gesi. Mwezi Oktoba 2012 Zanzibar ilianza mchakato wa kuandaa mipango ya kisheria na kiasasi ya kusimamia mafuta na gesi yake (Bariyo, 2012)

Ikiwa mkataba utaridhiwa na yatapatikana mafuta yatakayokuwa na tija kiuchumi, hili litauathiri vipi mustakabali wa Zanzibar? Je, serikali itaweza kuuepuka mtego ambao umekuwa ni wa kawaida katika mikataba na kampuni za mafuta, kama vile kukataa kwao kulipa chochote isipokuwa sehemu kiduchu ya faida na posho ndogo kwa hasara itakayopatikana pindi ikitokea ajali? Ajali kama hizo zimekuwa ni jambo la kawaida katika Afrika, ajali ambazo husababisha hasara kubwa za kimazingira na kuwang'oa watu katika makazi yao ya kawaida. Kwa mfano *Tullow Oil* ambayo tayari inafanya shughuli zake Tanzania, ilikuwa na uvujaji mkubwa wa mafuta nchini Ghana mwaka 2009 na 2010 (Platform, 2012); *Chevron Texaco* ilimwaga mafuta kutoka katika kisima chake kilichopo baharini kaskazini magharibi ya Angola mwezi Juni 2002 na kuchafua mazingira ya fukwe na kuwafanya wavuvi kushindwa kufanyakazi (Habari za BBC, 2002); na *Statoil* ambayo inatarajiwa kuwa mshiriki mkubwa Bara na Zanzibar hivi karibuni ilimwaga kiasi kikubwa cha mafuta katika mbuga za Urusi (Staalesen, 2012), *Shell*, ambayo hivi sasa inatafuta mafuta katika bahari inayoizunguka Zanzibar, ni ahasi katika umwagaji wake wa mafuta na yenye kujulikana kwa uchafuzi wa mazingira ya ardhi ya watu wa Ogoni katika bonde la Niger. Ushahidi uliofichuliwa mwaka 2010 pia umeituhumu *Shell* na kuhusika kwake katika upatikanaji wa fedha na vifaa kwa jeshi la Nigeria na Luteni Kanali Okuntimo [Mnaigeria] ambaye aliwaua wazee wanne wa Ogoni, tukio lililosababisha kuuliwa kwa kiongozi wa watu wa Ogoni Ken Sero-Wiwa (Rowell na Lubbers, 2010).

Kuna swali vile vile la je! Ni nani hasa atakayenufaika nchini Zanzibar. Takriban katika kila nchi yenye utajiri wa mafuta katika Afrika limejitokeza miongoni mwa wanasiasa tabaka la walanguzi mafisadi wenye utajiri mkubwa na ambao wamekuwa wakishirikiana na mashirika makubwa kuzima na kunyamazisha upinzani. Hadi sasa, juu ya kutokuwepo hali ya usawa kwa kiwango cha hali ya juu katika nchi, suala la kurekebisha hali kwa mgawanyo sawa wa rasilmali miongoni mwa watu wa Zanzibar halionekani kuwemo katika ajenda ya CUF wala ya CCM.

Huku ahadi ya gesi na mafuta ikiwa inaning'inia hewani kama mazigazi, mustakabal wa Muungano umekuwa ni mada ya mjadala mkali ndani ya Serikali ya Umoja wa Kitaifa. Na ni kwasababu hii ndiyo maana serikali ya Tanzania hatimae imeanzisha jaribio la kutafuta maoni ya wananchi juu ya aina ya Muungano ambao wangelipenda uwepo. Mashauriano haya yatafuatiwa na Mapitio ya Katiba katika kikao cha Bunge cha mwaka 2013. Mwenyekiti wa Tume ya Mapitio ya Katiba, Jaji Joseph Warioba, mara kwa mara amekuwa akisema kuwa Watanzania wawe huru kutoa maoni yao juu ya Muungano (Mugarula, 2012). Hata hivyo, katika kuonyesha demokrasia katika mtindo wa Zanzibar, makamo wa pili wa rais Seif Ali Idi, mwanachama wa CCM, ametangaza kinagaubaga kuwa 'Muungano huu upo kwa kudumu', na waziri mkuu Mizengo Pinda, pia mwanachama wa CCM, ametangaza kuwa 'Muungano hautavunjika' (Dodoma, 2012).

Sio kama msimamo rasmi wa viongozi wa CCM wa Zanzibar haukubadilika, haupindiki na ni tofauti kabisa na ule wa CUF tu, chama hicho, vilevile hakiwavumilii wapinzani miongoni mwa wanachama wake. Mansoor Yusuf Himid, mwanachama wa CCM na waziri wa kilimo na utalii, ambaye tarehe 14 Julai 2012 alisema kuwa mfumo wa serikali mbili katika Muungano kati ya Zanzibar na Tanganyika 'umepitwa na wakati' na hatokubali suala la gesi na mafuta libakie katika orodha ya mambo ya muungano, alifukuzwa na Rais Shein kuwa mjumbe wa Baraza la Mapinduzi (Yusuf, 2012).

Huku viongozi wa CUF na CCM wakiwa katika malumbano makali baina yao wenyewe kwa wenyewe ndani ya Serikali ya Umoja wa Kitaifa, madai ya kutaka Zanzibar iwe dola huru yametolewa kwa nguvu kubwa na chama kilichoandikishwa kuwa ni Asasi Isiyokuwa ya Kiserikali, Umoja wa Mpango wa Kuwaandaa Waisilamu, '*Uamsho*'. Umoja huu uliwavutia Wamarekani tokea mwaka 2005 (Ubalozi wa Marekani, 2005a), huku Michael Owen, naibu wa ubalozi wa Marekani na balozi mdogo Dar es Salaam, akiuelezea umoja huo kuwa 'wenye kelele zaidi miongoni mwa vyama vidogo vya wenye siasa kali Zanzibar ... kinachojumuisha mashehe vijana wachache wenye mtazamo wa

Kiwahabi wa Saudia ... Chama cha CCM kinauona Uamsho kuwa ni kivuli cha chama cha upinzani cha CUF. Owen aliendelea kuelezea ni vipi:

> Kiasi cha mwaka mmoja uliopita, wakati mfululizo wa miripuko ilipoutikisa mji mkongwe wa Zanzibar, watumishi kadha wa serikali ya Zanzibar, waliihusisha hadharani Uamsho na Chama cha CUF, na kuwalaumu wote wawili kwa mashambulizi hayo. Wanaharakati kadha kutoka katika Asasi hiyo Isiyokuwa ya Kiserikali na ya siasa walikamatwa, lakini wote baadae waliachiwa bila ya kufunguliwa mashtaka ... Tuhuma za serikali dhidi ya Uamsho ni sehemu ya mtindo wa muda mrefu, ambao hutumiwa na CCM kujaribu kuionyesha CUF kuwa ni sehemu ya vurugu zinazofanywa na Waislamu wenye siasa kali. Uamsho yenyewe inaweza kuwa ndiyo inayoipatia serikali ya Zanzibar njia mwafaka ya kumpata yule wa kumwandama kwa misingi ya kuwa na siasa kali. (Ubalozi wa Marekani, 2005a)

Ilipofika 2012 Uamsho haikuwa asasi ndogo tena. Mikutano yake ya hadhara iliwavutia maelfu ya watu na ilikuwa ikichukua msimamo wa kisiasa kwa uwazi kabisa, ikifanya kampeni dhidi ya Muungano na kuulaumu kwa kuifilisi Zanzibar kiuchumi. Vijana wasiokuwa na ajira na wasioona mustakabali wowote mbele yao na wenye kukasirishwa na hali inayoonakana wazi wazi ya kukosekana usawa wanavutiwa na kundi hili kwa wingi. Serikali imejibu hayo kwa kuzidisha ukandamizaji.

Mwishoni mwa mwezi Mei 2012, kanisa kubwa lililokuwepo nje ya mji mkongwe lilivamiwa na kundi la watu wenye hasira na kuunguzwa vibaya. Mara moja lawama ilitupiwa kikundi hiki, juu ya viongozi wake kukanusha vikali kuhusika kwa namna yoyote. Haikutimia hata miezi miwili baadae wakati ilipozama meli iliyokuwa ikisafiri kati ya Dar es Salaam na Zanzibar ambayo ilisababisha vifo vya watu wanaokisiwa kuwa 145 na serikali kulaumiwa kwa kushindwa kwake kusimamia kanuni za usalama, lilitokea tukio jengine kubwa. Waombolezaji ambao baadhi yao walikuwa wafuasi wa Uamsho walikusanyika nje ya msikiti ili kuwaombea dua marehemu na hapo walivamiwa na polisi, wakarushiwa mabomu ya kutoa machozi, kupigwa na kukamatwa (Reuters, 2012).

Mnamo wiki ya mwisho ya mwezi Oktoba 2012, Sheikh Farid Hadi, kiongozi wa kidini wa Uamsho alipotea kwa muda wa siku tatu. Hasira za wafuasi wake zilizagaa barabarani. Kilichofuatia hapo yalikuwa ni mabomu ya kutoa machozi, mapigano ya barabarani na watu zaidi ya mia moja walikamatwa. Polisi walisema kuwa hawakujua lolote kuhusu mahali alipokuwepo, lakini Hadi alipotokea tena, alisema kuwa alifungwa kitambaa machoni, alipelekwa mahali asipopajua na kuhojiwa kuhusu mipango ya baadae ya Uamsho na kuhusu ziara zake za mara kwa mara huko Oman na nchi nyengine za Kiarabu (Zakaria, 2012). Wakati huo huo, Uamsho tayari ilikuwa ikielezwa katika vyombo vya habari, bila ya ushahidi wowote, kuwa ina uhusiano na Somalia au hata na Boko Haram, kundi la Waisilamu linalohusika na vita vikubwa vya kidini nchini Nigeria (Jorgic, 2012).

Kwa hivyo, nini hasa siasa za Uamsho kwa upana wake? Inasema nini kuhusu mafuta, biashara kubwa, umoja wa Visiwani na mgawanyo wa rasilmali? Katika mahojiano kwa njia ya barua pepe mwezi Julai 2012, msemaji mmoja aliniambia kuwa anadhani kuwa Serikali ya Umoja wa Kitaifa ni hatua chanya kwasababu 'inawezesha kuwepo kwa ushirikiano miongoni mwa Wazanzibari'. Katika vyama viwili vikubwa vya siasa, Chama cha CUF kimekuwa 'kimya sana baada ya kujiunga na serikali hiyo' na Chama cha CCM kilikuwa ni chama kinachoporomoka 'kwasababu hakiwakilishi maslahi ya wananchi wa Zanzibar'. Juu ya suala la mafuta, Uamsho inataka kuwa mashauriano yote 'yawe ya wazi na yashughulikiwe na Wazanzibari'. Ama kuhusu maendeleo ya baadae ya Zanzibar, asasi hiyo inaiona Brunei kuwa ni 'ruwaza' kwasababu, msemaji huyo aliendelea kuniambia, Brunei ni nchi ya amani sana ambayo inayatumia [mafuta na gesi] kwa maendeleo ya wananchi wao.

Nini kilichosababisha kuwepo kwa dira hii kwa mustakbal wa Zanzibar? Kusema kweli, Zanzibar ina mambo machache yanayofanana na Brunei, ambayo ni nchi ya kihafidhina ya Kiislamu inayotawaliwa na mfalme, ambayo Wamalay wa nchi hiyo wanaishi kwa jasho la wafanyakazi wasiokuwa raia. Labda matumaini haya yanaonyesha ukosefu wa taarifa. Labda kuna dhana pia, kwa mbali, kutoka kwa wale wafuasi wa zamani wa siasa za mrengo wa kulia na waumini wa itikadi ya Chama cha ZNP ambayo inawaona wanachama na wafuasi wa Chama cha ASP kuwa ni wa kutoka nje na si Wazanzibari. Kwa namna yoyote ile, kuwepo kwa nguvu za Uamsho hakuwezi kupingika na pia namna ya kuungwa mkono kwake, hasa katika jamii iliyogawanyika kati ya Waarabu na Waafrika na katika mgawanyiko wa kitabaka vilevile.

Wakati kitabu hiki kinakwenda kwa mchapaji, serikali imeishambulia tena asasi ya Uamsho. Sheikh Farid Hadi na viongozi wengine wa asasi hiyo wamekamatwa na wapo gerezani, ambako wamekuwa wakidhalilishwa na kunyimwa haki za msingi za kidini – kwa mfano, wakilazimishwa kunyoa ndevu na kunyimwa fursa ya kusali sala zao za fardhi. Wakati huo huo imeundwa kamati mpya ya watu sita ili kuendeleza mjadala huu. Kwa namna yoyote ile, wajumbe wake wanaunga mkono kuendelezwa kwa kampeni ya kuwa na Zanzibar iliyo huru iliyounganishwa kwa mkataba na Tanganyika iliyo huru (Machira, 2012). Miongoni mwa wajumbe wake wengi ni wale ambao Marekani inawakubali: Ismail Jussa, aliyeshiriki katika Mpango wa Marekani wa Wageni wa Kimataifa, Eddy Riyami, mfanya biashara mashuhuri; Hassan Nassor Moyo (CCM) ambaye mchango wake katika miaka ya 1960 na 1970 nimeueleza katika kurasa za nyuma na aliyekuwa waziri Yusuf Himid.

Ambaye hayumo katika kamati lakini yupo karibu sana na kamati hiyo ni Salim Rashid ambaye hapo awali alikuwa mwanachama wa Chama cha Umma lakini baadae alibadili sana mtazamo wake na kusaidia kutayarisha, miongoni mwa mambo mengine, mpango wa mabadiliko ya kuleta mfumo huria uliofuatwa na Zanzibar mwaka 1984. Maoni ya Rashid juu ya mustakbal wa Zanzibar yamo katika makala ambayo yamekuwa kama ndiyo ilani ya mfumo huria mambo leo kwa ajili ya kamati hii na wanasiasa wengine wanaoshinikiza kuwepo kwa Zanzibar iliyo huru (Rashid, 2011). Katika makala hayo anapendekeza ziwepo fursa za kupata mikopo mikubwa inayolipika na ya riba ndogo kwa sekta binafsi na wataalam kutoka nje ili kuiendeleza Zanzibar kuweza kuwa eneo huru lililojikita hasa katika shughuli za kibenki, biashara kwa makampuni ya nje, bima, teknolojia ya habari na mawasiliano, utalii na shughuli nyengine za kifedha 'La muhimu' aliandika, ni kuwa mipango yote ya maendeleo na miradi mengine inatekelezwa kwa mashauriano makubwa na ushiriki mkubwa wa wataalamu mahiri wenye sifa wa kimataifa wenye kuheshimika duniani ... waliofanya shughuli za kuzishauri serikali zinazotambulika na kufuatilika tokea huko nyuma (Rashid 2011 : 3). Kwa maneno mengine anazungumzia washauri kutoka katika Shirika la Fedha la Kimataifa, Benki ya Dunia na serikali za nchi za magharibi ambazo zinazishauri nchi zinazopendelea Marekani katika bara lote la Afrika, na ambao Rashid angelipenda kuwaona wakiwa na dhamana ya kuinyonya ardhi ya Zanzibar na watu wake. Rashid alipendekeza kuwa Zanzibar ishirikiane na Norway na Qatar kuhusiana na mafuta na gesi yake. Baada ya kuwashukuru wafadhili wakubwa wote, alimaliza kwa kuutaja hasa, mchango wa Marekani: 'Marekani ikiwa ndiye mfadhili mkuu wa Zanzibar inaweza kutoa mchango wa kimkakati kwa kushirikiana na wafadhili wengine katika kuubadili uchumi wetu na mtindo wa maisha ya watu wetu' (Rashid, 2011: 18).

Zanzibar itapata uhuru gani kama itakuwa na utiifu wa kiasi hicho kwa Marekani, ambayo huko nyuma ilihusika chini kwa chini kuleta Muungano? Zanzibar yenye kung'aa, chini ya mfumo huria mambo leo, ikiwa huru au isiwe huru, itautia utajiri mkubwa sana katika mikono ya wanasiasa wachache na walanguzi na kuyafanya maisha kuwa magumu zaidi kwa kila mtu, na hasa kwa wale wanaoishi katika maeneo masikini ya Visiwa hivyo. 'Vijana wasioridhika na ambao wamekasirika' walioainishwa na wanadiplomasia wa Kimarekani, ambao idadi yao imezidi kukua na ambao wengi wao sasa wanaiunga mkono asasi ya Uamsho, hawatakuwa wadau katika hali hiyo.

Babu angelifikiri nini juu ya mijadala hii? Mwaka 1994 aliandika juu ya hali ya Muungano na uwezekano wa kuwepo mabadiliko. Naye pia alitaka kuwepo kwa Zanzibar iliyo huru iliyoungana na Bara kwa njia ya mkataba kwasababu, aliendelea kuandika, uhusiano wa hivi sasa 'umeifanya Bara kujifanya kuwa … mlinzi wa mojawapo ya serikali mbaya sana ya kipinga maendeleo na yenye mtizamo finyu wenye kuangalia nyuma … Iliyozuia maendeleo ya elimu na uchumi ya wananchi' (Babu, 1994: 32). Alieleza kuwa Muungano umeinyima Zanzibar haki ya kujadiliana na kuingia katika makubaliano ya kiuchumi ambayo yangelikuwa na maslahi kwa Zanzibar pekee na si lazima kwa Bara, na kuiweka Zanzibar 'chini ya uongozi wa chama cha siasa ambacho dira yake inaishia kwenye mitazamo ya wasiwasi wa kiusalama iliyopotoshwa na isiyoona mbali katika masuala ya maendeleo ya kiuchumi' (Babu 1994: 32).

Udhibiti wa serikali kuu wa sarafu ya Zanzibar, Babu alieleza, umeinyima Zanzibar haki ya kuwa na sera huru ya fedha na sarafu yenye kufaa kwa mikakati yake yenyewe ya maendeleo. 'kimbilio lisilokuwa na mpango kwenda kwenye mitambo ya uchapaji ili kuchapa fedha za kulipia upungufu usiokwisha wa Bara, siku zote umekuwa ukiingiza Zanzibar katika mifumko ya bei ambayo haikusababishwa na wao wenyewe na kuipa shida Zanzibar kuweza kuanza mipango yoyote ya kiuchumi na kijamii … Zanzibar lazima iwe na haki ya kujiamulia mambo yake wenyewe, kufanyakazi kwa ajili ya kuleta maslahi yaliyo bora zaidi kwa watu wa Zanzibar' (Babu, 1994: 32).

Babu alikuwa na dira gani ya maendeleo ya kiuchumi ambayo ingeliyafikia maslahi haya? Mwaka 1996, wakati alipofariki, mafuta yaliyokuwepo Zanzibar hayakuonekana kuwa na tija kiuchumi, kwa hivyo hakuandika kuhusu mchango wa mafuta hayo kwa maendeleo ya Visiwani. Hata hivyo, mtazamo wake kuhusu maendeleo unaonesha kuwa asingelipenda kuona kuwa udhibiti wa mafuta hayo unakabidhiwa kwa ujumla wake kwa makampuni ya kimataifa. Aidha angelisisitiza kuwa sera ya uchimbaji huru wa kitaifa wa gesi na mafuta upo sio Venezuela tu bali pia Bolivia na Argentina. Nchi hizi zimetumia mafuta na gesi kwa kujiletea maendeleo makubwa ya kisiasa na kiuchumi. Nchini Bolivia kwa mfano, katika kipindi cha miaka minne baina ya mwaka 2004 na 2009 hali ya kutokujua kusoma na kuandika iliondoshwa, kiwango cha vifo vya watoto kilipunguzwa kutoka 52.1 hadi 43.4 kwa kila vizazi hai 1,000 na utaratibu wa malipo ya kiinua mgongo ulianzishwa. Ardhi na madaraka yaligawiwa upya kwa mara ya kwanza katika kipindi cha miaka 500. Mengi ya haya yalilipiwa kwa mapato ya mirabaha kutoka katika mafuta na gesi (Taylor, 2009: tradingeconomics, 2013).

Badawi Qullattein, Hashil Seif Hashil na Khamis Ameir Zanzibar, juni 28, 2011 Chanzo: Mailys Chauvin

Dira ya Babu kuhusu Zanzibar ambayo ameiandika na kuijadili katika makala ya majarida mbalimbali (angalia kwa mfano Babu, 1994) ililenga kwa watu wake, ardhi yake na mahali ilipo kimkakati. Siku zote akiwa myakinifu, aliweza kuona kuwa Zanzibar ingelibidi iufufue uchumi wake baada ya uharibifu ulioletwa katika miaka ya Muungano, na kubadili vipaumbele vyake vya kiuchumi na kuvielekeza upya katika kukidhi mahitaji ya wananchi. Alitaka kuwepo kwa uchumi uliopangwa na uliofungamanishwa na mahitaji ya ndani ambao utajumuisha maendeleo ya sekta mbili tu zinazozalisha rasilmali mpya – kilimo na viwanda. Mengine yote – bima, biashara, utalii na kadhalika – 'vinategemea rasilmali inayozidi kukua kila siku inayozalishwa na sekta mbili hizi muhimu. Yoyote katika hizi ikiwa na matatizo, uchumi wote unakuwa na matatizo kwasababu ndio vigezo vya uchumi halisi.' Ili kuufufua uchumi huu halisi, Babu aliandika, ilikuwa ni muhimu, kwanza kuijenga upya miundombinu (Zanzibar haikuwa na bado haina mfumo wa kisasa wa ugavi wa maji, mfumo wa maji machafu au mfumo wa uhakika wa ugavi wa umeme), na sehemu kubwa ya mikopo kutoka nje inabidi ielekezwe kwa ajili ya shughuli hizi. Pili, kilimo, hasa uzalishaji wa chakula, lakini vile vile uzalishaji wa mazao ambayo si ya chakula lazima viwe vya kisasa, siyo kwa kuleta makampuni ya kimataifa kama inavyofanyika Tanzania Bara lakini kwa kuwasaidia wazalishaji wananchi na kuwapa vivutio.

Tatu, viwanda vya ujenzi na ujenzi wa nyumba ama na serikali au watu binafsi kwa ajili ya wananchi lazima vipewe kipaumbele. Hii siyo kama itasababisha kuwepo kwa nyumba za bei nafuu tu lakini pia itasababisha kuanzishwa kwa viwanda vya kuzalisha saruji na chokaa, viwanda vya mbao na useremala, utengenezaji wa nyaya, vifaa vya kuezekea na bidhaa nyengine za viwanda vya kisasa vya ujenzi na tena kuingia pia katika ujenzi wa barabara, reli, mifereji ya umwagiliaji na kadhalika. Utaratibu huu utazalisha pia maelfu ya ajira mpya kila mwaka – utaongeza uwezo wa matumizi ya kifedha wa wananchi na kukuza soko la ndani. Kwa hivyo, uzalishaji utakuwa ni kwa ajili ya kukidhi mahitaji ya watu wa Zanzibar na siyo kwa ajili ya kusafirisha bidhaa nchi za nje tu.

Serikali, Babu aliandika, lazima ianze kuchukua hatua za kuwashajiisha wajasiriamali wananchi ambao uwekezaji wao wa hivi sasa katika biashara unaweza kuelekezwa katika shughuli zenye faida zaidi za viwanda vya kutengenezea vitu huku wakisaidiwa, kama itakuwepo haja, na kiasi fulani cha vifaa na fedha kutoka nchi za nje.

Kwa mukhtadha wa mtazamo huu, ni wazi kuwa huko ndiko ambako mapato ya siku za mbele kutokana na mafuta yanakoweza kuelekezwa kwa ajili ya uwekezaji – kwa ajili ya uzalishaji wa ndani na kuendeleza soko la ndani, na hatimaye kutengeneza bidhaa za viwandani ambazo zitaweza kusafirishwa nchi za nje kwa ushindani katika nchi nyengine za Afrika ya Mashariki, Afrika ya Kati na Kusini mwa Afrika na katika nchi za Ghuba na za Bahari ya Sham, kaskazini.

Dira ya Babu, inatoa hoja kuhusu Zanzibar ambayo ingeliweza kuwa. Lakini pia inaweza kuwa ni Zanzibar ya siku za mbele. Katika hali ya kushindwa kwa mfumo huria mambo leo na mateso ya unyonyaji wa kikatili wa ubepari unaoporomoka, mawazo kama ya Babu hivi sasa yana umuhimu mkubwa zaidi kuliko wakati mwengine wowote wa hapo kabla. Yanadurusiwa tena na wale wote wanaotaka ukombozi kutokana na ubeberu na haki ya kiuchumi. Labda hapo baadae yatasaidia kuwepo kwa Zanzibar ya kisoshalisti iliyo tofauti. Na kama kwa juu juu tu, Zanzibar imebadilika, kama unavyoonyesha waraka niliounukuu katika kitabu hiki, leo, katika maendeleo ya kisiasa ya kila siku, na mara nyingi yakisimamiwa na kuangaliwa kama ilivyokuwa katika miaka ya vita baridi, na wawakilishi wa kijeshi na kiuchumi – walio tayari kuingilia kati moja kwa moja ikiwa njia nyengine yoyote itashindwa. Maoni ya Babu, yaliyoandikwa miaka 40 iliyopita katika sehemu za mwisho ya utangulizi wake katika kitabu cha Walter Rodney *How Europe Underdeveloped Africa*, bado yanafaa hadi hivi leo:

> Ikiwa kwa kuangalia tulikotoka tumeweza kuyajua ya hivi sasa, ili kuyajua ya siku za mbele lazima tuangalie tulikotoka na tulipo hivi sasa. Vitendo vyetu ni lazima vilingane na uzoefu wetu halisi, na tusizipe fursa dhana za matakwa na matumaini ya kishirikina kidhanifu – tukitaka na tukiwa na matumaini kuwa zimwi lililokuwa likituandama katika kipindi chote cha historia yetu, siku moja litageuka na kuwa kondoo. Halitageuka. (Babu, [1971] 2002)

Nyongeza Ya Kwanza

Program ya Wananchi: Programu ya Siasa na Katiba ya Chama cha Umma Party

Chama cha Umma Party cha Zanzibar ni chama cha wananchi, kilichoandaliwa kuwa ni kiongozi mwenye uelewa wa watu wanaokandamizwa wa Zanzibar. Kinawakilisha maslahi mapana ya Waafrika ambao hivi sasa wanabeba mzigo wa ukandamizwaji wa kiuchumi unaosababishwa na ukoloni wa kigeni na umwinyi wa ndani ya nchi. Wakati hivi sasa inapambana bila ya kuchoka dhidi ya ukandamizaji wa kibeberu, lengo lake hatimaye ni kujenga usoshalisti; yaani uangamizaji wa mfumo wa mtu mmoja kumnyonya mtu mwengine.

'Programu ya Wananchi' ya Chama cha Umma Party ni mbiu ya mgambo kwa ajili ya kuchukua hatua, hatua madhubuti, za kujenga na kuhakikisha mabadiliko ya haraka ya mfumo unaochukiza ambao mpaka hivi sasa umewadhalilisha wananchi wa Zanzibar, kimwili na kiakili na kuwafanya kuwa katika hali isiyo ya kibinadam. Nafasi ya mfumo huu unaochukiza lazima ichukuliwe na mfumo wa kisoshalisti ambao ndio pekee utaoweza kuhakikisha kuwepo kwa heshima ya kweli ya binadamu.

Uanachama katika Chama cha Umma Party unahitaji kuwa na moyo wa kujitolea. Kwa mwanachama wa Chama cha Umma Party hakuna kazi isiyowezekana. Woga hauna nafasi miongoni mwetu na mateso ya mtu binafsi hayawezi kutuzuia katika kupigania lengo letu ambalo ni usoshalisti. Chama cha Umma Party hakiwezi kuvumilia kuwepo kwa ubinafsi miongoni mwa wanachama wake na kitakuwa macho dhidi ya kujipenyeza kwa mafisadi kama hao. Chama cha Umma Party ni chama makini cha umma wa wananchi na wanachama wake wanatarajiwa kuutumikia umma kwa moyo wa kujitolea bila ya kutegemea kupata zawadi yoyote au manufaa binafsi.

Kukosoa na kujikosoa lazima kufanyike bila ya woga na kwa mujibu wa nidhamu ya Chama. Kwa hivyo, kukosoa kusikofuata nidhamu hakutavumiliwa. Makosa lazima yakosolewe kwa madhumuni ya kuyasahihisha na siyo kwa nia ya kujionyesha. Chama lazima kipinge tabia ya mtu kuwa na kiburi.

Wanachama wa Chama cha Umma Party, wakiwa watumishi wa umma, lazima wauhudumie umma kwa dhati. Lazima kila wakati wawe karibu na umma mkubwa wa watu, wayaelewe mahitaji yao na wawasaidie katika kutatua matatizo yao.

Kila mwanachama lazima afanyekazi bila ya kuchoka ili kuimarisha umoja na mshikamano wa Chama. Ni kwa umoja madhubuti tu ndipo tutakapoweza kuutumikia umma kikwelikweli na kuleta mabadiliko ya kijamii ambayo yatakuwa ni kwa manufaa ya umma kwelikweli.

Chama kinamtaka kila mwanachama wake kufanyakazi kwa bidii ili kuitekeleza Programu hii na maamuzi yote ya Chama ili kuangamiza moja kwa moja ubepari, umwinyi, ubeberu na ukoloni mamboleo kutoka katika ardhi ya nchi yetu.

Katiba ya Chama cha Umma Party cha Zanzibar

JINA: Chama kitaitwa UMMA PARTY

Malengo na Madhumuni (Kitaifa)

1. Uhuru sasa hivi na maendeleo ya Zanzibar kwa misingi ya usoshalisti.
2. Kuwa mbele katika kuondoa aina zote za ukandamizaji, mfumo wa mtu mmoja kumnyonya mwengine na kuanzisha jamii ya kisoshalisti.
3. Kuleta umoja wa watu wote wa Zanzibar na watu wa Afrika ya Mashariki na wa Afrika yote kwa misingi ya Umajumui wa Kiafrika.
4. Kufanyakazi pamoja, na kwa maslahi ya Vyama vya Wafanyakazi katika harakati za pamoja za kisiasa na harakati nyengine kwa mujibu wa katiba na Pogramu ya kisiasa ya Chama.
5. Kuendeleza ukombozi wa kisiasa, kijamii, kiuchumi na kiutamaduni wa watu, hasa wale ambao wanategemea moja kwa moja bidii yao kwa kutumia mikono au akili kujikimu kimaisha.
6. Kuanzisha dola la kisoshalisti ambalo watu wote, wanaume na wanawake watakuwa sawa na watakuwa na fursa sawa na hapatokuwepo unyonyaji wa kibepari.

Kimataifa

1. Kufanyakazi na wananchi wengine, wanademokrasia na vyama vya kisoshalisti katika Afrika na mabara mengine kwa madhumuni ya kuangamiza ubeberu, ukoloni, ukabila na aina zote za ukandamizaji wa kitaifa na wa kikabila na hali ya kutokuwepo usawa wa kiuchumi

miongoni mwa mataifa, makabila na watu wote na kuunga mkono harakati zote za kuleta amani duniani.

2. Kuunga mkono madai ya wananchi ya kuwepo kwa Shirikisho la Afrika ya Mashariki na Umajumui wa Waafrika kwa kuendeleza harakati za pamoja miongoni mwa watu wa Afrika.

3. Mtu yeyote anayeikubali Programu na Katiba ya Chama, iliyomo na anayefanyakazi katika mojawapo ya jumuiya za Chama, anafuata maamuzi ya Chama na analipa ada za Chama, anaweza kuwa mwanachama wa chama hiki.

4. Wajibu wa mwanachama utakua kama ifuatavyo:

(a) Kujaribu kuinua kiwango cha uwelewa wake na kuielewa misingi ya usoshalisti na nadharia ya mapinduzi ya Afrika.

(b) Kufuata kwa uadilifu nidhamu ya Chama, kushiriki kikamilifu katika maisha ya kisiasa ya ndani ya Chama na mapambano ya watu wa Zanzibar, kutekeleza kwa vitendo sera na maamuzi ya Chama na kupambana dhidi ya kitu chochote, ndani na nje ya Chama, kinachopingana na maslahi ya Chama.

(c) Kuutumikia umma wa watu, kuimarisha uhusiano wa chama na umma huo, kujifunza mahitaji yao na kutoa taarifa kuhusu mahitaji hayo kwa wakati, kuwaelezea sera ya Chama.

(d) Kuonyesha mfano katika kufuata nidhamu ya Chama na ya jumuiya zetu, kuielewa vizuri nafasi yake ndani ya chama na kuonyesha mfano katika nyanja zote za kazi za kuleta maendeleo.

5. Haki za mwanachama zitakuwa kama ifuatavyo:

(a) Kushiriki katika majadiliano huru na ya haki katika mikutano ya Chama na machapisho ya Chama juu ya matatizo yanayohusiana na utekelezaji wa sera za Chama.

(b) Kuchagua na kuchaguliwa ndani ya Chama,

(c) Kuwasilisha mapendekezo au taarifa katika kikao chochote cha chama, hadi kufikia katika kiwango cha pamoja na Kamati Kuu.

(d) Kumkosoa mtumishi yeyote wa Chama katika vikao vya Chama.

6. Mtu anaweza kukubaliwa kuwa mwanachama baada ya kufikia umri wa miaka 18 tu.

Maombi ya uwanachama kwa mtu mmoja mmoja yatafanywa kwa fomu maalumu ambayo itajazwa na mwombaji na kupitishwa kwa Katibu wa Tawi ili maombi yafikiriwe na kamati yake kama yakubaliwe au la. Baada ya kukubaliwa kila mwanachama atapatiwa kadi ya uanachama na kadi ya ada.

Ada ya kukubaliwa uanachama: Kila mwanachama binafsi wa Chama ataombwa alipie ada ya kuandikishwa uanachama ya shilingi mbili pale anapojiunga.

Ada ya kila mwezi: Kila mwanachama binafsi wa Chama atalipa ada ya kila mwezi ya senti hamsini katika Chama kwa kupitia tawi lake la Chama.

Uanachama (uanachama shirikishi)

Wanachama wanaoshirikishwa watakuwa ni wafuatao:

    (a) Vyama vya Wafanyakazi pamoja na Vyama vya Watumishi wa Serikali;

    (b) Vyama vya Wakulima na vya Kilimo;

    (c) Vyama vya Ushirika, Vyama Vikuu na Vyama vingine kama hivyo;

    (d) Vyama vya Kiweledi, Mafundi Mchundo na Mafundi Mitambo;

    (e) Vijana, wanafunzi na vyama vya michezo;

    (f) Vyama vya Wanawake

      i) Vyama vyote vya aina hiyo lazima viyakubali madhumuni, sera na programu ya Chama.

      ii) Lazima viwe, kwa maoni ya Kamati Kuu, vyama vya kuaminika.

      iii) Chama kinachotaka kushirikishwa kitawasilisha azimio kuhusiana na ombi hilo, ambalo liwe limetiwa saini na Mwenyekiti na Katibu wake.

      iv) Kila chama baada ya kukubaliwa kushirikishwa lazima kilipe ada ya kushirikishwa ya shilingi 25.

Muundo wa Chama

1. Muundo wa Chama utakuwa kwa misingi ya demokrasia iliyodhibitiwa, udhibiti ulio chini ya misingi ya kidemokrasia chini ya uongozi uliodhibitiwa. Misingi muhimu ni kama ifuatayo:

    (a) Uongozi wa Chama katika ngazi zote ni lazima uchaguliwe;

    (b) Uongozi wa Chama katika ngazi zote ni lazima utoe taarifa baada ya kila muda fulani uliopangwa kwa vikao vya chini yake vya Chama vinavyowachagua;

    (c) Kila mwanachama mmoja mmoja ataheshimu kikao cha chama kinachomhusu; wachache watawaheshimu wengi; kikao cha chini cha Chama kitaheshimu kikao cha juu cha Chama na vikao vyote vya majimbo vya Chama vitaiheshimu Kamati Kuu;

(d) Nidhamu ya Chama itafuatwa kwa uadilifu na maamuzi ya Chama kutekelezwa bila ya pingamizi.

2. Vikao vya Chama vitaundwa kwa mujibu wa mgawanyiko wa kijiografia.

3. Muundo wa Chama utakuwa kama ifuatavyo:

(a) Kwa Zanzibar kwa jumla, kutakuwepo na Mkutano Mkuu wa Chama wa Taifa, Kamati Kuu na Mkutano wa Chama wa Taifa;

(b) Kwa Unguja na Pemba, kila sehemu itakuwa na Mkutano Mkuu wa Chama wa Kisiwa, Kamati ya Chama ya Kisiwa na Mkutano wa Chama wa Kisiwa;

(c) Kwa majimbo kutakuwepo na Mkutano Mkuu wa Chama wa Jimbo, Kamati ya Chama ya Jimbo na Mkutano wa Chama wa Jimbo;

(d) Kwa kila kiwanda, mtaa, ofisi na skuli kutakuwepo na mkutano wa wanachama wote, Kamati ya Chama ya Tawi na Mkutano wa Chama wa Tawi.

4. Chombo cha juu kabisa cha uongozi cha Tawi la Chama kitakuwa ni mkutano wa wanachama wote wa tawi. Chombo cha juu kabisa cha uongozi cha mji, jimbo au kisiwa kitakuwa ni Mkutano Mkuu wake. Chombo cha juu kabisa cha uongozi cha Chama chote kitakuwa ni Mkutano Mkuu wa Chama wa Taifa. Katika kipindi cha baina ya Mikutano Mikuu katika ngazi zote, Kamati za Chama zilizochaguliwa na vikao husika ndizo zitakazokuwa vyombo vya juu kabisa vya uongozi vya ngazi zinazohusika.

5. Vyombo vya uongozi vya Chama katika ngazi zote vitaanzishwa kwa njia ya uchaguzi kila inapowezekana. Vitachaguliwa na Mkutano wa Chama au kuteuliwa na kikao cha juu kabisa cha Chama pale tu hali halisi itakapokuwa hairuhusu kuitishwa kwa mkutano wa wanachama wote au Mkutano Mkuu wa Chama.

6. Uchaguzi wa Kamati ya Chama katika ngazi yoyote ile utafanyika ama kwa kura ya siri au kwa kura ya wazi kutoka kwenye orodha ya wagombea, ukiwepo uhakika kuwa wapiga kura watakuwa na haki ya kumkosoa mgombea yeyote na kumbadilisha mgombea yeyote aliye kwenye orodha.

7. Ili kufikisha au kujadili maamuzi muhimu ya vikao vya juu vya Chama, au ili kupitia au kupanga kazi yake, kikao cha Chama katika ngazi yoyote kinaweza kufanya mikutano ya namna mbalimbali ya makada wake au wanaharakati wake.

8. Kabla maamuzi hayakufikiwa, kila mwanachama anaweza kuendesha ndani ya Chama na kwenye mikutano ya Chama majadiliano yaliyo huru na kwa urefu ili kueleza maoni yake juu ya sera ya Chama na juu ya masuala

mengine mbalimbali. Hata hivyo, uamuzi utakapofikiwa, ni lazima uheshimiwe na wote na utekelezwe bila ya pingamizi.

9. Ili kuendeleza nguvu za ubunifu za wanachama, kuimarisha nidhamu ambayo itakuwa ni ya uelewa na siyo nidhamu ya kulazimishwa, ili kuhakikisha kuwepo kwa uongozi sahihi wa Chama na kudumisha na kuimarisha udhibiti kwa misingi ya demokrasia, vyombo vya uongozi vya vikao vya Chama katika ngazi zote vitafanya kazi zao kwa mujibu wa misingi ya demokrasia ya ndani ya Chama.

10. Vikao vya Chama katika ngazi zote vitahakikisha kuwa magazeti yaliyo chini ya uongozi wao yanatangaza maamuzi na sera za vikao vya juu vya Chama na ya chombo kikuu cha Chama.

11. Juu ya suala la kiwango cha kitaifa, kabla ya Kamati Kuu haikutoa tamko lolote au kufanya uamuzi wowote, idara za vikao vya chini au watumishi wao wenye dhamana hawatakiwi kutoa tamko lolote au kufanya uamuzi wowote kama wapendavyo, ijapokuwa wanaweza kuwa na majadiliano ya faragha au kutoa mapendekezo kwa Kamati Kuu.

12. Kuanzishwa kwa kikao kipya cha Chama kutaidhinishwa na kikao cha juu zaidi kinachohusika.

13. Ili kufanya shughuli zozote za kawaida, Kamati ya Chama katika ngazi yoyote, chini ya uongozi wake, inaweza kuanzisha idara au tume ili kufanya shughuli za Chama na kufanya kazi miongoni mwa umma, kama hali halisi itakavyohitaji. Kamati ya Chama katika ngazi yoyote, inaweza kuanzisha tume ya muda au idara ili kufanya shughuli mahasusi za muda mfupi.

Kikao cha juu cha Chama

1. Mkutano Mkuu wa Chama wa Taifa

Mkutano Mkuu wa Chama wa Taifa utaamuliwa na kuitishwa na Kamati Kuu. Katika hali ya kawaida utaitishwa kila mwaka. Katika hali isiyokuwa ya kawaida, unaweza ama kuahirishwa au kuitishwa mapema zaidi kama Kamati Kuu itakavyoamua.

Ikiwa vikao vya chini vya Chama vinavyowakilisha zaidi ya nusu ya wanachama wote vitaomba uitishwe Mkutano Mkuu wa Chama wa Taifa, Kamati Kuu itafanya hivyo.

Mkutano Mkuu wa Chama wa Taifa utatambuliwa kuwa ni halali ikiwa tu utahudhuriwa na wajumbe wanaowakilisha zaidi ya nusu ya wanachama wote.

Idadi ya wajumbe kwenye Mkutano Mkuu wa Taifa na utaratibu wa kuchaguliwa kwao utaamuliwa na Kamati Kuu.

Kazi na madaraka ya Mkutano Mkuu wa Chama wa Taifa yatakuwa kama ifuatavyo:
    (a) Kusikiliza na kupokea, kujadili, na kuridhia taarifa zitakazowasilishwa na Kamati Kuu na vyombo vingine;
    (b) Kuamua kuhusu na kufanya marekebisho ya programu ya Chama na katiba ya Chama;
    (c) Kuamua kuhusu mtazamo wa kimsingi na sera ya Chama;
    (d) Kuchagua wajumbe wa Kamati Kuu.

Idadi ya wajumbe wa Kamati Kuu itaamuliwa na Mkutano Mkuu wa Chama wa Taifa.

Zinapotokea nafasi zilizo wazi katika Kamati Kuu zitajazwa na wajumbe wa muda wa Kamati Kuu kwa utaratibu wa kufuata ngazi za vyeo.

Kamati Kuu itakiwakilisha Chama katika mahusiano yake na vyama vyengine vya siasa na taasisi nyengine, itaanzisha vyombo vya Chama na kuelekeza shughuli zao na kuwa na madaraka ya mgawanyo wa watumishi na mgawanyo wa fedha.

Kamati Kuu itaitishwa na Kamati Kuu ya Siasa kwa ajili ya kukutana katika kikao cha wazi mara moja kila mwezi. Hata hivyo, Kamati Kuu ya Siasa inaweza kuahirisha au kuitisha kikao mapema kulingana na hali halisi. Wajumbe wa muda wa Kamati Kuu wanaweza kuhudhuria kikao cha wazi na wana haki ya kutoa maoni yao.

3. Kamati Kuu ya Siasa

Katika kikao cha wazi, Kamati Kuu itachagua Kamati Kuu ya Siasa, Sekretariati na Mwenyekiti wa Kamati Kuu.

Kamati Kuu ya Siasa itakuwa ndiyo chombo cha juu cha uongozi cha Chama na kitaongoza shughuli zote za Chama katika kipindi cha baina ya mikutano ya wazi ya Kamati Kuu.

Sekretariati: Sekretariat; itashughulikia kazi za kila siku za Kamati Kuu kwa mujibu wa maamuzi ya Kamati Kuu ya Siasa.

Mwenyekiti: Mwenyekiti wa Kamati Kuu atakuwa wakati huo huo ndiye Mwenyekiti wa Kamati Kuu ya Siasa na wa Sekretariat kuu ya Chama.

Kamati Kuu, kwa mujibu wa mahitaji ya kazi zake, itaanzisha idara (kama vile Idara ya Mipango, Idara ya Parapaganda, n.k) tume (kama vile Tume ya Vyombo vya Habari ya Chama, n.k) na vyombo vyengine ili kufanyakazi katika nyanja zao husika na kufanyakazi chini ya maelekezo na usimamizi wa Kamati Kuu ya Siasa, Sekretariati na Mwenyekiti wa Kamati Kuu.

4. Mikutano Mikuu ya Chama ya Taifa

Katika kipindi cha baina ya Mikutano Mikuu ya Chama ya Taifa Kamati Kuu inaweza kuitisha Mikutano kadha ya Taifa itakayokuwa na wawakilishi kutoka katika kamati za chini za Chama kujadili na kuamua kuhusu masuala yanayohusiana na sera za Chama na hali halisi ya wakati husika.

Wawakilishi wa Mkutano Mkuu wa Chama wa Taifa watachaguliwa katika mikutano ya wazi ya Kamati za Chama za Kisiwa na Kamati nyengine za Chama ambazo zipo moja kwa moja chini ya Kamati Kuu.

Mkutano Mkuu wa Chama wa Taifa lazima uhudhuriwe na wawakilishi kutoka zaidi ya nusu ya Kamati zote za Kisiwa.

Mkutano Mkuu wa Chama wa Taifa utakuwa na madaraka ya kuwaondoa wajumbe kamili au wajumbe wa muda wa Kamati Kuu walioshindwa kutekeleza majukumu yao, na kuchagua katika uchaguzi mdogo, sehemu ya wajumbe wa muda wa Kamati Kuu ilimradi tu idadi ya wajumbe waliochaguliwa kwa namna hiyo kwa wakati wowote ule wa mkutano haitazidi humusi ya jumla ya wajumbe wote kamili na wa muda wa Kamati Kuu.

Maamuzi ya Mkutano Mkuu wa Chama wa Taifa na kuwaondoa au kuwachagua wajumbe kamili au wa muda wa Kamati Kuu katika mkutano huo, kutaanza baada ya kuridhiwa na Kamati Kuu tu.

Maamuzi yote ya Mkutano Mkuu wa Chama wa Taifa, ambayo yameridhiwa na Kamati Kuu, lazima yatekelezwe na vikao vyote vya Chama.

Vikao vya Chama vya Kisiwa

Mkutano Mkuu wa Chama wa Kisiwa na Kamati ya Chama ya Kisiwa wataukubali uongozi wa Kamati Kuu au chombo kinachoiwakilisha Kamati hiyo.

1. Mkutano Mkuu wa Chama wa Kisiwa

Mkutano Mkuu wa Unguja au Pemba utaitishwa kila mwaka na Kamati ya Chama ya Kisiwa. Katika hali zisizokuwa za kawaida, Kamati ya Chama ya Kisiwa inaweza ama kuuahirisha mkutano huo au kuitisha mkutano huo mapema zaidi. Kamati ya Chama ya Kisiwa lazima iitishe Mkutano Mkuu kama huo baada ya kuombwa na zaidi ya nusu ya vikao vya Chama vilivyo chini yake au vyombo vinavyoviwakilisha vikao hivyo.

Idadi ya wajumbe katika Mkutano Mkuu wa Kisiwa, na utaratibu wa kuchaguliwa kwao, utaamuliwa na Kamati ya Chama ya Kisiwa, baada ya kuidhinishwa na Kamati Kuu au chombo kinachoiwakilisha Kamati hiyo.

Mkutano Mkuu wa Chama wa Kisiwa, utasikiliza na kupokea, utajadili na kuridhia taarifa zinazowasilishwa na Kamati ya Chama ya Kisiwa na vyombo vingine vya Chama vya kisiwa husika, na utachagua wajumbe wa Kamati ya Chama ya Kisiwa na wajumbe wa kwenye Mkutano Mkuu wa Chama wa Taifa

2. Kamati ya Chama ya Kisiwa

Kamati ya Chama ya Kisiwa ya Unguja au ya Pemba, wakati wa mkutano wake wa wazi, itachagua Kamati yake ya Kudumu, Katibu wake na Katibu wake msaidizi ili kufanya shughuli za kila siku za Kamati hiyo. Katibu wa Kamati ya Kisiwa ataidhinishwa na Kamati Kuu. Kamati ya Chama ya Kisiwa itakutana kwa mkutano wake wa wazi, kwa uchache mara moja baada ya kila miezi sita.

Kamati ya Chama ya Kisiwa itatekeleza katika kisiwa hicho maamuzi ya Mkutano Mkuu wa Chama wa Kisiwa na ya vyombo vya Kitaifa, itaanzisha vikao mbalimbali vya Chama, itapanga watumishi wa Chama na matumizi ya fedha na kuelekeza fikra za Chama katika asasi zisizokuwa za kichama.

3. Mkutano wa Chama wa Kisiwa

Katika kipindi cha baina ya mikutano Mikuu ya Chama ya Kisiwa, Kamati ya Kisiwa ya Chama inaweza kuitisha idadi kadha ya Mikutano ya Chama ya Kisiwa itakayokuwa na wawakilishi kutoka katika Kamati za Chama za majimbo na Kamati nyengine za Chama ambazo zipo moja kwa moja chini yake, ili kujadili na kuamua juu ya matatizo yanayohusiana na kazi za Chama ndani ya kisiwa husika.

Mkutano wa Chama wa Kisiwa utakuwa na madaraka ya kuwaondoa na kuwachagua katika uchaguzi mdogo, baadhi ya wajumbe wa Kamati ya Kisiwa, ilimradi tu idadi ya wajumbe walioondolewa au wajumbe wapya waliochaguliwa namna hiyo, haitazidi robo ya wajumbe wote wa Kamati hiyo. Maamuzi yatakayochukuliwa katika Mkutano wa Chama wa Kisiwa, na kuondolewa au kuchaguliwa kwa wajumbe wa Kamati ya Kisiwa na mkutano huo, yataanza baada ya kuridhiwa na Kamati ya Kisiwa tu.

Vikao vya Chama vya Jimbo na Mji

Kanuni zinazotawala vikao na kazi za chama katika jimbo au mji zitakuwa ni zile zile zinazotawala vikao na kazi za Chama katika kisiwa kama ilivyoelezwa hapo juu. Kila mojawapo itakuwa chini ya uongozi wa kikao cha Chama cha juu yake.

Kikao cha Msingi cha Chama

Kikao cha Chini cha msingi cha Chama kitakuwa ni Tawi la Chama. Chama kitafungua matawi katika miji yote na mashamba. Tawi litakuwa kwa uchache na wanachama 25. Kila tawi litaongozwa na Kamati ya Chama ya Tawi ambayo itachaguliwa kila mwaka katika mkutano mkuu wa Tawi.

Tawi la Chama litajitahidi kujenga mshikamano wa karibu baina ya Chama na umma wa watu. Tawi la Chama litakuwa na majukumu yafuatayo.

(a) Kufanya parapaganda na kazi ya kuuandaa umma ili kuweza kukubalika kwa msimamo unaoelezewa na chama na maamuzi ya vikao vya juu vya Chama;

(b) Kila wakati kutilia maanani hisia na matakwa ya umma, kuunga mkono hisia na matakwa hayo katika vikao vya juu vya Chama, kuzingatia maisha ya kisiasa, ya kiuchumi na ya kiutamadani ya wananchi na kuuandaa umma ili kutatua matatizo yao;

(c) Kuingiza wanachama wapya, kukusanya ada za Chama, kukagua na kuthibitisha kumbukumbu za wanachama;

(d) Kuwaelimisha wanachama na kuandaa mafunzo yao.

Nidhamu

Vikao vya Chama katika ngazi zote vinaweza kuchukua hatua za kinidhamu zifuatazo, kwa mujibu wa hali halisi, dhidi ya kushindwa kutekeleza maamuzi ya chombo cha juu cha Chama au maamuzi ya Kamati Kuu au dhidi ya ukiukaji wa katiba ya Chama au nidhamu ya Chama.

(a) Hatua za kinidhamu kwa Chama chote zitakuwa: karipio kali, kufanyiwa marekebisho madogo katika chombo chake cha uongozi, kufukuzwa kwa uongozi wake wa juu na kuteuliwa chombo cha muda cha uongozi, au kukivunja chama chote na kuandikishwa tena kwa wanachama wake.

(b) Hatua za kinidhamu kwa mwanachama zitakuwa: kufahamishwa au kupewa onyo kwa njia za onyo la faragha, kufahamishwa au kupewa onyo hadharani, kuondolewa katika dhamana aliyopangiwa, kuwekwa katika kipindi cha majaribio, au kufukuzwa kutoka katika Chama.

Kama mjumbe au mjumbe wa muda wa Kamati Kuu ya Chama atakiuka kwa kiasi kikubwa nidhamu ya Chama, Kamati Kuu itakuwa na madaraka ya kumwondoa kutoka katika Kamati hiyo au hata kumfukuza kutoka katika Chama. Hatua kama hizo lazima ziidhinishwe na thuluthi mbili ya wajumbe wote wa Kamati Kuu kabla ya kuanza kutumika.

Mwanachama au kikao cha Chama ambacho hatua za nidhamu zimechukuliwa dhidi yake, lazima aelezwe sababu. Za kuchukuliwa hatua hizo.

Mwanachama yeyote au kikao chochote cha aina hiyo, atakayedhani hatua ya kinidhamu iliyochukuliwa dhidi yake si ya halali anaweza kuupinga uamuzi huo na kuomba kesi yake ifikiriwe upya, au anaweza kukata rufaa kwenye kikao cha juu cha Chama. Vikao vya Chama vya ngazi husika vitawasilisha rufaa kama hizi bila ya kuchelewa. Ni marufuku kuzichelewesha au kuzikalia rufaa kama hizo. Kufukuzwa kutoka katika Chama ndiyo adhabu kubwa kuliko adhabu zote za kinidhamu za ndani ya Chama. Vikao vyote vya Chama vitachukua hadhari kubwa katika kuchukua au kuidhinisha hatua kama hiyo na vitamsikiliza mwanachama husika kwa makini na kuchunguza hali ya makosa yake.

Madhumuni chanya ya Chama katika kupendekeza au kuchukua hatua za kinidhamu dhidi ya mwanachama yatakuwa ni kuwaelimisha wanachama na umma wa watu pamoja na mwanachama husika na siyo kushajiisha tabia ya kuonyesha uwezo wa mtu binafsi au kuadhibu. Kukosolewa na kuchukuliwa hatua za kinidhamu kwa wanachama waliofanya makosa kuna nia ya kuwasaidia kusahihisha makosa yao pamoja na kuwa onyo kwa wengine.

Fedha za Chama

Chama kitapata fedha zake kutokana na ada za wanachama wake, mapato kutokana na shughuli za uzalishaji na shughuli nyengine za kiuchumi zinazofanywa na Chama na michango kutoka katika duru za wasiokuwa wanachama.

Nyongeza Ya Pili

Waraka wa Mashtaka: Kesi Na. 292 ya 1973 (Washtakiwa wa Chama cha Umma)

Washitakiwa
   Taja Jina Kamili, Anuwani, Jinsia, Umri, Utaifa na Kabila
1 Ahmed Badawi Qullatein, Mwarabu, Mtanzania. Miaka 42, Muislamu, Shirika la Kilimo na Ardhi, wa Vuga, Zanzibar.
2 Ali Mshangama Issa, Mngazija, Mtanzania, Miaka 32, Muislamu, M.V. Afrika, Afisa wa tatu, wa Zizi la Ng'ombe Zanzibar.
3 Amar Salim (Kuku), Mshihiri, Mtanzania, Miaka 42, Muislamu, Idara ya Siha (Usafirishaji), wa Mbuyuni, Zanzibar.
4 Miraji Mpatani, Mtanzania, Miaka 42, Muislamu. Karani Mambo Msiige, wa mpirani, Zanzibar
5 Abdulla Ali Khamis (Mapara) El-Harusy, Mtanzania, Miaka 36, Muislamu, Jeshini, Kapteni. Makao Makuu ya Jeshi Unguja.
6 Hassan Makame Seif, Mtanzania, Miaka 26, wa Makadara/Kariakoo/ Bavuai Camp, Unguja.
7 Ishaka Haji Juma Harakati, Mtumbatu, Mtanzania, Miaka 25, Muislamu, Dereva wa Mheshimiwa Khamis Abdulla Ameir, wa Baraste Kipande, Unguja
8 Mohamed Abdulla Ahmed Baramia, Mtanzania, Miaka 41, Muislamu, Mwangalizi wa Ghala, Idara ya Elimu, wa Kikwajuni, Unguja
9 Mohamed Said Mtendeni, Mtanzania, Miaka 37, Muislamu, Mwandishi wa Habari wa China, wa Vuga, Unguja.
10 Rashid Mohamed Ahmed Fallahy, Mtanzania, Miaka 30, Muislamu, Shirika la Mafuta na nguvu za Umeme, wa Vikokotoni, Unguja.
11 Mussa Shabani Khatibu, Mwafrika, Mtanzania, Miaka 30, Muislamu, Makao Makuu ya Wizara ya Fedha, wa Vikokotoni, Unguja.
12 Said Salum Said (Baesi), Mtanzania, Miaka 37, Muislamu, Fundi, Shirika la Umeme (Mafriji), wa Kiponda, Unguja.
13 Saleh Ali Saleh, Mngazija, Mtanzania, Miaka 45, Muislamu, Fundi Shirika la Umeme wa (Mafriji) Kiponda, Unguja.
14 Nurbhai Issa Nurbhai, Mtanzania, Miaka 34, Muislamu, Hana kazi, wa Vuga, Unguja
15 Kadiria Mnyeji Abdulla, Mwafrika, Mtanzania, Miaka 32, Muislamu, Mwanasheria Idara ya Kilimo, wa Kikwajuni, Unguja.
16 Haroub Mohamed Salim Mauly, Mtanzania, Miaka 28, Muislamu,

Storekeeper, State Fuel & Power, Pemba, wa Vuga, Unguja.
17 Saidi Mohamed Said (Tumbo) Mwafrika, Mtanzania, Miaka 31, Muislamu, Karani Idara ya Elimu, wa Kikwajuni, Unguja.
18 Mohamed Abdulla Seleman (Saghir), Arab. Mtanzania, Miaka 33, Muislamu, Fundi wa Mitambo, Idara ya Habari na Utangazaji, Zanzibar, wa Vuga, Unguja.
19 Yusuf Ramadhan Yusuf (Mhiyao), Mtanzania, Miaka 28, Muislamu, Askari wa Polisi wa Kidongo Chekundu, Unguja.
20 Abbas Mohamed Ahmed, Mngazija, Mtanzania, Miaka 34, Muislamu, Post office, wa Kisiwandui, Unguja.
21 Mohamed Salim Suleiman, Mzaramo – Mtanzania, Miaka 36, Msaidizi wa fundi Mitambo, Idara ya Habari na Utangazaji, wa Raha Leo, Unguja.
22 Mohamed Ali Ladha, Ismaili, Mtanzania, Miaka 30, Muislamu, Mapinduzi Bookshop, wa wembetanga, Zanzibar.
23 Abdulla Mussa Mohamed (El-Mauly), Mtanzania, Miaka 31, Muislamu Mkuu wa Mashine, Kiwanda cha Sigara, wa Forodhani, Unguja.
24 Mohamed Abdulla Seif (Panya) Labir, Arab, Mtanzania, Miaka, Muislamu, Mpishi Kwa Nassor Ali, wa Shangani, Zanzibar.
25 Ali Hemed Houmoud, Mwarabu, Mtanzania, Miaka 23, Muislamu, Kiwanda cha Kusagia Nafaka, wa Kiponda, Unguja.
26 Rashad Mohamed Rashid, Mtanzania, Miaka 23, Muislamu, Kiwanda cha Kusagia Nafaka, wa Kiponda, Unguja.
27 Seif Said Hamad. Arab, Mtanzania, Miaka 34, Muislamu, Mchunguzi wa hali ya hewa, Airport, wa Kiembe Samaki, Zanzibar.
28 Hussein Mbarouk Kombo, Mwafrika, Mtanzania, Miaka 47, Muislamu, Karani wa Majenzi Mapya, Michenzani, wa Sokomuhogo, Unguja.
29 Ibrahim Omar Soud (Mbisa), Mtanzania, Miaka 31, Muislamu, Depot Manager wa Wesha Caltex, Chake Chake, wa Chachani, Chake Chake Pemba.
30 Khamis Abeid Omar, Mtanzania, Miaka 32, Depot Manager wa Caltex, Chake Chake, wa Chachani, Chake Chake Pemba.
31 Mohamed Khelef Mohamed, Miaka 32, Muislamu, Depot Manager wa Caltex, Chake Chake, wa Chachani, Chake Chake Pemba.
32 Mohamed Ali Seif Ismail, Mtanzania, Miaka 38, Muislamu, Katibu wa Idara ya Utawala, Chake Chake, Pemba.
33 Naaman Marshed Khamis El-Harussy, Mtanzania, Miaka 26, Muislamu, Tax driver wa Madungu, Chake Chake, Pemba.
34 Mohamed Said Mohamed (Mahdali) Mtanzania, Miaka 26, Muislamu, Mpiga Chapa, Azimio Press. wa Malindi, Zanzibar.
35 Abdulla Abeid Suleiman, Mtanzania, Miaka 44, Muislamu, Mkulima wa

Kizimbani, Zanzibar.
36 Humoud Ali Abdulla Barwani, Mtanzania, Miaka 24, Muislamu Mwanajeshi, wa Baghani, Zanzibar.
37 Khamis Masoud Khamis, Bajuni, Mtanzania, Miaka 25, Muislamu, Afisa wa Jeshi, wa Saateni, Zanzibar.
38 Salim Abdulla Saleh, Mtanzania, Miaka 53, Muislamu, Idara ya forodha, wa Kilimani, Unguja
39 Juma Mussa Juma, Bulushi, Mtanzania, Miaka 53, Muislamu, Karani wa Kajificheni, Zanzibar.
40 Abdulalrazak Mussa Simai, Mwafrika, Mtanzania, Miaka 38, Muislamu, Mvuvi na Mkulima wa Jambiani, Zanzibar.
41 Mohamed Khalfan Salim Abdulla, Mtanzania, Miaka 29, Muislamu, Muuza Mabuku, Mapinduzi Bookshop, Chake Chake, Pondeani, Chake Chake Pemba.
42 Khamis Abdulla Ameir, Hinawi, Arab, Mtanzania, Miaka 42, Muislamu, MBM, Posta, Kiunga cha Wangazija, Miembeni, Unguja.
43 Ali Sultan Issa El-Ismail, Arab, Mtanzania Miaka 42, Muislamu, Manager State Fuel (Shirika la Mafuta), wa Migombani, Zanzibar.
44 Abdulla Mohamed Salum (Kanga), Mtanzania, Miaka 30, Muislamu, Mwanajeshi wa Migombani na Kisiwandui, Zanzibar.
45 Mohamed Aboud Mohamed (Chululu), Mngazija, Mtanzania, Miaka 24, Muislamu, Afisa wa Jeshi, wa Misufini, Unguja.
46 Abdulrahman Abdulla Ali, Mtanzania, Miaka 25, Muislamu, Lt wa JWTZ wa Kisimani, Unguja.
47 Salim Ahmed Rashid, Mwafrika, Mtanzania, Miaka 25, Muislamu Lt wa JWTZ, wa Vuga, Zanzibar
48 Ahmada Shafi Adam, Mngazija, Mtanzania, Miaka 31, Muislamu, Mwandishi wa magazeti (Uhuru na The Nationalist) wa Kilimani, Unguja.
49 Ahmed Nassor Issa Mazrui, Mtanzania, Miaka 32, Muislamu, Building contractor, Pemba, Mkanjuni na Shangani, Zanzibar
50 Hassan Said Mzee, Mngazija, Miaka 32, Muislamu, Mwandishi wa gazeti ' The Standard, Tanzania, Malindi, Zanzibar.
51 Tahir Mohamed Adnan, Mngazija, Mtanzania, Miaka 36, Muislamu, Afisa wa Ardhi na Misitu wa Darajani State Shop, Zanzibar.
52 Ali Mzee Ali, Mngazija, Mtanzania, Miaka 30, Muislamu, Mkuu wa mishahara na mambo ya Ofisi, Shirika la Nguvu za Umene, wa Mlandege, Zanzibar.
53 Ali Amran Ameir, Mwarabu, Mtanzania, Miaka 35, Muislamu, Idara ya habari, Zanzibar wa Shangani, Zanzibar.
54 Ibrahim Mohamed Hussein, Ithnasheiry, Mtanzania, Miaka 21, Muislamu,

OKM, wa Mwembetanga, Unguja.
55 Nassor Ali Abdulla, Mtanzania, Miaka 42, Muislamu, Idara ya Forodha, Unguja, wa Shangani, Unguja.
56 Abdulla Nassor Ali, Mtanzania, Miaka 24, Muislamu, Exchange/Beit al Ajaib, wa Shangani, Unguja.
57 Abdulla Nassor Ali (junior), Mwarabu, Mtanzania, Miaka 18, Muislamu, Mwanafunzi darasa la 12, Lumumba, wa Shangani, Unguja.
58 Zuhera Mohamed Gharib, Mwarabu, Mtanzania, Miaka 43, Muislamu, Mke, wa Shangani,Unguja.
59 Mohamed Abdulla Ameir Hinawi, Mtanzania, Miaka 38, Muislamu, Mwanajeshi wa Vuga, Zanzibar.
60 Shibu Hassan Bilali, M'Manyema, Mtanzania, Miaka 28, Muislamu, wa Mkamasini, Unguja.
61 Yusuf Mshangama, Mngazija, Mtanzania, Miaka 23, Muislamu, Mwanajeshi wa Makadara, Unguja.
62 Ahmed Sultani Riyami, Mtanzania, Miaka 43, Muislamu, Immigration, wa Bububu, Zanzibar.
63 Alawi Tahir Mohamed (Shatry), Mtanzania, Miaka 25, Muislamu, Mwanajeshi, wa Mwembe Makumbi, Zanzibar.

Na watu wafuatao ambao hawapo visiwani
64 Abdulrahman Mohamed Babu, Mtanzania, Miaka 48, Muislamu, wa 14 Luthuli Road, Dar es Salaam.
65 Tahir Ali Salim (Mwarabu) Mtanzania, Miaka 32, Cashier (NBC Morogoro Road Branch) wa Mwembechai kona Morogoro Road/ Rungwe Street, Dar es Salaam.
66 Hashil Seif Hashil, Mwarabu, Busaidy, Mtanzania, Miaka 31, Muislamu, Mwanajeshi 2nd Lt Navy, wa Ukonga, Dar es Salaam.
67 Salim Saleh Bahashwani, Mwarabu, Mtanzania, Miaka 31, Muislamu, Mwanajeshi wa Nachingwea Military Barracks.
68 Ali Yusuf Baalawi, Mtanzania, Miaka 42, Muislamu, Mwanajeshi (JWTZ) wa Lugalo Barracks, Dar es Salaam.
69 Hamed Hilal Mohamed, Mtanzania, Miaka 33, Muislamu, Ex-Kapteni Jeshini (JWTZ) wa Ilala National Housing Flats No 315 Block a Dar es Salaam.
70 Suleiman Mohamed Abdulla Sisi, Mtanzania, Miaka 29, Muislamu, Mwanajeshi wa Ilala Flats Block 12, Dar es Salaam.
71 Amour Mohamed Dugheish, Mtanzania, Miaka 29, Muislamu, Mwanajeshi wa Ukonga, Dar es Salaam.
72 Ahmed Mohamed Habib Toni, Mtanzania, Miaka 33, Muislamu, Ex-Lt

(JWTZ) wa Lugalo Barracks, Area 6 House no. 34.
73 Haji Othman Haji Mpemba, Mtanzania, Miaka 33, Muislamu, Mwanajeshi wa Nachingwea Military Barracks, Dar es Salaam.
74 Saleh Abdulla, Mtanzania, Miaka 26, Muislamu, Ex-Lt (JWTZ) wa Forodhani, Mizingani, Zanzibar.
75 Abdulla Juma Khamis Baluchi, Mtanzania, Miaka 35, Muislamu, Mwanajeshi wa Lugalo Barracks, Dar es Salaam.
76 Ali Mahfoudh Mohamed, Mtanzania, Miaka 33, Mwanajeshi wa Ukonga, Dar es Salaam.
77 Ali Salim Hafidh, Mshihiri, Mtanzania, Miaka 32, Muislamu, Mwanajeshi wa Ukonga, Dar es Salaam.
78 Shaabani Salim Mbarak Nne-Nne, Mtanzania, Miaka 32, Muislamu, Mwanajeshi P.1100 Lt wa Ukonga, Dar es Salaam.
79 Badru Said Hadhramy, Mtanzania, Miaka 31, Muislamu, Research Manager NBC, wa Clock Tower Branch Building, Dar es Salaam.
80 Ali Mohamed Ali Nabwa, Mngazija, Mtanzania, Miaka 37, Publisher wa Plot 308, Block 456, Kijitonyama Dar es Salaam.
81 Abdulaziz Abdulkadir Ahmed, Mtanzania, Bajuni, Mgunya, Miaka 43, Techincal Assistant, Regional wa Mindu street, Plot 563.

SHTAKA: Uhaini Kinyume na Kifungu cha 26
Sheria ya Jinai, Mlango 13
13 Mohamed Said Mtendeni
14 Rashid Mohammed Ahmed Fallahy
15 Said Salim Said Baesi
16 Nurbhai Issa Nurbhai
17 Mohammed Ali Ladha
18 Abdulla Mussa Mohammed
19 Ali Hamed Hamoud Karkoboy
20 Ibrahim Omar Soud
21 Khamis Abeid Omar
22 Mohammed Khalfan Mohammed
23 Naaman Marshed Khamis
24 Hamoud Ali Abdulla
25 Juma Mussa Juma
26 Khamis Abdulla Ameir
27 Ali Sultan Issa
28 Salim Ahmed Rashid (Lord Hume)
29 Ibrahim Mohamed
Waliotiwa hatiani na kupelekwa mafunzoni.

Waliotiwa hatiani na kupelekwa mafunzoni.
– Orodha ya baada ya mapinduzi Karume aliamua kuwa gereza liitwe Chuo cha Mafunzo

44 Said Mohammed Said (Miaka 15)
45 Mohamed Abdulla Suleiman Saghir (Miaka 15)
46 Rashid Mohamed Rashid (Miaka 15)
47 Seif Said Hamed (Miaka 15)
48 Khamis Masoud Khamis (Miaka 15)
49 Salim Abdulla Saleh (Miaka 15)
50 Mohamed Khalfan Salim (Miaka 15)
51 Abdulla Mhamed Salim Kanga (Miaka 15)
52 Mohamed Aboud Mohamed Chululu (Miaka 15)
53 Mohamed Abdulla Ameir (Miaka 15)
54 Alawi Tahir Mohamed (Miaka 15)
55 Saleh Ali Saleh (Miaka 10)
56 Mohamed Ali Seif (Miaka 10)
57 Mohamed Said Mohamed Mahdali (Miaka 10)
58 Tahir Mohamed Adnan (Miaka 10)

Walioachiwa na mahakama hawana makosa
59 Yusuf Ramadhan
60 Mohamed Salim Suleiman
61 Husein Mbaruk Kombo
62 Abdulla Abeid Suleiman
63 Abdulrahman Abdulla Ali
64 Ahmada Shafi Adam
65 Hassan Said Mzee
66 Ali Mzee Ali
67 Ali Amran Ameir
68 Shibu Hassan Bilal
69 Yusuf Mshangama
70 Ahmed Sultan (Riyami)

Dar es Salaam
71 Ali Yusuf Baalawi
72 Saleh Abdulla
73 Ali Mohamed Nabwa
74 Abdulaziz Abulkadir Ahmed

Walioachiwa hawakuhitajiwa kujitetea

75 Mohamed Abdulla Seif Panya
76 Ahmed Nassor Issa
77 Nassor Ali Abdulla
78 Abdulla Nassor Ali
79 Abdulla Nassor Ali (junior)
80 Zuheira Mohamed Gharib

Aliyekufa kabla ya hukumu
82 Abbas Mohamed Ahmed

30-43 Washitakiwa waliokuwa Dar es Salaam
Mrajis 99/76, 6 Oktoba 1976, Mwanasheria Mkuu, Zanzibar.
RUFANI NAM,
1 YA ! 1974 KUTOKANA NA RUFANI NAM.
2 YA 1974 YA KORTI KUU,
KUTOKANA NA KESI YA JINAI NAM.
292/73 YA MAHAKAMA YA
WANANCHI VUGA ZANZIBAR.
MSHTAKI......................JAMHURI
Dhidi ya AHMED BADAWI QULLATEIN, NA 38 WENGINE...WAOMBA
RUFAANI

Nakuletea nakala za maombi ya rufaani mbele ya Baraza la Juu ya waombaji wafuatao

1 Ahmed Badawi Qullatein
2 Ali Mshangama Issa
3 Amar Salim Saad (kuku)
4 Miraji Mpatani
5 Abdulla Ali Khamis
6 Hassan Makame Seif
7 Mohamed Abdulla (Baramia)
8 Is-Haak Haji Juma Harakati
9 Mohamed Said Mohamed (Mtendeni)
10 Rashid Mohamed Ahmed (Falahi)
11 Mussa Shaaban
12 Said Salum Said (Baes)
13 Saleh Ali Saleh
14 Nurbhai Issa Nurbhai
15 Kadiria Mnyeji Abdulla
16 Haroud Muhamed Salim
17 Said Mohamed Said

18 Mohamed Ali Ladha
19 Abdulla Mussa Mohamed
20 Ali Hemed Hamoud
21 Ibrahim Omar Soud
22 Khamis Abeid Omar
23 Mohamed Khelef Mohamed
24 Mohamed Ali Seif
25 Naaman Marshed
26 Mohamed Said Mohamed (Mahadaly)
27 Hamoud Ali Abdulla
28 Khamis Masoud Khamis
29 Salim Abdulla Saleh
30 Juma Mussa Juma
31 Abdulrazak Mussa Simai
32 Mohamed Khalfan Salim
33 Khamis Abdulla Ameir
34 Ali Sultan Issa
35 Abdulla Mohamed Salum (Khanga)

		Maelezo yamekosekana	
1	Ahmed Badawi Qullatain	Kifo	Kifo
2	Ali Mshangama Issa	Kifo	Kifo
3	Amar Salim Kuku	Kifo	Kifo
4	Miraji Mpatani	Kifo	Kifo
5	Abdulla Ali Khamis	Kifo	Kifo
6	Hassan Makame Seif	Kifo	Kifo
7	Mohamed Abdulla Baramia	Kifo	Kifo
8	Is-Haak Haji Juma Harakati	Kifo	Kifo
9	Mohamed Said Mtendeni	Kifo	Kifo
10	Rashid Mohamed Fallahi	Kifo	Kifo
11	Mussa Shaaban Khatib	Kifo	Kifo
12	Said Salim Baes	Kifo	Miaka 14
13	Saleh Ali Saleh	Miaka 10	Miaka 10
14	Nurbhai Issa Nurbhai	Kifo	Kifo
15	Kadiriya Mnyeji	Kifo	Miaka 15
16	Harub Mohamed	Kifo	Kifo
17	Said Mohamed Said	Miaka 15	Miaka 15
18	Mohamed Ali Ladha	Kifo	Miaka 14
19	Abdulla Mussa Mohamed	Kifo	Miaka 9
20	Ali Hemed Karikoboy	Kifo	Miaka 12

			Maelezo yamekosekana
21	Ibrahim Omar Soud	Kifo	Miaka 9
22	Khamis Abeid Omar	Kifo	Miaka 9
23	Mohamed Khelef Mohamed	Kifo	Miaka 10
24	Mohamed Ali Seif	Miaka 10	Atoke 6/4/76
25	Naaman Marshed	Kifo	Miaka 6
26	Mohamed Said Mohamed	Miaka 10	Miaka 10
27	Hamoud Ali Abdulla	Kifo	Miaka 18
28	Khamis Masoud	Miaka 15	Miaka 15
29	Salim Abdulla Saleh	Miaka 15	Miaka 10
30	Juma Issa Juma	Kifo	Miaka 18
31	Abdulrazak Mussa	Kifo	Miaka 6
32	Mohamed Khalfani Salim	Miaka 15	Kifo
33	Khamis Abdulla Ameir	Kifo	Kifo
34	Ali Sultan Issa	Kifo	Miaka 15
35	Abdulla Mohamed Salim	Miaka 15	Miaka 15
36	Mohamed Aboud Chululu	Miaka 15	Miaka 18
37	Salim Ahmed Rashid	Kifo	Miaka 15
38	Ibrahim Mohamed Hussein	Kifo	Miaka 7
39	Alawi Tahir	Miaka 7	Miaka 7

**MRAJIS KORTI KUU
UNGUJA**

Rejea

Abdulraheem, Tajudeen (1996) 'Remembering A. M. Babu', *Review of African Political Economy*, 69: 337.

African Oil Policy Initiative Group (AOPIG) (2002) 'African Oil: A priority for US national security and African development' http://www.israeleconomy.org/strategic/africawhitepaper.pdf (accessed February 16, 2013).

Ali, Tariq (2002) *The Clash of Fundamentalisms – Crusades, Jihads and Modernity* London: Verso.

Amnesty International Report (1978) fiche: B3, 1978, Amnesty International Archives.

Amnesty International documents (1979) 'The Death Penalty, an Amnesty International report – a survey by country: Tanzania' , Extract : (ACT 05/003/1979), on fiche: A1, 1979, Amnesty International archives.

Ayani, Samuel G. (1970) *A History of Zanzibar: A Study in Constitutional Development, 1934-1964*, Nairobi: East African Literature Bureau.

Baaz, Maria (2005) *The Paternalism of Partnership – A Postcolonial Reading of Identity in Development*, London: Zed Books.

Babu, A.M. (1967) 'The Meaning of Self Reliance' *The Nationalist* May 19.

Babu, A.M. [1971] (2002) 'Postscript to How Europe Underdeveloped Africa', in Babu, Salma and Wilson, Amrit (eds.) *The Future that Works: Selected Writings of A.M.Babu*, Trenton: Africa World Press.

Babu, A.M. (1975) Letter from Ukonga Prison to the Chairman, United Nations Commission for Human Rights, Geneva, July 1, unpublished.

Babu, A.M. (1976) Letter to Barbara Haq from Ukonga Prison, Tanzania, December 25, unpublished.

Babu, A.M. (1981) *African Socialism or Socialist Africa*, London: Zed.

Babu, A.M. ([1981] 2002) 'The Tanzania that might have been', in Salma Babu and Amrit Wilson (eds), *The Future that Works: Selected Writings of A.M.Babu*, Trenton: Africa World Press.

Babu, A.M. ([1982b] 2002) 'Introduction: University of Dar es Salaam Debate on Class State and Imperialism' in Salma Babu and Amrit Wilson (eds), *The Future that Works: Selected Writings of A.M.Babu*, Trenton: Africa World Press.

Babu, A.M. ([1982a] 2002) 'Letter to Karim Essack', in Salma Babu and Amrit

Wilson (eds), *The Future that Works: Selected Writings of A.M.Babu*, Trenton: Africa World Press.

Babu, A.M. ([1987a] 2002) 'China and Africa: Can we learn from each other?' in Salma Babu and Amrit Wilson (eds), *The Future that Works: Selected Writings of A.M.Babu*, Trenton: Africa World Press.

Babu, A.M. ([1987b] 2002) 'Patrice Lumumba', in Salma Babu and Amrit Wilson (eds), *The Future that Works: Selected Writings of A.M.Babu*, Trenton: Africa World Press.

Babu A.M. [1994] ((2002) 'Aid perpetuates dependency', in Salma Babu and Amrit Wilson (eds), *The Future that Works: Selected Writings of A.M.Babu*, Trenton: Africa World Press.

Babu, A.M. (1989) 'Introduction' to Amrit Wilson, *US Foreign Policy and Revolution, The creation of Tanzania*, London: Pluto Press.

Babu, A.M. (1991) 'The 1964 Revolution: Lumpen or Vanguard?' in Abdul Sheriff and Ed Ferguson (eds) *Zanzibar Under Colonial Rule*, London: James Curry.

Babu, A.M. ([1993] 2002) 'Third World concerns about humanitarian interventions', in Salma Babu and Amrit Wilson (eds), *The Future that Works: Selected Writings of A.M.Babu*, Trenton: Africa World Press.

Babu (1994) 'Zanzibar and the Future', *Change* 2(4/5).

Babu, A.M. (1995) 'Wanted: A Third force in Zanzibar politics', December, unpublished

Babu, A.M. (1996) 'Outline of Memoirs', *Review of African Political Economy* 69: 324-333.

Bader, Zinnat (1991) 'The Contradictions of Merchant Capital, 1840-1939', in Abdul Sheriff and Ed Ferguson (eds) *Zanzibar Under Colonial Rule*, London: James Curry.

Bariyo, N (2012) 'Zanzibar says oil revenue deal with Tanzania to spur exploration', *Dow Jones Newswires*, http://www.automatedtrader.net/real-time-dow-jones/116304/ (accessed November 30, 2012).

BBC News (2002) 'Angola fines Chevron for pollution', http://news.bbc.co.uk/1/hi/business/2077836.stm. (accessed November 30, 2012).

Bowles, B.D. (1991) 'The Struggle for Independence, 1946-1963', Abdul Sheriff and Ed Ferguson (eds) *Zanzibar Under Colonial Rule*, London: James Curry.

Bush, George (2002) *National Security Strategy*, http://www.state.gov/documents/organization/63562.pdf (accessed March 20, 2013)

Cannon Lorgan, Christy (1999) *The experience of Villagisation: Lessons from Ethiopia*, Mozambique, and Tanzania. London: Oxfam.

Chachage, Chambi (2009) 'What Norway wants from Zanzibar', *Pambazuka News* http://pambazuka.org/en/category/features/60746. (accessed November 30, 2012).

Channel 4 News (2011) 'US Hunter-Killer Drones "flying from Sechelles"', http://www.channel4.com/news/american-hunter-killer-drones-flying-from-seychelles. (accessed on November 30, 2012).

Chase, H. (1976) 'The Zanzibar Treason Trial', *Review of African Political Economy*, No 6: 14- 33.

Coleman, P. (2009) 'Reinforcing Success: Using lessons learned from foreign aid delivery to plan theatre security cooperation in Africa', Master's thesis, Joint Forces Staff College, Joint Advanced Warfighting School. http://www.dtic.mil/cgi-bin/GetTRDoc?AD=ADA530116. (accessed November 30, 2012).

Dehghan, Saeed Kamali (2011) 'Iran "arrests 12 CIA agents"' *Guardian* 24 November, http://www.guardian.co.uk/world/2011/nov/24/iran-claims-arrests-of-cia-agents (accessed on November 30, 2012).

Depelchin, Jacques (1991) 'The transition from slavery, 1873-1914' in Sheriff, A. and Ferguson, E. (eds.) *Zanzibar Under Colonial Rule*, London: James Curry.

Dershowitz, Suzanne and Paul, James (2012) 'Fishermen, pirates and naval squadrons: The Security Council and the Battle over Somalia's Coastal Seas' *Global Policy Forum* http://www.globalpolicy.org/images/pdfs/Security_Council/GPF_Somalia_illegal_fishing.pdf (accessed November 30, 2012).

Dira Yetu (2011) 'Zanzibar fight for more autonomy', http://dirayetu.blogspot.com/2011/07/zanzibar-fight-for-more-autonomy.html (accessed November 30, 2012).

Dodma (2012) 'Tanzania: Leaders nod to Union structure', *Tanzania Daily News* http://allafrica.com/stories/201211130226.html (accessed January 18, 2013).

Engdahl, William (2011) 'Nato's war on Libya is directed against China: AFRICOM and the threat to China's national energy security', *Global Research*, http://www.globalresearch.ca/index.php?context=va&aid=26763 (accessed November 30, 2012).

Free Library (2009) 'A golden example: the history of Lily Golden, a Russian African-American professor of history, is an inspiration to those fighting against supremacists worldwide', *Free Library*, http://www.thefreelibrary.com/A+golden+example%3A+the+history+of+Lily+Golden,+a+Russian...-a0194269703 (accessed November 30, 2012).

Glazebrook, Dan (2013) 'The West's war against African development continues' *Counterpunch* February 15-17, http://www.counterpunch.org/2013/02/15/the-wests-war-against-african-development-continues/ (accessed February 16, 2013).

GOI Monitor (2012) 'The Indian land grab in Africa', *Countercurrents* 20 December, http://www.countercurrents.org/goi201211.htm (accessed November 30, 2012).

Greenwald, Glenn (2013) 'Chilling legal memo from Obama DOJ justifies assassination of US citizens' *Guardian* 5 February, http://www.guardian.co.uk/commentisfree/2013/feb/05/obama-kill-list-doj-memo (accessed November 30, 2012).

Habte Selassie, Bereket (1996) 'Abdulrahman Mohamed Babu: Revolutionary Democrat, Journalist and Statesman', *Review of African Political Economy* No 69: 333.

Hadjivayanis, George and Ferguson, Ed (1991) 'The Development of a Colonial Working Class', in Abdul Sheriff and Ed Ferguson (eds) *Zanzibar Under Colonial Rule,* London: James Curry.

Havnevik (1993) cited in Cannon Lorgan, Christy (1999) *The experience of Villagisation: Lessons from Ethiopia, Mozambique, and Tanzania.* London: Oxfam.

Heningsen, Patrick (2011) 'West vs China: A new Cold War begins on Libyan soil', *21st Century Wire* April 13, http://21stcenturywire.com/2011/04/12/2577/ (accessed November 30, 2012).

Hickman, J.K. (1995) Interview for British Diplomatic Oral History Programme, p.10, http://www.chu.cam.ac.uk/archives/collections/BDOHP/Hickman.pdf (accessed November 30, 2012).

Hickman, K., Sheriff, A. And Alibhai-Brown, Y. (2010) 'Debating Africa: BBC's documentary *Heart and Soul – Return to Zanzibar*', *Information, Society and Justice,* 3(2): 177-85, http://www.londonmet.ac.uk/fms/MRSite/acad/dass/ISJ Journal/V3N2/09_Debating Africa_BBC_Hickman, Sherrif & Alibhai-Brown.pdf (accessed November 30, 2012).

HMSO (1961) *Report: Commission of Inquiry Zanzibar Riots,* June 1961, p 3. London: HMSO.

Holslag, Jonathan (2009) 'China's New Security Strategy for Africa', *Parameters,*

Summer: 23-37, http://www.carlisle.army.mil/usawc/parameters/Articles/09summer/holslag.pdf (accessed November 30, 2012).

Hughes, Karen P. (2006) Remarks at the Shell Distinguished Lecture Series, http://merln.ndu.edu/archivepdf/nss/state/64106.pdf (accessed November 30, 2012).

International Labour Organization (ILO) (2011) 'Tanzania (mainland and Zanzibar) country profile', http://www.ilo.org/public/english/employment/ent/coop/africa/countries/eastafrica/tanzania. htm (accessed November 30, 2012).

Interights (2011) 'Case against Djibouti is first to challenge African Cooperation in CIA secret detention program' *International Centre for the Legal Protection of Human Rights*, http://www.interights.org/document/9/index.html (accessed November 30, 2012).

Jacobs, A. (2012) 'Pursuing soft power, China puts stamp on Africa's news', *New York Times*, August 16, www,nytimes.com/2012/08/17/world/africa/chinas-news-media-make-inroads-in-africa.html?_r=1&pagewanted=all (accessed November 30, 2012).

Jamiiforums (2008) 'Dar es Salaam Ukonga prison cells being prepared for "VIP" guests? Anticipated influx of high-profile prisoners charged with grand corruption', May 30, http://www.jamiiforums.com/jukwaa-la-siasa/16572-vip-prisons-coming-soon-in- tanzania.html (accessed November 30, 2012).

Jorgic, Razen (2012) 'Tension heats up at "spice island"', *Reuters*, October 16, http://www.stuff.co.nz/world/africa/7868174/Tension-heats-up-at-spice-island. (accessed November 30, 2012).

Kaijage, Florian (2012) 'Govt in fresh Sh32bn query over Kiwira coal mine', June 30, http://www.ippmedia.com/frontend/index.php/ahtml/=1?l=43172 (accessed January 16, 2013).

Kassum, Alnoor (2007) *Africa's Winds of Change —Memoirs of an International Tanzanian*, London: I.B.Tauris

Kravnicek, Natasha (2012) 'Land acquisitions: India's investments in Africa', http://farmlandgrab.org/post/view/21193 (accessed November 30, 2012).

Kuper, Leo (1970) 'Continuities and discontinuities in race relations: Evolutionary or revolutionary change' *Cahiers d'etudes africaines* 10(39): 361-83, http://www.persee.fr/web/revues/home/prescript/article/cea_0008-0055_1970_num_10_39_2828# (accessed November 30, 2012).

Lissu, Tundu (2002) 'Tanzania human rights advocacy and the Bulyanhulu Gold Mine', http://www.eli.org/pdf/advocacytoolscasestudies/casestudy.tanzania.final.pdf (accessed November 30, 2012).

Liu Guangyuan (2012) 'A mutually beneficial new type of China-Africa strategic relationship', http://ke.china-embassy.org/eng/xw/t962845.htm (accessed November 30, 2012).

Lofchie, M.F. (1965) *Zanzibar Background to Revolution*, Princeton, N.J.: Princeton University Press.

Machira, Polycarp (2012) 'Zanzibar seeks new union format', *The Citizen* 17 October, http://www.thecitizen.co.tz/magazines/32-political-platform/26609-zanzibar-seeks-new-union- format.html (accessed November 30, 2012).

Mamdani, Mahmood (1996) 'Babu: a personal tribute', *Review of African Political Economy*, No 69:344.

Mamdani, Mahmood (2005) *Good Muslim Bad Muslim- Islam, the USA and the Global War Against Terror*, Delhi: Permanent Black.

Mamdani, Mahmood (2011) 'What does Gaddafi's fall mean for Africa?' *Al Jazeera*, October 26, http://www.aljazeera.com/indepth/opinion/2011/08/201182812377546414.html (accessed November 30, 2012).

Maoulidi, Salma (2011) 'Between law and culture, contemplating rights for women in Zanzibar' in Dorothy Hodgson (ed.) *Gender and Culture at the Limits of Rights*, Philadelphia,Pa.: University of Pennsylvania Press.

Mgamba, Richard (2012) 'How foreign miners made their fortune in Tanzania', *Guardian on Sunday* April 1, http://www.ippmedia.com/frontend/index.php/as_dansi/function.fopen?l=40068 (accessed November 30, 2012).

Mjasiri, Jaffar (2011) 'Lesson from Zanzibar's government of national unity' *Daily News* December, http://www.dailynews.co.tz/feature/?n=17835 (accessed November 30, 2012).

Msoma, Salim (2011) 'Obituary: Ahmed Badawi Qullatein' November 2, Circulated by *Zanzibar Institute for Research and Public Policy* zirpp google group.

Munte, Lucas (2012) 'Tanzania: nation's external debt now at U.S.$9,788 million', *Africa Business Week*, June 4, http://allafrica.com/stories/201206041217.html. (accessed November 30, 2012).

Mutarubukwa, Al-amani (2011) 'How multinationals conduct big rip offs', *The Citizen* December4 , http://www.thecitizen.co.tz/component/content/article/37-tanzania-top-news- story/17652-how-multinationals-conduct-big-rip-offs.html (accessed November 30, 2012).

Mutch, Thembi (2010) 'Jatropha biofuels: the true cost to Tanzania', February 15, *The Ecologist*, http://www.theecologist.org/trial_investigations/414648/

jatropha_biofuels_the_true_cost_to_ tanzania.html (accessed November 30, 2012).

Mutch, Thembi (2012) 'Who will benefit from East Africa's oil and gas?' *African Globe,* July 25 http://www.africanglobe.net/business/benefit-east-africas-oil-gas/ (accessed November 30, 2012).

Naluyaga, Ray (2010) 'Karume's legacy secured' *The Citizen* April 6, http://thecitizen.co.tz/magazines/32-political-platform/1144-karumes-legacy-secured.html (accessed November 30, 2012).

Napoli, Fatma Jiddawi and Saleh, Ahmed Mohamed (2005) 'The role of sexual violence against Zanzibari women in the human rights conflict with Tanzania over sovereignty' in Faye V. Harrison (ed.), *Resisting Racism and Xenophobia, Global perspective on race, gender and human rights,* Oxford: AltaMira Press.

Mugarula, Florence (2012) 'Conflicting statements on future of the Union', *The Citizen,* November 13, http://www.thecitizen.co.tz/sport/37-tanzania-top-news-story/27153-conflicting- statements-on-future-of-the-union.html (accessed January 18, 2013).

O'Connor (1988) Cited in Cannon Lorgan, Christy (1999) *The experience of Villagisation: Lessons from Ethiopia, Mozambique, and Tanzania.* London: Oxfam.

Open Society Foundation (2013) *Globalizing Torture: CIA secret detention and extraordinary rendition* Open Society Justice Initiative, http://www.opensocietyfoundations.org/sites/default/files/globalizing-torture-20120205.pdf (accessed February 10, 2013).

Pilger, John (2011) 'The Son of Africa claims the continent's crown jewels', *John Pilger.com* October 20, http://www.johnpilger.com/articles/the-son-of-africa-claims-a-continents-crown- jewels (accessed November 30, 2012).

Pilger, John (2013) 'The untold US invasion of Africa', *Green Left* http://www.greenleft.org.au/node/53202 (accessed February10 , 2013).

Platform (2010) 'A Lake of Oil-Congo's contracts escalate conflict, pollution and poverty', http://www.platformlondon.org/carbonweb/documents/drc/A_Lake_of_Oil_Congo_DRC_Tullow_PLATFORM_May_2010.pdf (accessed November 30, 2012).

Platform (2012) 'Tullow Oil's foul play in Ghana', http://ghanasoilgasdiary.blogspot.co.uk/2010/04/kosmostullow-spill-oil.html. (accessed January 18, 2013).

Pomerance, Michla(1982) *Self-determination in Law and Practice,* The Hague: Martinus Nijhoff.

Press TV (2012) 'Drones from Kenya killing 30 civilians in Somalia', Press TV, http://presstv.com/detail/219584.html (accessed November 30, 2012).

Public Record Office (1959) *British Intelligence Report for the month of June 1959*, CO 822, 1376, 3185867.

Public Record Office (1962a) *British Resident to Secretary of State, Zanzibar security situation*, 23 June, CO 822, 2047.

Public Record Office (1962b) *Babu Sedition Trial*, January 16, PRO, 2166.

Qazi, T (2011) 'The spring revolution: Age of hope and time for disappointment', *Countercurrents* 8 July, http://www.countercurrents.org/qazi080711.htm (accessed November 30, 2012).

Rashid, S (2011) 'Zanzibar beyond the elections: Comment on concept note by the International Law and Policy Institute (ILPI) of Oslo providing strategic transitional support for the Government of National Unity', May.

Ratio Magazine (2012) 'Legislating for the nascent oil and gas sector in the EAC: Tanzania', July, http://www.ratio-magazine.com/201207134126/Tanzania/Legislating-for-the- Nascent-Oil-and-Gas-Sector-in-the-EAC-Tanzania.html (accessed November 30, 2012).

Reuters (2012) 'Zanzibar says 145 killed in the Ferry disaster last week' July 22, http://allafrica.com/stories/201211130226.html (accessed January 18, 2013).

Robarge, D.S. (2008) *Review of All the Shah's men: An American coup and the roots of Middle East terror*, https://www.cia.gov/library/center-for-the-study-of-intelligence/csi- publications/csi-studies/studies/vol48no2/article10.html (accessed November 30, 2012).

Rowell, Andy and Eveline Lubbers (2010) 'Ken Saro-Wiwa was framed secret evidence shows', December 5, http://www.independent.co.uk/news/world/africa/ken-sarowiwa-was-framed- secret-evidence-shows-2151577.html (accessed January 18, 2013).

Scahill, J. (2010) 'Obama's expanding covert wars' *The Nation* June 4, http://www.thenation.com/blog/obamas-expanding-covert-wars#(accessed November 30, 2012).

Sharife, K. (2009) 'Tanzania's pot of gold', *Pambazuka News,* October 1, http://pambazuka.org/en/category/features/59142. (accessed November 30, 2012).

Sheriff, Abdul (1991) 'The peasantry under imperialism, 1873-1963' in Abdul Sheriff and Ed Ferguson (eds.) *Zanzibar Under Colonial Rule*, London: James Curry.

Sheriff, Abdul (2008) 'Maritime Culture and Globalisation in the Indian Ocean', paper presented at ZIORI Conference on the Indian Ocean, Zanzibar, August 15-17.

Smith, A (1971), RHL, East Africa, MSS.Afr.S.2250, *Zanzibar Symposium*, tape recording of interview at Oxford University by Alison Smith, October 16, cited in Burgess, G. Thomas (2003) 'Imagined Generations: Constructing Youth in Revolutionary Zanzibar', Paper presented at International Conference on Youth and the Politics of Generational Conflict in Africa, University of Leiden, http://www.ascleiden.nl/pdf/conference24042003-burgess.pdf (accessed November 30, 2012).

Staalesen, Atle (2012) 'Oil spill at Kharyaga', *Barents Observer*, October 8, http://barentsobserver.com/en/nature/oil-spill-kharyaga-08-10 (accessed November 30, 2012).

Stith, C (2010) 'Radical Islam in East Africa', *The Annals of the American Academy of Political Science*, http://ann.sagepub.com/content/632/1/55.full.pdf+html (accessed April 30, 2013).

Taylor, David (2009), 'Evo Morales – from poverty to power', *Labour Campaign for International Development* December 8, http://lcid.org.uk/2009/12/08/evo/ (accessed November 30, 2012).

TDHS (2004/5) *Tanzania Demographic and Health Survey*, http://www.measuredhs.com/pubs/pdf/FR173/FR173-TZ04-05.pdf (accessed May 15, 2013).

Tradingeconomics (2013) 'Mortality rate: infant (per 1000 live births) in Bolivia', http://www.tradingeconomics.com/bolivia/mortality-rate-infant-per-1-000-live-births-wb-data.html (accessed May 15 2013).

U.S. Department of Defense (2012) 'Sustaining global leadership: Priorities for 21st century defense', January 3, http://www.defense.gov/news/Defense_Strategic_Guidance.pdf (accessed November 30, 2012).

US Embassy Cables (2005a) 'Zanzibar's imams declare a truce', cable, http://leaks.hohesc.us/?view=05DARESSALAAM1015 (accessed November 30, 2012).

US Embassy Cables (2005b) 'Whither Tanzania, charges end of tour reflections', cable, http://wikileaks.org/cable/2005/07/05DARESSALAAM1307.html (accessed November 30, 2012).

US Embassy Cables (2006a) 'Iran: Tanzania believes more diplomatic efforts, working through IAEA needed before reporting to UNSC', cable, http://www.wikileaks.org/cable/2006/01/06DARESSALAAM125.html (accessed November 30, 2012).

US Embassy Cables (2006b) 'Ghosts of revolution haunt Zanzibar's reconciliation process', cable, http://www.wikileaks.org/cable/2006/08/06DARESSALAAM1433.html#par1 (accessed November 30, 2012).

US Embassy Cables (2006c) 'Overflights: Help us do it ourselves', cable, http://www.cablegatesearch.net/cable.php?id=06DARESSALAAM771&q=counter%20terrorism (accessed November 30, 2012).

US Embassy Cables (2007a) 'Zanzibar: Tanzanian foreign minister updates Ambassador Retzer on reconciliaton efforts', cable, http://www.cablegatesearch.net/cable.php?id=07DARESSALAAM609 (accessed November 30, 2012).

US Embassy Cables (2007b) Tanzania walks fine line on Iran's nuclear program', cable, http://wikileaks.org/cable/2007/12/07DARESSALAAM1568.html (accessed November 30, 2012).

US Embassy Cables (2007c) Islamic radical block American Muslims from evening prayers', cable, http://www.cablegatesearch.net/cable.php?id=07DARESSALAAM894 (accessed November 30, 2012).

US Embassy Cables (2008a) 'Zanzibar Primer: The issue, why it matters & what we are doing about it', cable, http://wikileaks.org/cable/2008/07/08DARESSALAAM444.html (accessed November 30, 2012).

US Embassy Cables (2008b), 'Tanzania: Investment climate statement 2008', cable, accessible on http://www.scoop.co.nz/stories/WL0801/S00439.htm (accessed November 30, 2012).

US Embassy Cables (2008c) 'Update on Tanzania terrorist issues', cable, http://www.cablegatesearch.net/cable.php?id=08DARESSALAAM91 (accessed November 30, 2012).

US Embassy Cables (2009a) 'Scenesetter for Deputy Secretary Lew visit to Tanzania', cable, http://www.scoop.co.nz/stories/WL0906/S00788.htm (accessed November 30, 2012).

US Embassy Cables (2009b), 'Zanzibar: Ruling party thinking', cable, http://dazzlepod.com/cable/09DARESSALAAM130/ (accessed November 30, 2012).

US Embassy Cables (2009c) 'Tanzania 2009 investment climate statement', cable, http://www.scoop.co.nz/stories/WL0901/S00583.htm (accessed November 30, 2012).

US Embassy Cables (2009d) 'President Kikwete rallies Zanzibar CCM party supporters but shrugs off reconciliation', cable, http://www.cablegatesearch.net/cable.php?id=09DARESSALAAM54 (accessed November 30, 2012).

US Embassy Cables (2009e) 'Zanzibar Opposition CUF thinking', cable, http://www.cablegatesearch.net/cable.php?id=09DARESSALAAM123 (accessed November 30, 2012).

US Embassy Cables(2009f) 'Zanzibar: Donors seek common position on elections, political reconciliation', cable, http://www.cablegatesearch.net/cable.php?id=09DARESSALAAM385 (accessed November 30, 2012).

US Embassy Cables (2009g) 'Zanzibar: Karume berates Ambassadors on joint statement', cable, http://www.cablegatesearch.net/cable.php?id=09DARESSALAAM578 (accessed November 30, 2012).

US Embassy Cables (2009h) 'Zanzibar opposition leader against violence but offers no new ideas', cable, http://www.cablegatesearch.net/cable.php?id=09DARESSALAAM628 (accessed November 30, 2012).

US Embassy Cables (2009i) 'Tanzania oil and gas exploration: Oil unlikely, gas needs investment and government action', cable, http://wikileaks.org/cable/2009/06/09DARESSALAAM368.html (accessed November 30, 2012).

US Embassy Cables (2009j) 'Tanzania and Iran sign defense mou', cable, http://wikileaks.org/cable/2009/01/09DARESSALAAM60.html (accessed November 30, 2012).

US Embassy Cables (2009k) 'Media reactions: US-China-Japan relations, US policy', cable, http://wikileaks.org/cable/2009/04/09BEIJING1134.html# (accessed November 30, 2012).

US Embassy Cables (2009l) 'Tanzania home minister hints about national views', cable, http://wikileaks.org/cable/2009/01/09DARESSALAAM63.html ((accessed November 30, 2012).

US Embassy Cables (2010a) 'East African legislature could be vehicle for U.S. regional goals', cable, http://www.cablegatesearch.net/cable.php?id=10DARESSALAAM88 (accessed November 30, 2012).

US Embassy Cables (2010b) 'East African Community Sec-Gen on USG-EAC cooperation', cable, http://www.cablegatesearch.net/cable.php?id=10DARESSALAAM105 Accessed on 30 November 2012.(accessed November 30, 2012).

US Embassy Cables (2010c) 'TPDF past, present and future from the optic of the US Defense attaché', http://www.cablegatesearch.net/cable.php?id=10DARESSALAAM114 (accessed November 30, 2012).

US Joint Chiefs of Staff (2008) *Civil military operations*, Publication 3-57, http://www.fas.org/irp/doddir/dod/jp3_57.pdf (accessed November 30, 2012).

US State Department Archive (2001-2009) 'About us', US State Department Archive, http://2001- 2009.state.gov/s/ct/about/index.htm (accessed January 18, 2013).

Wateraid (2011), 'Core information', http://www.wateraid.org/uk/what_we_do/where_we_work/tanzania/ (accessed November 30, 2012).

Williams, Selina (2012) 'Statoil Upbeat on 'Hot' East African Prospects' *Dow*

Jones Newswires November 14, http://www.rigzone.com/news/oil_gas/a/ 122099/Statoil_Upbeat_on_Hot_East_African_Prospect (accessed November 30, 2012).

Wilson, Amrit (1987) 'Putting the fix on Zanzibar', *South*, April: 113.

Wilson, Amrit (1989) U*S Foreign Policy and Revolution, the Creation of Tanzania*, London: Pluto Press.

World Bank and International Monetary Fund (IMF) (1992) *Africa Strategy for Mining, technical paper*, Washington D.C.: World Bank

World Food Program (2004/2004) 'Tanzania demographic and health survey' in Tanzania Overview, http://www.wfp.org/countries/Tanzania–United–Republic-Of/Overview (accessed November 30, 2012).

Yi-Chong, X. (2008) 'China and the United States in Africa: Coming conflict or commercial coexistence', *Australian Journal of International Affairs*, 62(1), 16-3.

Yussuf, Issa (2012) 'Tanzania: Zanzibar minister relieved of duties', *Daily News*, October 17, http://dailynews.co.tz/index.php/local-news/10608-zanzibar-minister-relieved-of-duties (accessed November 30, 2012).

Zakaria, M (2012) 'Zanzibar separatist group leaders charged with inciting murder' October 22, http://www.reuters.com/article/2012/10/22/us-tanzania-zanzibar-separatists- idUSBRE89L0XR20121022 (accessed March 20, 2013).

ZaNews (1963) 'Report of Conference of All Zanzibar Students' Association', *ZaNews* September 17-26.

Zanzinet forum, http://www.zanzinet.org/zanzibar/economy/utangulizi.html (accessed November 30, 2012).

Zanzibar Committee for Democracy (2005) *Zanzibar Election Watch*, http://www.zanzinet.org/files/Zanzibar_Elections_Watch_6.pdf (accessed November 30, 2012).

www.ingramcontent.com/pod-product-compliance
Lightning Source LLC
Chambersburg PA
CBHW050536300426
44113CB00012B/2122